AF761288

ആദ്യകാലം

aadyakalam
stories, novellette, novel
•
c v balakrishnan
•
first chintha edition
april 2018
•
typesetting
star communications, thiruvananthapuram
•
published
chintha publishers, thiruvananthapuram
•

•
cover
amar
•

Rights reserved

വിതരണം
ദേശാഭിമാനി ബുക്ക് ഹൗസ്
H O തിരുവനന്തപുരം-695 035
www.chinthapublishers.com
chinthapublishers@gmail.com

ബ്രാഞ്ചുകൾ
ഹെഡ്ഓഫീസ് കുന്നുകുഴി • സ്റ്റാച്യു തിരുവനന്തപുരം • കെ എസ് ആർ ടി സി ബസ് സ്റ്റേഷൻ ആലപ്പുഴ • കെ എസ് ആർ ടി സി ബസ് സ്റ്റേഷൻ എറണാകുളം • ഐ ജി റോഡ് കോഴിക്കോട് • കെ എസ് ആർ ടി സി ബസ് സ്റ്റേഷൻ കോഴിക്കോട് • എൻ ജി ഒ യൂണിയൻ ബിൽഡിങ് കണ്ണൂർ • സെൻട്രൽ ബസ് ടെർമിനൽ കോംപ്ലക്സ് താവക്കര കണ്ണൂർ

CO - 2859 / 4637
ISBN - 978-93-87842-28-1

ആദ്യകാലം

(കഥകൾ, നോവലെറ്റ്, നോവൽ ഖണ്ഡങ്ങൾ, നോവൽ)

സി വി ബാലകൃഷ്ണൻ

ചിന്ത പബ്ലിഷേഴ്സ്
തിരുവനന്തപുരം-695 035

സി വി ബാലകൃഷ്ണൻ

ഗ്രാമീണവും നാഗരികവുമായ യാഥാർത്ഥ്യങ്ങളെ കണിശമായി അപഗ്രഥിക്കുന്ന രചനകളിലൂടെ എഴുപതുകളിൽ സാഹിത്യരംഗത്തു ശ്രദ്ധേയനായി. നോവലിസ്റ്റും കഥാകൃത്തും തിരക്കഥാകൃത്തും. *ആയുസ്സിന്റെ പുസ്തക*മെന്ന പ്രശസ്ത നോവലുൾപ്പെടെ അറുപതിലേറെ കൃതികൾ. *ആത്മാവിനു ശരിയെന്നു തോന്നുന്ന കാര്യങ്ങൾക്ക്* മികച്ച നോവലിനുള്ള കേരള സാഹിത്യ അക്കാദമി അവാർഡും (2000) വി ടി മെമ്മോറിയൽ അവാർഡും ലഭിച്ചു. *സിനിമയുടെ ഇടങ്ങൾ* 2002 ലെ മികച്ച ചലച്ചിത്ര ഗ്രന്ഥത്തിനുള്ള സംസ്ഥാന ചലച്ചിത്ര അവാർഡിന് അർഹമായി. *പരൽമീൻ നീന്തുന്ന പാടത്തിന്* (ആത്മകഥ) രണ്ടാമത്തെ കേരള സാഹിത്യ അക്കാദമി പുരസ്കാരം.

ദൃശ്യമാധ്യമങ്ങളുമായി സജീവബന്ധം പുലർത്തുന്നു. ഏതാനും ഹ്രസ്വചിത്രങ്ങൾക്കും ഫീച്ചർ ചിത്രങ്ങൾക്കും തിരക്കഥ രചിച്ചിട്ടുണ്ട്.

ഭാര്യ : പത്മാവതി
മക്കൾ : നയന, നന്ദൻ
വിലാസം : ദിശ
പിലിക്കോട് പി ഒ
കാസർഗോഡ് ജില്ല
പിൻ: 671353

ഉള്ളടക്കം

പ്രസാധകക്കുറിപ്പ്

മലയാളത്തിന് മറക്കാനാകാത്ത കൃതിയാണ് *ആയുസ്സിന്റെ പുസ്തകം*. സി വി ബാലകൃഷ്ണൻ എന്ന എഴുത്തുകാരനെ വായനക്കാർ അടയാളപ്പെടുത്തിത്തുടങ്ങിയത് ആ നോവൽ വന്നതോടെയാണ്. 1983 ഏപ്രിൽ മാസം മുതലാണത് *മാതൃഭൂമി* ആഴ്ചപ്പതിപ്പിലൂടെ ഖണ്ഡശ: പ്രസിദ്ധീകരിച്ചുതുടങ്ങിയത്. എന്നാൽ ആയിരത്തിത്തൊള്ളായിരത്തി എഴുപതുകൾ മുതൽക്കേ സി വി ബാലകൃഷ്ണൻ എഴുതിത്തുടങ്ങിയിരുന്നു. ആദ്യാങ്കുരങ്ങളിൽത്തന്നെ ഭാവിയിൽ പടർന്നുപന്തലിക്കാനിരിക്കുന്ന എഴുത്തുമരത്തിന്റെ പുഷ്ടി കാണാനാകുമെന്ന് നാമറിയുന്നത് അദ്ദേഹത്തിന്റെ *ആദ്യകാലം* എന്ന ഈ കൃതിയിലൂടെയാണ്. ഏതാനും കഥകൾ ഒരു നോവലെറ്റ്, നോവൽ ഖണ്ഡങ്ങൾ ഒപ്പം ഉപരോധം എന്ന നോവലും ഈ പുസ്തകത്തിൽ ഉൾപ്പെടുത്തിയിരിക്കുന്നു. എഴുത്തിന്റെ മാസ്മരിക സ്പർശം ഉള്ളിൽ പേറുന്ന ഈ കൃതിയുടെ ചിന്ത പതിപ്പ് പുറത്തിറക്കുന്നതിൽ ഞങ്ങൾക്ക് സന്തോഷമുണ്ട്.

ചിന്ത പബ്ലിഷേഴ്സ്

കുറിപ്പ്

ഇവിടെ സമാഹരിച്ചിരിക്കുന്ന രചനകൾ അടയാളപ്പെടുത്തുന്നത് എന്റെ ജീവിതത്തിലെ സവിശേഷമായ ഒരു കാലമാണ്. ഞാൻ ബഹുവർണ്ണത്തിലുള്ള സ്വപ്നങ്ങൾ കാണാറുണ്ടായിരുന്ന, പലതുമോർത്ത് ക്ഷോഭം കൊള്ളാറുണ്ടായിരുന്ന, അകലെ നിന്നു കേൾക്കുന്നത് സമൂഹത്തെ മാറ്റി മറിക്കാൻ പോന്ന കൊടുങ്കാറ്റിന്റെ ഇരമ്പമാണെന്നോർത്ത് ആവേശം കാട്ടുമായിരുന്ന, ശുഭാപ്തിവിശ്വാസം പുലർത്തിയിരുന്ന ഒരു കാലം. തെരഞ്ഞെടുത്ത ഈ രചനകളിലൂടെ കണ്ണോടിക്കുമ്പോൾ അതത്രയും ഓർത്തുപോകുന്നു.

എഴുപതുകളുടെ തുടക്കം തൊട്ടാണ് ഞാൻ ഗൗരവമായും തുടർച്ചയായും എഴുതിത്തുടങ്ങിയത്. അക്കാലത്തെ ധാരണകളിൽ പലതും സ്വാഭാവികമായും മാറിയിട്ടുണ്ടാവും. ലോകവും വളരെ മാറിയിരിക്കുന്നല്ലോ. അതെന്തുമാകട്ടെ. തീക്ഷ്ണതയാർന്നൊരു കാലത്തിന്റെ ഓർമ്മയ്ക്കായി ഈ കൃതി വായനക്കാർക്കു സമർപ്പിക്കുന്നു.

സ്നേഹത്തോടെ

സി വി ബാലകൃഷ്ണൻ

You don’t write because you want to say something,
you write because you’ve got something to say

F. Scott Fitzgerald

കഥകൾ

സഞ്ചാരികൾ

നിരത്തുവക്കിൽ ഒരു തമ്പേറ് മുഴങ്ങാൻ തുടങ്ങുന്നു. വഴിയാത്രക്കാരിൽ ചിലർ തമ്പേറിന്റെ ഒച്ചകേട്ട് നില്ക്കുന്നു. കുട്ടി കൈയിലുള്ള തമ്പേറിൽ മാത്രം കണ്ണുനട്ടിരിക്കുമ്പോൾ, കടുംനിറത്തിലുള്ള പൈജാമയും ഷർട്ടും ധരിച്ച ഒരൊമ്പതുകാരി തെളിഞ്ഞ ചിരിയും ചുവന്ന പൗഡർ പൂശിയ കവിളുകളുമായി ഓടിവന്ന് ആൾക്കൂട്ടത്തിന് സലാം പറയുന്നു. അവളുടെ പിന്നാലെ ചുമലിൽ ഒരു കുരങ്ങുമായി അച്ഛനും മുലകുടി പ്രായത്തിലുള്ള കുഞ്ഞിനെയുമെടുത്ത് അമ്മയും, അമ്മയുടെ ചേലത്തുമ്പിൽ പിടിച്ചു ഒരു മൂന്നു വയസ്സുകാരിയും വന്നെത്തുന്നു. തമ്പേറിന് ഒച്ച വർദ്ധിക്കുന്നു. സർക്കസ് തുടങ്ങുകയായി. ഒടുവിൽ കൂടി നിന്നവർ പോയിക്കഴിയുമ്പോൾ അവരുടെ യാത്ര വീണ്ടും ആരംഭിക്കുന്നു....

അയാൾ മുന്നിൽ നടന്നു. ചുമടെന്നു പറയാൻ തമ്പിന്റെ ഉരുപ്പടികളും സർക്കസിന്റെ സൈക്കിളുമുണ്ട്. ഇരുതോളിലും ഇരുമ്പുവളയങ്ങൾ തൂങ്ങിക്കിടക്കുന്നു. ചുമലിൽ കുരങ്ങ് നെല്ല് കൊറിച്ചു. അയാളുടെ ഭാര്യയാകട്ടെ ഏറെക്കുറെ ലൊട്ടുലൊടുക്കു സാധനങ്ങളെല്ലാം പൊതിഞ്ഞു കെട്ടി തലയിലേറ്റിയിരുന്നു. കഴുത്തിലൂടെ പിൻപുറത്തേക്ക് തൂക്കിയിട്ട തുണിത്തൊട്ടിലിൽ കുഞ്ഞിന്റെ ശാന്തമായ ഉറക്കം. പൈജാമക്കാരിക്കു മാറാപ്പും നീണ്ട കുറെ കമ്പികളും ഒക്കത്ത് മൂന്നുവയസ്സുള്ള അനിയത്തിയും. അഞ്ചു വയസ്സുകാരന് കൈയിൽ തമ്പേറ്.

അവരെല്ലാം നടക്കുകയായിരുന്നു. അയാൾ തെല്ല് ഖേദത്തോടെ കിഴക്കുള്ള കുന്നുകളുടെ നേർക്കു കണ്ണോടിച്ചു. അവിടങ്ങളിൽ മഞ്ഞ് പരക്കാൻ തുടങ്ങിയിരുന്നു. ഉയരത്തിലെ കാടുകൾക്കു മുകളിൽ മഞ്ഞമരുകയാണ്. ഇനിയത് മലമ്പാതകളെ മൂടിക്കൊണ്ട്, അടിവാരങ്ങളെ കീഴടക്കാനെത്തും.

"ഒന്ന് വേഗം നടക്കൂ." അയാൾ പറഞ്ഞു. "ഇപ്പോ പറഞ്ഞു പറഞ്ഞ് ഇരുട്ടും."

"ഇനീം വയ്യ. ശ്ശോ." മകൾ പറഞ്ഞു.

"എന്നു പറഞ്ഞാലെങ്ങന്യാ? നടക്കാതൊക്കോ?"

പക്ഷേ, മകൾ കിതച്ചു.

"മക്കള് തളർന്നുപോയോ" അമ്മ തിരക്കി.

"എത്ര നേരമായി നടക്കുന്നു." മകൾ പറഞ്ഞു.

എത്രയോ കാലമായെന്ന് അമ്മ ഓർത്തു.

മക്കളെ എവിടെയൊക്കെ വെച്ചാണ് പ്രസവിച്ചതെന്ന് ഓർക്കുന്നില്ല. യാത്രയ്ക്കിടയിൽ നോവു തോന്നിയപ്പോൾ വഴിയിൽനിന്ന് മാറി ഒരിടത്ത് കിടന്നു.... അയാൾ കണ്ടു.. നീണ്ട പൊക്കിൾക്കൊടിയുമായി നീട്ടിക്കര യുന്ന ചോരപുരണ്ട കുഞ്ഞിനെ നോക്കി എന്തു വേണ്ടുവെന്നറിയാതെ അയാൾ പകച്ചു നിന്നു.... അത് കടിഞ്ഞൂൽപ്പേറായിരുന്നു.

ചെമ്മണ്ണുവഴിയാണ്.. കാലിലപ്പടി മണ്ണാണ്. കുട്ടി കുനിഞ്ഞു നോക്കി. തൊണ്ട വരളുന്നപോലെയുണ്ട്. ആസകലം വിയർത്തിരിക്കുന്നു. എന്നാൽ വഴിയുടെ ഇരുവശത്തും ചലനമറ്റു നില്ക്കുന്ന മരങ്ങളെ ശ്രദ്ധിച്ചപ്പോൾ അവന് എന്തെന്നില്ലാത്ത സന്തോഷം തോന്നുന്നു. കാടുകളിലത്രയും തളിര് വിരിഞ്ഞിരിക്കും, അവൻ വിചാരിച്ചു.

കുരങ്ങ് വളരെ അലസമായി അപ്പുറവും ഇപ്പുറവും നോക്കിക്കൊണ്ട് അയാളുടെ ചുമലിൽ ഇരുന്നു. ഒരു കൈകൊണ്ട്, അയാളെ പിടിച്ചാണ് ഇരിപ്പ്. ഇടയ്ക്ക് വല്ലപ്പോഴും ഒരല്പം താഴ്ന്ന് അയാളുടെ കീശയിൽ കൈയിട്ട് നെല്ല് പെറുക്കിയെടുത്ത് തിന്നുതുടങ്ങും. "നെല്ല് തിന്നുന്നതൊരു മെനക്കേടാ" എന്ന മട്ടിൽ.

ഏട്ടത്തിയുടെ ഒക്കത്തിരിക്കുന്ന മൂന്നു വയസ്സുകാരി തളർന്ന കണ്ണു തുറന്നു നോക്കിയപ്പോൾ, ഒരു ഇലവുമരം പൂത്തു. അവൾ പൂവിനു കൈനീട്ടി. പക്ഷേ...

മണ്ണിലേക്ക് ചായുന്ന ഒരു വൃദ്ധന്റെ നരച്ച താടിപോലെ മഞ്ഞ് പതു ക്കെപ്പതുക്കെ... ശ് ശ്... അവരുടെ വഴിയിലും തണുപ്പുവീണു. മരങ്ങൾക്കി ടയിൽ മഞ്ഞ് നിറഞ്ഞു, ഇരുൾ പരന്നു.

അവിടെ തമ്പടിക്കാമെന്ന് അയാൾ പറഞ്ഞപ്പോൾ മക്കൾക്ക് സന്തോ ഷമായി. ഒറ്റയടിപ്പാതയിൽനിന്ന് ചെറ്റ് തെക്കോട്ടു മാറി തമ്പടിക്കാനുള്ള സ്ഥലം നിശ്ചയിച്ചു. നീർച്ചാലിന്റെ ഒച്ച ഏറെ ദൂരെ നിന്നല്ലാതെ കേൾക്കാ മായിരുന്നു. അയാൾ തമ്പിന്റെ മുളയും തുണിയും തോളിലെ വളയങ്ങളും താഴെയിറക്കി വെച്ചു. കുരങ്ങ് ചാടിയിറങ്ങി. മകൾ അനിയത്തിയെ ഒക്കത്തുനിന്ന് നിലത്തിറക്കുകയും നെടുവീർപ്പിടുകയും ചെയ്തു. മര ച്ചോട്ടിലിരുന്ന് കുഞ്ഞിന് മുല കൊടുക്കുമ്പോൾ അയാൾ ഇരുമ്പുപാര കൊണ്ട് മുള നാട്ടാനുള്ള കുഴികുത്താൻ തുടങ്ങി. അധികം ആഴത്തി ലൊന്നും വേണ്ട. ഒറ്റ രാത്രിക്കല്ലേ. ഊരു ചുറ്റുന്നോരുടെ ഒരു നേരത്തെ തമ്പ്. മഞ്ഞ് വീഴുന്നില്ലെങ്കിൽ കിടന്നുറങ്ങാൻ തമ്പിന്റെയൊന്നും ആവ

ശ്യമില്ലായിരുന്നു. അയാൾ കരുതി. കുഴിയിലെ മണ്ണ് വാരി പുറത്തിട്ട് വീണ്ടും പാരകൊണ്ട് കുത്തിയിളക്കി. ഏട്ടത്തിയും അനിയനും ചേർന്ന് തുണിക്കെട്ടഴിച്ച് പാത്രങ്ങൾ പുറത്തെടുത്തു എന്തെങ്കിലും വേവിച്ചു വേണം വിശപ്പുമാറ്റാൻ. അടുപ്പുണ്ടാക്കണം, തീ പൂട്ടണം, വെള്ളം കൊണ്ടു വരണം. എന്തൊക്കെ പണി കിടക്കുന്നു. ഓരോന്നും നീണ്ടുപോകുന്ന ത്രയും വിശപ്പും നീണ്ടുപോകും. അടുപ്പിനുള്ള കല്ല് അവർ തന്നെ തൊട്ട ടുത്തുനിന്നായി കണ്ടുപിടിച്ചു. വെള്ളമെടുക്കാൻ ആശാൻ തന്നെ പോകു മെന്ന് പറഞ്ഞു. കത്തിക്കാൻ വിറകും ചുള്ളികളും പെറുക്കുന്ന ജോലി അവർക്ക് കൊടുത്തു. അകലെയെങ്ങും പോകേണ്ട. അവിടുന്നും ഇവിട ന്നുമായി പെറുക്കിയാൽ മതി. സൂക്ഷിച്ചു നടക്കണം. പാമ്പുകളുണ്ടാ കും. അയാൾ രണ്ട് അലുമിനിയപ്പാത്രങ്ങളുമെടുത്ത് വെള്ളത്തിനു പോയി.

അമ്മ കുഞ്ഞിനെ ഉറക്കി തമ്പിനുള്ളിൽ കിടത്തി. അടുപ്പിൽ തീ പിടിപ്പിച്ചു. ഇരുളിലും മഞ്ഞിലും നന്നേ ചെറിയ തീ പതിഞ്ഞ ശബ്ദ ത്തോടെ ഉയർന്നു.

അരി വേകുന്നതും കാത്ത് കനലുകളിലേക്ക് നോക്കിയിരിക്കെ അയാൾ പറഞ്ഞു.

"മഴക്കാലം വരാറായി."

അയാൾ പറഞ്ഞതുകേട്ട് മൂത്ത രണ്ടു കുട്ടികൾ തമ്മിൽത്തമ്മിൽ നോക്കി. മഴക്കാലം തങ്ങളെ സംബന്ധിച്ചിടത്തോളം എത്ര ചീത്തയാ ണെന്ന് അവർക്ക് നല്ലതുപോലെ അറിയാം. അനിയന്റെ മുഖത്തേക്ക് നോക്കിയിരുന്നപ്പോൾ ഏട്ടത്തിയുടെ ഓർമ്മയിൽ ആകാശം മൂടിക്കെട്ടു കയും ആദ്യത്തെ മഴത്തുള്ളി മുഖത്ത് പതിക്കുകയും ചെയ്തു. പെട്ടെന്ന് ഓർക്കാതെ വഴികൾ വിജനമായി. മരച്ചുവട്ടിൽ അവൾ അവനേയും ചുറ്റി പ്പിടിച്ച് ഒതുങ്ങി നിന്നു. മഴയിൽ ദിക്കുകൾ ഇരുണ്ടു. കാറ്റിൽ മഴ ഇരമ്പി വന്ന് എത്തിപ്പിടിച്ചു. അവൻ കരയുന്നുണ്ടായിരുന്നു.

അമ്മ പറഞ്ഞു:

"ഇതെന്താ ആദ്യമായിട്ടുള്ള മഴക്കാലമോ മറ്റോ ആണോ. മഴ വരും പോകും. അത്രതന്നെ. നിങ്ങളെന്തിനാ പേടിക്കുന്നെ?"

അയാൾ പറഞ്ഞു.

"എനിക്ക് പേടിയൊന്നുമില്ല."

അവൾ ചിരിച്ചു.

അയാൾ ഒരു ബീഡിയെടുത്ത് കത്തിച്ചു. അടുത്തിരുന്ന് മകൻ അച്ഛന്റെ വായിൽനിന്നും മൂക്കിൽനിന്നും പുക വരുന്നതു നോക്കി.

"ഒര് പൊക വേണോടാ?"

അയാൾ ബീഡി മകന്റെ ചുണ്ടിലേക്ക് നീട്ടി. അവൻ കണ്ണടച്ച് ഒരു പുകയെടുത്തു. ചുമയ്ക്കാനും തുടങ്ങി.

"ഓ, ഒരു പൊകവലിക്കാരൻ." അമ്മ പറഞ്ഞു.

അവനിങ്ങനെ ചിലപ്പോഴെല്ലാം അയാൾ ഓരോ "പുക" കൊടുക്കാറ്

പതിവാണ്. അവൻ അച്ഛന്റെ കൂടെ ഷാപ്പിലും പോയിട്ടുണ്ട്. ഇടയ്ക്ക് ഒരിറക്ക് കള്ള്. നാലഞ്ചുമാസം മുമ്പ് ഒരു ദിവസം അവൻ ഒരു വലിയ ഗ്ലാസു നിറയെ കുടിച്ചു. അയാളല്ല കൊടുത്തത്. ഷാപ്പിലിരുന്ന് കുടിക്കു കയായിരുന്ന ഒരു വയസ്സനാണ്. അവൻ അച്ഛന്റെ കൂടെയിരുന്ന് ചെറു പയറു പുഴുക്ക് തിന്നുകയായിരുന്നു. ബെഞ്ചിന്റെ മറ്റേ അറ്റത്തിരുന്ന് കുടി ക്കുന്ന വയസ്സൻ അവനോട് ചിരിച്ചു. വയസ്സന്റെ മുന്നിൽ പന്നിയിറച്ചിയും കപ്പയുമായിരുന്നു.

മോന് വേണോന്ന് ചോദിച്ചു. അവൻ തലയാട്ടിക്കൊണ്ട് വയസ്സന്റെ അടുത്തേക്കു നീങ്ങിയിരുന്നു. വയസ്സൻ നല്ല പൂസായിരുന്നു. ഒരു ഗ്ലാസ് നിറയെ കള്ളൊഴിച്ച് അവന് കൊടുത്തു. "കുടിക്ക് ചെറുക്കാ, കുടിക്ക് ഇക്കെളവന്റെ സന്തോഷമല്ലേ." അവൻ കണ്ണുമടച്ചു കുടിച്ചു. വയസ്സൻ കുലുങ്ങിച്ചിരിച്ചുകൊണ്ടിരുന്നു.

ഇറങ്ങാൻ നേരത്ത് അച്ഛൻ കൈപിടിച്ചു. അവന്റെ തലയ്ക്ക് കനം വെച്ചിരുന്നു. കാലുകൾ ഇടറുന്നുണ്ടായിരുന്നു.

ആളുകൾ നോക്കിനിന്നു.

അവൻ അവരെയൊന്നും ഗൗനിച്ചില്ല.

തമ്പിലെത്തിയപ്പോൾ അമ്മ അവന്റെ അരക്കെട്ടിലേക്ക് കൈ ചൂണ്ടി അവിടെയുള്ളത് അരിഞ്ഞുകളയുമെന്ന് പേടിപ്പിച്ചു.

മൂന്നുവയസ്സുകാരി ഉറക്കം പിടിച്ചു കഴിഞ്ഞിരുന്നു. തീ കാഞ്ഞു കൊണ്ടിരുന്ന് ഉറക്കം തൂങ്ങി ഒരു വശത്തേക്ക് ചരിഞ്ഞു വീഴാൻ തുട ങ്ങിയപ്പോൾ ഏട്ടത്തി താങ്ങി.

"ഉറങ്ങണോ?"

അവൾ നേരെയിരുന്ന് വേണ്ടെന്നു തലകുലുക്കി. കുറച്ചു കഴിഞ്ഞ പ്പോൾ വീണ്ടും..

"അകത്ത് കുഞ്ഞിന്റെയടുത്ത് കിടത്ത്" അയാൾ പറഞ്ഞു.

"വേണ്ട പിന്ന്യേണിക്കൂല. കഞ്ഞികുടിച്ച് ഒറങ്ങ്യാമതി." അമ്മ പറഞ്ഞു.

അവൾ പണിപ്പെട്ട് കണ്ണുതുറന്ന് അമ്മയെ നോക്കി.

അമ്മ ഉണക്കമീൻ കനലിലിടുന്നു. അവൾ അച്ഛനെ നോക്കി.

അച്ഛൻ കുരങ്ങിനെ കൊഞ്ചിക്കുന്നു. അവൾ കണ്ണുചിമ്മി.

കുരങ്ങ് ഒച്ചയിട്ടു. അത് അയാളുടെ കൈയിലെത്തിയിട്ട് വളരെക്കാ ലമായി. അത്രയേ ഓർമ്മയുള്ളൂ. മക്കൾ കുഞ്ഞുന്നാളിലേ അതിനെ കണ്ടി ട്ടുണ്ട്. അത് അവരോടൊപ്പമുണ്ടായിരുന്നു. അയാൾ സൈക്കിളിൽ അഭ്യാ സങ്ങൾ കാണിക്കുമ്പോൾ അത് അയാളോടൊപ്പമുണ്ടായിരുന്നു. ചുറ്റിലും കണ്ടുനില്ക്കുന്നവരുടെ നേർക്ക് ഒരു പാത്രം അതും നീട്ടുന്നു.

തമ്പിനുള്ളിൽ കുഞ്ഞ് കരഞ്ഞു. അമ്മയാണെങ്കിൽ ഉണക്കമീനും മുളകും ചുടുകയാണ്. അയാൾത്തന്നെ എണീറ്റ് കുഞ്ഞിനെ എടുത്തു ചുമലിലിരുത്തി.

"ആകാശത്ത് അതാ, അതാ."

അവൻ ആകാശം കണ്ടു.

ഇരുണ്ടിരുന്നു.

ഈറൻ പെയ്തു.

അവൻ അച്ഛന്റെ നെഞ്ചിലേക്ക് മൂത്രമൊഴിച്ചു.

അഞ്ചുവയസ്സുകാരൻ കൈകൊട്ടി ചിരിച്ചു.

“അവനെയിങ്ങ് താ” അമ്മ കൈനീട്ടി. “അച്ഛനെ കുളിപ്പിച്ചല്ലോടാ നീ.”

അയാൾ ഷർട്ട് അഴിച്ചുമാറ്റി.

പാത്രങ്ങളിൽ വിളമ്പിക്കഴിഞ്ഞിരുന്നു. ഒരു നുള്ള് മീനെടുത്ത് ഒരു തുണ്ട് മുളകുചേർത്ത് ചൂടാറാൻ കാത്തിരുന്നു.

തണുത്തിരുണ്ട രാത്രി താഴ്വരയിൽ അടിഞ്ഞിരുന്നു. മരങ്ങളിൽ നിന്ന് മഞ്ഞ് പൊഴിഞ്ഞു. മക്കൾ ഉറങ്ങാൻ കിടന്നു. പുറത്തു കാറ്റ് വീശിക്കൊണ്ടിരുന്നു. കുന്നുകളുടെ ഇരുണ്ടു കനത്ത ശിഖരങ്ങളല്ലാതെ മറ്റൊന്നും വ്യക്തമായിരുന്നില്ല. ഈ കുന്നുകൾക്കപ്പുറത്ത് എന്തായിരിക്കുമെന്ന് അയാളാലോചിച്ചു.

അയാൾ തീയിലേക്ക് കുറച്ചുകൂടി ചുള്ളികൾ വാരിയിട്ടു. കുഞ്ഞിനെ അകത്തു കിടത്തി അവളും തീക്കരികെ ഇരുന്നു. അയാൾ അവളെ ഉറ്റു നോക്കി.

അവളുടെ മൂക്കുത്തി തിളങ്ങുന്നുണ്ടായിരുന്നു.

അയാളെന്തോ ഓർത്തു.

“എന്താ?”

“ഒന്നുമില്ല.”

“ഉറക്കം വരുന്നു.”

“ഉറങ്ങാം.”

“കാലത്ത് പുറപ്പെടേണ്ടതല്ലേ.”

അയാൾ പൊടുന്നനെ ചോദിച്ചു.

“എങ്ങോട്ട്?”

പിന്നീട് അവരൊന്നും പറഞ്ഞില്ല. തമ്പിനുള്ളിലെ മക്കളുടെ ഉറക്കപ്പിച്ചുകളിലേക്കും നിശ്വാസങ്ങളിലേക്കും അവർ നടന്നുചെന്നു. അവർ ചേർന്ന് കിടന്നു. ഇവരും പരസ്പരം വിയർപ്പ് മണത്തു. അയാളവളുടെ മൂക്കുത്തിയിൽ വെറുതെ തൊട്ടു. അവൾ അയാളുടെ കൈത്തണ്ടയിൽ തല ചായ്ച്ചു കിടന്നുറങ്ങി. അവളുടെ മുടിയിൽ മുഖമമർത്തിക്കിടന്ന് അയാളും ഉറക്കമായി.

പാതിരാത്രിയായിക്കാണും. കാലൊച്ചകൾ, വായ്ത്താരികൾ, തപ്പുകൊട്ടൽ.

ഉണർന്നു നോക്കുമ്പോൾ ഒരുപറ്റം നാടോടികൾ വരികയായിരുന്നു.

പന്തങ്ങൾ വീശിയും വാദ്യങ്ങൾ മുഴക്കിയും അവർ വന്നു. കുരുത്തോലയും പാളക്കീറും വെച്ചുകെട്ടി, മാമ്പൂക്കുലകൾ ചുഴറ്റി, ആർപ്പുവിളി കേൾപ്പിച്ചുകൊണ്ട് അവർ വന്നു. തപ്പും തുടിയും പുള്ളുവക്കുടവും

ചെണ്ടയും ഉടുക്കും കുഴലും ഒച്ചവെച്ചു... കൊടിക്കൂറകൾ വിറച്ചുതുള്ളി. കുന്നിനപ്പുറത്ത് കൊടി കയറാൻ പോകുന്ന ഉത്സവത്തെക്കുറിച്ച് നാടോടികൾ വഴിനീളെ ഉറക്കെപ്പാടി. കൈകൾ തഴമ്പിച്ചോരും വിയർത്തോരും മനസ്സ് വെന്തവരും തേങ്ങിത്തേങ്ങി കരഞ്ഞോരുമെല്ലാം ഒന്നിച്ചുകൂടുന്ന ഉത്സവമാണ്. ഉദയത്തിൽ കൊടിയേറ്റ്. മരിച്ചോർ മടങ്ങിയെത്തുന്ന ഉത്സവമാണ്.

എത്രയെത്ര പഴങ്കഥകളാണ് നാടോടിനാവുകൾക്ക് പറഞ്ഞു കേൾപ്പിക്കാനുള്ളത്. ചിലതൊക്കെ നിങ്ങൾ കേട്ടിരിക്കും. ഇല്ലെങ്കിലും ഉണ്ടെങ്കിലും ഇതൊക്കെ പറയാം.

ദൂരെ ദൂരെയൊരു തമ്പുരാൻ, ഒരു കാട്ടുജാതിക്കാരനെ ചുട്ടുതിന്നു. നാലുപാടുനിന്നും കാർന്നു തിന്നാനാഞ്ഞ തീയിൽ, തുടലുപൊട്ടിക്കാൻ വലിഞ്ഞുമുറുകി പാടുപെട്ട് തളർന്ന്, നൊന്തലറി നാവുകുഴഞ്ഞ്, നാവും കണ്ണും തീയിൽ കരിഞ്ഞു കലർന്ന്, വിരലുകളുതിർന്നുവീണ് ഹൃദയം ഒരു മുഴക്കത്തോടെ ചിതറിത്തെറിച്ച് കുന്നുംപുറത്ത് വെന്തുചത്തവൻ ഞങ്ങടെ ബന്ധത്തിലുള്ളതായിരുന്നു.

വേറെയെങ്ങോ ഒരു കാറ്റ്, കൂരയിലന്തിയുറങ്ങുന്ന പെണ്ണിന്റെ മാനമെടുത്ത് അമ്മാനമാടിയെന്നും കരിക്കിന്റെ മൂടുവെട്ടുന്നതുപോലെ അവളുടെ മുലരണ്ടും അരിഞ്ഞെടുത്തു എന്നും കേട്ടിട്ടുണ്ട്. കൗതുകവസ്തുക്കളുടെ കൂട്ടത്തിൽ ആ മുലഞെട്ടുകൾ മരവിക്കെ, കൂട്ടാരേ, മക്കൾ അമ്മയുടെ ചോര ചീറ്റുന്ന മാറിടത്തിലേക്ക് കരുണാർദ്രമായി നോക്കി അമ്മിഞ്ഞപ്പാലിന് ചുണ്ടുപിളർത്തി കരഞ്ഞുവത്രേ. അവരെപ്പിന്നെ കാണുന്നത് മുടി ചെമ്പിച്ചും പേൻ നിറഞ്ഞും മെയ്യാകെ പുണ്ണുപിടിച്ചും വയറുന്തിയും കൈകാലുകൾ മെലിഞ്ഞ് ശോഷിച്ച് ചെളികെട്ടിയും കണ്ണുകൾ വിളറിയിടുങ്ങിയും നടപ്പാതയുടെ ഓരങ്ങളിൽ, അഴുക്കുചാലുകളിൽ, എച്ചിൽക്കുഴികളിൽ, ശ്വാനപ്രദർശനം നടക്കുന്ന നഗരിയുടെ പുറത്തെ വെയിലിൽ... അങ്ങനെ പലേടത്തും.

ഉണ്ടുണ്ട്, ഗ്രാമോത്സവത്തിന് അവരും വന്നെത്തുന്നുണ്ട്.

കിളിക്കൂട് തേടിപ്പോയ പേരക്കിടാവിനെ തിരക്കി നടന്ന് ഒരു പാവം വൃദ്ധനെത്തിച്ചേർന്നതെവിടെയാണെന്ന് കേട്ടുവോ? വൃദ്ധനെ നാല്ക്കവലയിലിട്ട് തല്ലിച്ചതച്ച്, കൈയാമമിടുവിച്ച് കോടതി കേറ്റി, കോട്ടുവായിട്ടും തുമ്മിയും കഴിഞ്ഞ് മജിസ്ട്രേട്ട് ചുറ്റിക ചുഴറ്റിയടിച്ച് കോടതി നിശ്ശബ്ദമാക്കി കഠിനതടവിന് ശിക്ഷകൊടുത്ത് കൽത്തുറുങ്കിലടച്ചതല്ലേ? കേൾക്കണം, ചാകാൻ വയസ്സായ വൃദ്ധനെ അനുസരണ പഠിപ്പിക്കാൻ ടവ്വറിൽ കൊണ്ടുപോയി ബോധമില്ലാതാക്കിയതും, ക്വാറൻ ടൈനിൽ കിടത്തിയതും പിന്നെ ഒറ്റയ്ക്ക് സി പി* സെല്ലിലടച്ച് പട്ടിണിക്കിട്ടതും പത്തിരുപതു പേരെ പാറാവുനിർത്തിയതും ഓർമ്മിക്കാനുള്ള കാര്യങ്ങളല്ലേ?

ഒരമ്മയെക്കുറിച്ചും ചിലത് പറയാനുണ്ട്.

---

* ക്ലോസ്ഡ് പ്രിസൺ

കൊലമരം കേറിയ മോനെ കരഞ്ഞുവിളിച്ച്, താഴേക്കിറങ്ങിപ്പോരാൻ നാവിട്ടടിച്ച് ചോട്ടിൽ വീണ് കണ്ണടച്ച് പുതുമണ്ണ് പുതച്ചു കിടന്ന്, മകന്റെ കുഞ്ഞുന്നാളിലെ വിശപ്പിന്റെ കുരുന്നു സ്മൃതിയിൽ ശവക്കുഴിക്കകത്ത് ഞെട്ടിയുണർന്ന് മുലപ്പാല് ചുരത്തിയ അമ്മയാണ്.

ഒരു മകനെ നടവരമ്പിലൂടെ കെട്ടിവരിഞ്ഞ് നടത്തിക്കൊണ്ടുപോയി നോട്ടം കണ്ടുപേടിച്ച് കണ്ണു രണ്ടും ചൂഴ്ന്നെടുത്തും ഉത്തരം പറയാൻ നിർബ്ബന്ധിച്ചപ്പോൾ ചോദ്യം ചോദിക്കാൻ തുടങ്ങിയ നാവ് ചിക്കിപ്പൊരിച്ചും, കണ്ണില്ലാതെ നാവില്ലാതെ മരണത്തിനു മുമ്പിൽ നിവർന്നുനിന്നപ്പോൾ നടു ചവിട്ടിപ്പൊളിച്ചും ഇത്രയെല്ലാം ചെയ്തിട്ടും മുന്നോട്ടു ചലിക്കാനോങ്ങിയ കാലുകൾ പൊള്ളിച്ചും കൊന്ന കാര്യമോർക്കുമ്പോൾ ജീവിതത്തിൽ തീയാളുന്നല്ലോ.

ഇനിയുമില്ലേ? പൊതുവഴിയിൽനിന്നും പൊതുകിണറിനടുത്തുനിന്നും പൊതുജന വായനശാലയിൽനിന്നും തമ്പുരാക്കന്മാർ തച്ചാട്ടിയവരെയും ഓർമ്മിക്കാനില്ലേ?

മുതുകിഴവന്റെ മുതുകത്തെ പാടുകളും, കിഴവിത്തള്ളയുടെ മൂകവ്യഥകളും, ഇടയച്ചെറുക്കൻ പാടിയ പാട്ടിന്റെ ഞെരിഞ്ഞ കഴുത്തും, പുഞ്ചവയലിലെ പുലയിപ്പെണ്ണിന്റെ കണ്ണീരും ഞൊണ്ടിയുടെ കൂനിന്മേൽ കുരുക്കളും നമ്മളെങ്ങനെയാണ് മറക്കുക?

ഇങ്ങനെ പറയാൻ നിന്നാല് എന്തൊക്കെയാണ് പറയാനുള്ളത്.

ആരോടും പറയാത്ത കഥകൾ ഓരോരുത്തർക്കുമില്ലേ.

അല്ലല്ല. ഊരു ചുറ്റുന്നോരുടെ ഒരു നേരത്തെ തമ്പല്ലേ ഈ കാണുന്നത്.

അതെയല്ലോ.

നമ്മള് ഊരു ചുറ്റുന്നോരുടെ ഉറക്കം തടസ്സപ്പെടുത്തീന്നാ തോന്നണ്.

കഷ്ടമായിപ്പോയി. പാവങ്ങളെ ഉറങ്ങാനും വിടില്ല.

ദാ, അവരെല്ലാം ചൂളിപ്പിടിച്ച് നില്ക്കുന്നത് കണ്ടില്ലേ.

ഗൃഹനാഥനല്ലേ അത്?

ഗൃഹനാഥനോ, അതിന് ഗൃഹമെവിടെ.

നേരാണല്ലോ ചങ്ങാതി. ഗൃഹമില്ലാതെ എന്തു ഗൃഹനാഥൻ, ഹഹഹ.

നില്ക്കുന്ന നില്പുകണ്ടാൽ എല്ലാം മറക്കാൻ കഴിഞ്ഞൂന്ന് തോന്നണല്ലോ.

പെണ്ണിന്റെ എണ്ണമയമില്ലാത്ത മുടിയും വിയർത്ത മുഖവും പോറലുകൾ വീണ മാറിടവും പച്ചിരുമ്പു കമ്പിയിൽ കത്തി ചേർത്തുറപ്പിച്ച് അവളുടെ കഴുത്തിലമർത്തി തമ്പേറിന്റെ താളത്തിൽ കമ്പി വളച്ചപ്പോഴുയർന്ന കൈയടികളും, കത്തിയേറിലെ പരിക്കും, ചുമലെല്ലിൽ കുത്തിനിർത്തിയ മുളങ്കമ്പിന്റെ തലപ്പിൽനിന്ന് നൊടിനേരംകൊണ്ട് താഴേക്കൂർന്നുവീണ് അച്ഛൻ പിടിക്കാൻ കൈനീട്ടുംമുമ്പേ പാറയിൽ വീണടിച്ച് തകർന്ന് ഞരങ്ങിച്ചത്ത കുഞ്ഞും മഴക്കാലങ്ങളും വിശപ്പുമെല്ലാം മറന്നു കളയാമെന്നാണോ? ഇതൊക്കെ ഓരോരിടത്തിട്ടേച്ച് നിങ്ങളെന്തു

ചെയ്യും. എങ്ങോട്ടുപോകും. അങ്ങോട്ടു തിരിയുമ്പോൾ മഴ നിങ്ങളെ നനയ്ക്കുന്നു. ഇങ്ങോട്ട് തിരിയുമ്പോൾ വെയിൽ നിങ്ങളെ പൊള്ളിക്കുന്നു. നിങ്ങള് ചാരി നില്ക്കുന്ന മരങ്ങൾ പെട്ടെന്ന് വേരറ്റ് വീഴുന്നു. എങ്ങോട്ടാ, നിങ്ങളെങ്ങോട്ടാ?

എന്റെ വീട്ടിൽ എലികൾ

വെളുപ്പിന് താഴെനിന്ന് ഉച്ചത്തിലുള്ള ശാപവാക്കുകൾ കേട്ട് ഞാൻ അത്ഭുതപ്പെടുകതന്നെ ചെയ്തു. അസാധാരണമായതെന്തോ സംഭവിച്ചിരിക്കാൻ ഇടയുള്ളതായി എനിക്കു തോന്നി. അപ്പോഴേക്കും സ്മിത മോളുടെ ഉറക്കവും അലോസരപ്പെട്ടു. ഉറക്കമുണർന്നപാടെ കരച്ചിൽ തുടങ്ങുന്ന പ്രകൃതക്കാരിയാണ് അവൾ. അവളെയുമെടുത്ത് കോണിപ്പടികളിറങ്ങി അടുക്കളയിലേക്കു നടന്നു. എന്താണ് കാര്യമെന്നു തിരക്കിക്കൊണ്ട് വടക്കുഭാഗത്തെ വാതിലിലൂടെ അച്ഛൻ കയറി വന്നു. പടിഞ്ഞാറുള്ള വാതിലിനു ചുവട്ടിലേക്ക് അമ്മ വിരൽ ചൂണ്ടി. ഞാനതു ശ്രദ്ധിച്ചു. തറയിൽ വലിയൊരു മാളം. അതിനുചുറ്റും ചരൽമണ്ണു ചിതറിക്കിടപ്പുണ്ടായിരുന്നു. "എലി ചെയ്തുവെച്ച പണി കണ്ടോ" അമ്മ ഈർഷ്യയോടെ എന്നോടും അച്ഛനോടുമായി പറഞ്ഞു. ഞങ്ങളുടെ അശ്രദ്ധമൂലമാണ് അങ്ങനെ സംഭവിച്ചതെന്ന ദുഃസൂചനയുള്ളതുപോലെ തോന്നി. അമ്മയുടെ ശബ്ദത്തിൽ. ഞാൻ ഒന്നും പറയാൻ നില്ക്കാതെ, കുഞ്ഞിനെ തുളസിയുടെ കൈയിൽ കൊടുത്ത് കിടക്കയിലേക്ക് മടങ്ങി.

കുറേക്കഴിഞ്ഞ് കുളിച്ചൊരുങ്ങി ചായ കഴിക്കാൻ ചെല്ലുമ്പോൾ അച്ഛൻ എലിമാളം അടയ്ക്കാനുള്ള ശ്രമത്തിലായിരുന്നു. രാവിലെതന്നെ ചെയ്തുതീർക്കാനൊരു ജോലി കിട്ടിയതിലുള്ള ആഹ്ലാദം അച്ഛന്റെ മുഖത്ത് പ്രകടമായിരുന്നു.

ഞാൻ വിലക്കിയെങ്കിലും തുളസി എന്റെ പാത്രത്തിൽ രണ്ടു ഇഡ്ഡലി കൂടി വിളമ്പി. ഞാനവ തിന്നു തീർക്കാൻ തന്നെ തീരുമാനിച്ചു. ഈയിടെയായി എന്റെ വിശപ്പ് തുലോം കൂടിയിട്ടുണ്ടെന്നതു വാസ്തവമാണ്. ഒരു കഷണം ഇഡ്ഡലി ചട്ണിയിൽ തൊടുവിക്കാതെ മോൾക്കു നീട്ടി.അവൾ അതു വാങ്ങി അടുത്ത ക്ഷണത്തിൽ കാക്കയ്ക്ക് എറിഞ്ഞു

കൊടുത്തു. കാക്ക അതും കൊത്തി മാവിൻ കൊമ്പിലേക്കു പറന്നു. മോൾ "കാ., കാ" എന്നു ഉരുവിട്ടുകൊണ്ട് വാതിലിനു നേർക്കു നിരങ്ങി. ഞാൻ പുറപ്പെടാൻ നേരത്ത് തുളസി അവളെയുമെടുത്ത് ഇറയത്തേക്കു വന്നു. അവൾ കുഞ്ഞുകൈകൾ വീശിക്കൊണ്ട് "റ്റാ,.. റ്റാ" പറഞ്ഞു; പതിവു പോലെ.

ബസ് വരുംവരെ ഞാൻ സുഹൃത്തുക്കളുമായി സംഭാഷണത്തിലേർപ്പെട്ടു. അനേകം ഉന്നത വ്യക്തികളെക്കുറിച്ചുള്ള പരാമർശങ്ങളുണ്ടായി. അനുകൂലവും പ്രതികൂലവുമായ നിലപാടുകൾ വ്യക്തമാക്കപ്പെട്ടു. അകലെനിന്ന് ബസിന്റെ ഇരമ്പൽ കേട്ടപ്പോൾ ഞങ്ങൾ സംഭാഷണത്തിന്റെ വായ്ത്തലമടക്കി. ബസ് നിർത്താതെ പോയേക്കുമോ എന്ന ആശങ്ക തീവ്രമായി ഉള്ളിലുണ്ടായിരുന്നു. ഭാഗ്യവശാൽ അപ്രകാരം സംഭവിച്ചില്ല. ഞങ്ങൾ എന്നുമെന്നപോലെ തിങ്ങിഞെരുങ്ങി നിന്ന് യാത്ര ചെയ്തു. നഗരത്തിലെത്തി ആപ്പീസിലേക്കു തിരക്കിട്ടു നടന്നു.

വൈകുന്നേരം ക്ഷീണിച്ച മനസ്സും ഉടലുമായി ആപ്പീസിൽ നിന്നു പുറത്തിറങ്ങി. ഒരു ഹോട്ടലിൽ കയറി ചായയും പൂരിയും കഴിച്ചു. ഒരു ചാർമിനാറിനു തീകൊളുത്തി. പബ്ലിക് ലൈബ്രറിയിലേക്കുള്ള വഴിയിൽവെച്ച് ഫിലിം സൊസൈറ്റിയുടെ സെക്രട്ടറിയെ കണ്ടുമുട്ടി. അയാൾ സ്ക്രീനിങ്ങിന്റെ കാര്യം ഓർമ്മിപ്പിച്ചു. നന്ദി പറഞ്ഞു. ഞാനതു മറന്നു പോയിരുന്നു. ഞങ്ങളൊരുമിച്ച് വെന്യൂവിലേക്കു നടന്നു. ജാപ്പനീസ് സംവിധായകനായ ഹിരോഷി തേഷിഗാഹാരയുടെ *വുമൺ ഓഫ് ദ ഡ്യൂൺസ്* ആയിരുന്നു ചിത്രം. കീടശാസ്ത്രത്തിൽ ഗവേഷണം നടത്തുന്ന ഒരു യുവശാസ്ത്രജ്ഞൻ പ്രാണികളെത്തേടി വിജനമായ കടൽത്തീരത്തിലലയുന്നു. അടുത്ത ഗ്രാമവാസികൾ അയാൾക്ക് രാത്രി കഴിച്ചുകൂട്ടാനുള്ള ഒരിടം കാണിച്ചുകൊടുക്കുന്നു- വലിയ ഒരു മണൽക്കുഴിയുടെ നടുവിലുള്ള ഒരു മരക്കുടിൽ. യുവതിയായ ഒരു വിധവയായിരുന്നു അവിടെ താമസം. നേരം പുലർന്നപ്പോൾ താനൊരു കെണിയിൽ അകപ്പെട്ടിരിക്കയാണെന്ന് ശാസ്ത്രജ്ഞനു ബോദ്ധ്യമായി. രക്ഷപ്പെടാൻ ആവതും ശ്രമിച്ചു. പക്ഷേ, കഴിഞ്ഞില്ല. കാറ്റ് വീശുമ്പോൾ മണൽ ഇടിഞ്ഞു വീണുകൊണ്ടിരുന്നു. ഒടുവിൽ വിധവയുടെ ഏകാന്തവും ക്ലേശപൂർണ്ണവുമായ ജീവിതത്തിൽ പങ്കുചേരാൻ അയാൾ തീരുമാനിക്കുന്നു. ഫിലിം അവസാനിച്ചിട്ടും പൂഴിക്കാറ്റുകളുടെ ഭീതിദമായ മുഴക്കവും അന്തമില്ലാത്ത മണൽപ്പരപ്പിന്റെ വരണ്ട ക്രൗര്യവും മനസ്സിൽ തങ്ങിനിന്നു. രാത്രിയിൽ ഉറങ്ങാൻ കിടക്കുമ്പോൾ ചിത്രത്തിലെ നായികയായി അഭിനയിച്ച ക്യോക്കോ കാഷീദയെ ഓർത്തു. തുളസിയുടെ നനുത്ത ചുണ്ടുകളിലും പൂങ്കുലപോലെ സമൃദ്ധമായ മുടിയിലും വിരലുകളോടിച്ചു കിടക്കവെ ഒരു ജന്മത്തിന്റെ പൂർണ്ണത അറിയുന്നതുപോലെ തോന്നി. ഞങ്ങളുടെ അരുമയായ കുഞ്ഞ് ശാന്തമായി ഉറങ്ങിക്കിടന്നു. ഒരുപക്ഷേ, അവൾ കാക്കകളെ കാണുകയാവാം.

എലി. എലി. എലി. ഞാൻ കണ്ണുതിരുമ്മി എഴുന്നേറ്റു. തലേദിവസം

അച്ഛൻ കല്ലും മണ്ണുമിട്ട് തല്ലിയുറപ്പിച്ചതിന്റെ തെല്ലപ്പുറത്തായി എലി പിന്നെയും തുരന്നുവെച്ചിരിക്കുന്നുവെന്ന് താഴെ നിന്നുള്ള വാക്കുകൾ ശ്രദ്ധിച്ചതിൽനിന്നും വ്യക്തമായി. ഞാൻ റേഡിയോ ട്യൂൺ ചെയ്തു കിടക്കയിലേക്കു തന്നെ ചാഞ്ഞു. സ്റ്റേയിങ് എലൈവ്... സ്റ്റേയിങ് എലൈവ്... മോൾ ഉണർന്നു കരയാൻ തുടങ്ങി. കരച്ചിൽ കേട്ട് തുളസി വന്നു. അവൾ പറഞ്ഞു:

“എലി പിന്നെയും മാളമുണ്ടാക്കി.”

ഞാൻ അതുകാണാൻ ധൃതിപ്പെട്ടില്ല. പിന്നീട് കാണാനിടവന്നപ്പോൾ അതു ആദ്യത്തേതിലും വലുതാണെന്ന ബോധം എനിക്കുണ്ടായി. എലി തുരന്ന് പുറത്തേക്കിട്ട മണ്ണ് അസ്വാസ്ഥ്യജനകമായ ഒരു കാഴ്ചയായിരുന്നു. എലികൾ കുറേക്കൂടി വിവേകമുള്ളവയായെങ്കിൽ എന്നു ചിന്തിച്ച് ഞാൻ ഊറിച്ചിരിച്ചു.

അത്താഴത്തിന്റെ നേരത്തു നോക്കുമ്പോൾ രണ്ടാമത്തെ മാളവും അച്ഛൻ അടച്ചു കഴിഞ്ഞിരുന്നു. അമ്മ വാതിൽപ്പടിയോടു ചേർത്ത് തറയിൽ പലകക്കീറുകൾ നിരത്തി അവയ്ക്കു മുകളിൽ കനമുള്ള കല്ലുകൾവെച്ച് സുരക്ഷിതത്വം ഉറപ്പുവരുത്തുകയായിരുന്നു.

പിറ്റേന്ന് അമ്മയുടെ മുഖം ഏറെ മ്ലാനമായി. എലികൾ അടുക്കളയുടെ വടക്കുദിശയിലേക്കു തുറക്കുന്ന വാതിലിൽചോട്ടിലായി രണ്ടിടത്ത് ആഴത്തിലും നീളത്തിലും മാളങ്ങൾ തീർത്തിരുന്നു. ഇത് നിത്യേന ഇങ്ങനെ തുടരുകയാണെങ്കിൽ എവിടെച്ചെന്ന് അവസാനിക്കുമെന്ന് അമ്മ പരിതപിച്ചു.

ഞാൻ നിസ്സംഗനായ ഒരു കാഴ്ചക്കാരൻ മാത്രമായിരുന്നു. അടുക്കളയിൽ മാത്രമേ എലികൾ കടക്കുന്നുള്ളൂവെന്നതാവാം എന്റെ നിസ്സംഗതയ്ക്കു കാരണം. പക്ഷേ, അലമാര തുറന്നപ്പോൾ കണ്ടത് നടുക്കുന്ന ദൃശ്യമായിരുന്നു. ഞാനേറ്റവും സ്നേഹിച്ചിരുന്ന *വൺ ഹൺഡ്രഡ് ഇയേഴ്സ് ഓഫ് സോളിറ്റ്യൂഡ്* എലികളുടെ പരുക്കൻ ആക്രമണത്തിനു വിധേയമായിത്തീർന്നിരുന്നു. അതിന്റെ “ദ മിസറി ഓഫ് ദ പെസന്റ്സ്” എന്ന ശീർഷകത്തിലുള്ള മുഖചിത്രത്തെ എലികളുടെ ഉളിപ്പല്ലുകൾ വികൃതമാക്കിയിരുന്നു. ഞാനതിലേക്കുനോക്കി സ്തബ്ധനായി നിന്നു. കഴുത്തിൽ കുന്തം തുളച്ചിറങ്ങിയ മുറിവിൽ നിന്നൊഴുകുന്ന ചോര തുടച്ചുകൊണ്ട് ജോസ് ആർക്കാഡിയോബുവെന്ദ്യയുടെ ഉറക്കങ്ങളിലേക്കു കടന്നുവരുന്ന ദൈന്യതമുറ്റിയ മുഖമുള്ള പ്രൂഡൻഷ്യോ ആഗ്വിലാറായിരുന്നു എന്റെ മുന്നിൽ. ഞാൻ വിളറി.അന്തമറ്റതും നിശ്ശബ്ദവുമായ ഒരു തീവണ്ടി. അനേകം ശവങ്ങൾ, ജോസ് ആർക്കാഡിയോ സെഗന്റെ ബുവെന്ദ്യയെപ്പോലെ ഞാനുണർന്നു. ധടുതിയിൽ അലമാരിയിലെ മറ്റു പുസ്തകങ്ങൾ പരിശോധിച്ചു. ബ്രെഹത്, ഷെനെ, സാർത്ര്, കമ്യൂ, കാഫ്ക, കസൻദ്സാക്കിസ്, സെസയർ, ലൂഷുൻ.. ഞാൻ വിലപ്പെട്ട സമ്പാദ്യമായി കരുതിയിരുന്ന പുസ്തകങ്ങളിലത്രയും എലികളുണ്ടാക്കിയ മുറിപ്പാടുകൾ കണ്ട് ഞാൻ അപ്പാടെ തളർന്നുപോയി. ആപ്പീസിൽ പോകുന്നി

ല്ലെന്നു തീരുമാനിച്ചു. തുളസി അവളുടെ മൃദുലമായ കൈത്തലം എന്റെ നെറ്റിയിൽ വെച്ചുനോക്കി. “കുറേശ്ശെ ചൂടുണ്ട്” അവൾ പറഞ്ഞു.

ഇന്ത്യയിൽ ഓരോരുത്തർക്കും ആറ് എലികൾ വീതമുണ്ടെന്നും അവ ഓരോ വർഷവും ആയിരം കോടിരൂപയുടെ ധാന്യം തിന്നുതീർക്കുന്നുവെന്നും പത്രത്തിൽ വായിച്ചപ്പോൾ പരിഭ്രമമായി. പത്രവാർത്തകൾ പൂർണ്ണമായും വിശ്വസിക്കരുതെന്ന് എന്റെ ചില സുഹൃത്തുക്കൾ പലപ്പോഴും പറയാറുള്ളതാണ്. എങ്കിൽപ്പോലും എലികളെ സംബന്ധിക്കുന്ന ഈ റിപ്പോർട്ട് എനിക്കു വിശ്വസനീയമായി തോന്നി. എന്റെ വീട്ടിൽത്തന്നെ എത്ര എലികളാണ്!

എലികളെക്കുറിച്ച് സാമാന്യമായ ചില വസ്തുതകൾ എനിക്കറിയാമായിരുന്നു- തട്ടിൻപുറത്തും കൃഷിസ്ഥലങ്ങളിലും മറ്റും കാണുന്ന ഒരു ചെറിയ സസ്തനജീവി. നച്ചെലി, ചുണ്ടെലി, വെള്ളെലി തുടങ്ങി നാല്പതോളം തരത്തിൽപ്പെട്ട എലികളുണ്ട്. സസ്യഭുക്കുകളാണ്. ധാന്യങ്ങളും കിഴങ്ങുകളുമാണ് മുഖ്യ ആഹാരം. രാത്രിസമയത്ത് ഇരതേടി പുറത്തിറങ്ങുന്നു. കരണ്ടുതിന്നുന്നതിന് സഹായകമായ കൂർത്ത മൂർച്ചയുള്ള പല്ലുകളുണ്ട്. ശരീരത്തിന് തല, കഴുത്ത്, ഉടൽ, കാലുകൾ, വാൽ എന്നീ ഭാഗങ്ങളുണ്ട്. മുൻകാലുകളിലും പിൻകാലുകളിലുമുള്ള മൂർച്ചയേറിയ നഖങ്ങൾ മണ്ണുതുരന്ന് മാളങ്ങൾ നിർമ്മിക്കാൻ ഉതകുന്നു. പെണ്ണെലികൾ എലിക്കുഞ്ഞുങ്ങളെ പെറ്റ് മുലയൂട്ടുന്നു...

ഈ വസ്തുതകളോടൊപ്പം എലിയെപ്പേടിച്ച് ഇല്ലം ചുടുക, മല എലിയെ പ്രസവിക്കുക തുടങ്ങിയ ശൈലികളും ഓർമ്മയിലെത്തി.

“എന്താ ആലോചിക്കുന്നത്?” തുളസി ചോദിച്ചു.

എലികളെക്കുറിച്ചാണെന്നു പറഞ്ഞാൽ അവൾ പരിഭ്രമിക്കും തീർച്ച. അതിനാൽ ഞാൻ “ഒന്നുമില്ല” എന്നുമാത്രം പറഞ്ഞ് ഒഴിഞ്ഞുമാറി.

ഒരു രാത്രിയിൽ കോണി കയറാൻ തുടങ്ങുമ്പോൾ പെട്ടെന്നു പിന്നിൽ ഒരനക്കം കേട്ട് ഞാൻ തിരിഞ്ഞുനോക്കി. അതൊരു കറുത്ത കൂറ്റൻ എലിയായിരുന്നു. എന്റെ ശ്വാസവേഗം ഇരട്ടിച്ചു. അതിന്റെ കണ്ണുകൾ ക്രൂരതയുടെ തിളക്കം മുറ്റിയവയായിരുന്നു. ദേഹം നിറയെ കറുത്തരോമങ്ങൾ മൂടിപ്പൊതിഞ്ഞിരുന്നു. നിമിഷങ്ങളോളം ഞങ്ങൾ മുഖത്തോടുമുഖം നോക്കിനിന്നു. പെട്ടെന്ന് അത് ഇറയത്തുണ്ടായിരുന്ന വൈക്കോൽക്കൂനയ്ക്കുള്ളിൽ ഒളിച്ചു. ഞാൻ വടിയെടുക്കാൻ അടുക്കളഭാഗത്തേക്കോടി.

“ഒരു വടിയിങ്ങെടുക്കൂ. അപ്പുറത്ത് എലി” ഞാൻ കിതപ്പോടെ വിളിച്ചുപറഞ്ഞു.

ചായ്പിന്റെ മൂലയിൽനിന്ന് അമ്മ ഒരു വടിയെടുത്തു കൈയിൽത്തന്നു. നീണ്ട ചൂട്ട് കൈയിലേന്തി അച്ഛൻ എന്റെ പിന്നാലെ വന്നു. ഞാൻ വടി നീട്ടി വൈക്കോൽക്കൂന ചികയാൻ തുടങ്ങി. എലി പക്ഷേ, പുറത്തുവന്നില്ല.

“നീ വടിയെടുക്കാൻ വന്നപ്പോഴേക്കും അത് പോയിക്കാണും”

അച്ഛൻ പറഞ്ഞു.

ഉവ്വ്, അത് പോയിരിക്കും. ഇരുട്ടിന്റെ അതിവിശാലതയിൽ അതിന് അഭയം കിട്ടിക്കഴിഞ്ഞിരിക്കും ഇതിനകം.

എനിക്ക് ഖേദവും ഈർഷ്യയും തോന്നി. ഉം, ഇനിയും മുന്നിൽവന്നു പെടാതിരിക്കില്ല. അപ്പോഴാകട്ടെ... ഞാൻ ഉള്ളാലെ മുറുമുറുത്തു.

നല്ല ആൾതന്നെ. ഒരു പെണ്ണും അവളുടെ കുഞ്ഞും നിന്നെ വിശ്വസിച്ച് നിന്റെ തൊട്ടടുത്തായി ഉറങ്ങുന്നു. നീയോ, എലികളെ സ്വപ്നം കണ്ട് ഭയന്നും വിയർത്തും ഉറക്കമുണരുന്നു. കൊള്ളാം, ഞാൻ ജാള്യതയോടെ പുറത്തേക്കു കണ്ണോടിച്ചു. വീട്ടുപറമ്പിൽ നിലാവത്ത് നിഴലുകൾ കനത്തിറങ്ങുന്നു. പ്രപഞ്ചം നിശ്ചലം; മൂകം. ജനലഴികളിലൂടെ അരിച്ചെത്തുന്ന തണുപ്പ്. ഞാൻ പതുക്കെ തുളസിയെ വിളിച്ചു. അവളുണർന്നു.

വീണ്ടും എന്റെ ഉറക്കം ഞെട്ടി. ഇത്തവണയും എന്നെ ഉണർത്തിയതു വൃത്തികെട്ട എലികൾ തന്നെ. അസംഖ്യം എലികൾ എന്റെ നേർക്കു വരികയായിരുന്നു. ഞാൻ അന്ധാളിച്ചു. ഓട്ടമാരംഭിച്ചു. മണലിലൂടെ ഓടുക എളുപ്പമായിരുന്നില്ല. ഇടയ്ക്കു തിരിഞ്ഞു നോക്കിയപ്പോൾ എണ്ണമറ്റ എലികൾ എന്നെ പിന്തുടരുന്നുണ്ടായിരുന്നു. ഞാൻ സർവ്വശക്തിയും സംഭരിച്ച് പാഞ്ഞു. ഓർക്കാപ്പുറത്ത് മണലിൽ മുഖം കുത്തി വീണപ്പോൾ...

ഞാൻ നിശ്ചേഷ്ടനായി മലർന്നുകിടന്നു. എലികൾ എന്റെ മുഖത്തും നെഞ്ചിലും കൈകളിലും കാലുകളിലും ചന്തിയിലും കടിച്ചു പറിക്കുകയായിരുന്നു.

പെട്ടെന്ന് കാല്ക്കൽ എന്തോ അനങ്ങുന്നതുപോലെ തോന്നി. ഞാൻ കൈയെത്തിച്ച് തിടുക്കത്തിൽ ലൈറ്റിട്ടു. ഈശ്വരാ! കുഞ്ഞിന്റെ കാലുകളിൽ ഒരു ചീർത്ത എലി. ദേഹമാസകലം വിറകൊണ്ടു. "എലി, എലി" ഞാൻ ഒച്ചയെടുത്തു. അത് നൊടിയിടയിൽ കട്ടിലിൽനിന്ന് ചാടിയിറങ്ങി.

തുളസി പകച്ചുണർന്ന് എന്താണെന്ന് ചോദിച്ചു.

"എലി" ഞാൻ പറഞ്ഞു.

എന്റെ ദേഹം അടിമുടി വിറയ്ക്കുകയായിരുന്നു. ഞാൻ കട്ടിലിന് ചുവട്ടിലേക്ക് കുനിഞ്ഞുനോക്കി. ചുവരിന്നരികിലൂടെ എലി മിന്നൽ വേഗത്തിൽ കിഴക്കോട്ട് പാഞ്ഞു. ഞാൻ ഒറ്റച്ചാട്ടത്തിന് മുറിയിലുണ്ടായിരുന്ന കുടയെടുത്ത് അതിനെ കുത്തിമുറിപ്പെടുത്താൻ പലവുരു ശ്രമിച്ചു. അത് അലമാരയുടെ മുകളിലേക്ക് പാഞ്ഞുകയറി. പിന്നെ അവിടെ നിന്ന് മേശപ്പുറത്തേക്കു തുള്ളി. ഞാൻ കുടകൊണ്ട് ആഞ്ഞടിച്ചു. കുഞ്ഞ് ഉണർന്നു കരയുകയായി. എലിക്ക് അടിയേറ്റില്ല. അത് വീണ്ടും നിലത്തിറങ്ങി നാലു ചുമരുകളുടെ ചതുരത്തിൽ ഓടി. ഞാൻ കുടനീട്ടി അങ്ങുമിങ്ങും കുത്തിക്കൊണ്ടിരുന്നു. എലി വട്ടം കറങ്ങിക്കൊണ്ടിരുന്നു. ഒടുവിൽ പുറത്തേക്കുള്ള വഴി കണ്ടെത്തിയതുപോലെ കട്ടിലിലേക്കു കയറി. അതിവേഗത്തിൽ ജാലകത്തിലൂടെ ഓട്ടിൻപുറത്തേക്ക് ചാടി. അതിന്റെ ഒരു രോമത്തിനുപോലും പോറലേല്പിക്കാൻ എനിക്കു കഴിഞ്ഞില്ല. ഒടിഞ്ഞ കുട

നിലത്തിട്ട് ഞാൻ കിതച്ചു.

സുഹൃത്തേ, നിങ്ങൾ എല്ലാം കേട്ടല്ലോ. എന്റെ മാനസിക നില നിങ്ങൾ മനസ്സിലാക്കിക്കാണുമെന്നു കരുതുന്നു. ഒന്നും ഒളിച്ചുവെക്കാൻ ഞാൻ ശ്രമിച്ചിട്ടില്ല. ഞാനിപ്പോൾ ആകെ പരിഭ്രാന്തനാണ്. എന്റെ വീട് എലികളെക്കൊണ്ടു നിറഞ്ഞിരിക്കുന്നു. ആദ്യമാദ്യം വളരെ ലാഘവത്തോടെയാണ് ഞാൻ പ്രശ്നത്തെ നോക്കിക്കണ്ടതെങ്കിലും അതിന്റെ രൂക്ഷത എനിക്ക് അധികമധികം ബോദ്ധ്യപ്പെട്ടുകൊണ്ടിരിക്കുന്നു. വീടിന്റെ തറയും മേല്പുരയും ഭിത്തികളും മാത്രമല്ല, എന്റെ കുഞ്ഞുമോളുടെ ഉടലും നിഷ്കളങ്കതയും ഞങ്ങളുടെയെല്ലാം ഉറക്കവും സ്വാസ്ഥ്യവും എല്ലാം എല്ലാം കാർന്നുതിന്നപ്പെടുന്ന അവസ്ഥയാണ്. ഉളിപ്പല്ലുകളും നഖങ്ങളും ആഴ്ന്നിറങ്ങി ഞങ്ങളുടെ ആത്മാവുകളിൽ ചോര പൊടിയുന്നു. ഞങ്ങൾക്കു പൊറുതി മുട്ടിയിരിക്കുന്നു. എലിവിഷവും എലിക്കെണിയും പരാജയപ്പെട്ടിരിക്കുന്നു. എന്റെ വീട്ടിൽ ദിവസേനയെന്നോണം എലികളുടെ അതിക്രമങ്ങൾ വർദ്ധിക്കുന്നു. ജീവിതം ദുസ്സഹമായൊരു പേക്കിനാവായി മാറിയിരിക്കുന്നു. എന്നെ സഹായിക്കൂ....

നിശ്ശബ്ദരാത്രി വിശുദ്ധരാത്രി

അനേകം നക്ഷത്രവിളക്കുകളുടെയും ക്രിസ്മസ് മരങ്ങളുടെയും രാത്രിയിൽ അതിദരിദ്രനായ ഒരുകുട്ടി നിരത്തിലൂടെ തണുത്തുവിറച്ചു കൊണ്ട് നടക്കുകയായിരുന്നു.

അവൻ ഓരോ ചുവട് മുന്നോട്ടു വെച്ചപ്പോഴും മുതുകിലുള്ള ചുമടിൽനിന്ന് പരുപരുത്ത ഞരക്കങ്ങളുയർന്നു. അതിലുള്ളത് അവൻ പകൽ മുഴുവൻ നടന്ന് നഗരത്തിന്റെ പല കോണുകളിൽനിന്നായി ചികഞ്ഞ് പെറുക്കിയെടുത്ത പഴയ പ്ലാസ്റ്റിക് ചെരുപ്പുകളും ഉപേക്ഷിക്കപ്പെട്ട ടിന്നുകളും കുപ്പികളും മറ്റുമാണ്. അവ വിലയ്ക്കുവാങ്ങുന്ന ഒരു കടയുണ്ട് നഗരപ്രാന്തത്തിൽ. അവൻ പോകുന്നത് അവിടേക്കാണ്.

എല്ലാം ശുഭമായി കലാശിക്കുമോ? തീർത്തു പറയാനാവില്ല. ചിലപ്പോൾ കടയുടമസ്ഥന്റെ മുഖത്ത് അവന് കാണേണ്ടിവരിക കടുത്ത നീരസമാവാം. തീരെ വിലകെട്ട, മടുപ്പിക്കുന്ന രൂക്ഷഗന്ധമുള്ള, തീർത്തും ഉപയോഗശൂന്യമായ, കണ്ണുകളെ ശല്യപ്പെടുത്തുന്ന പലതും അവൻ എന്തിനാണു തന്റെ മുന്നിൽ വാരിവലിച്ചു നിരത്തിയിരിക്കുന്നതെന്ന് അയാൾ ക്രുദ്ധനായി കയർത്തേക്കാം. എല്ലാം വാരി ദൂരെക്കളയൂ എന്ന് അയാൾ ആക്രോശിച്ചേക്കാം. കരച്ചിലടക്കിക്കൊണ്ട് അവൻ...

അവൻ അതിവേഗം നടന്നു. താൻ വളരെ വൈകിപ്പോയെന്ന് അവന് അറിയാമായിരുന്നു. ഇത്രയേറെ വൈകിയിട്ടും വലിയ മെച്ചമൊന്നും ഉണ്ടായതുമില്ല. വളരെക്കുറച്ച് ഉരുപ്പടികൾ മാത്രമേ കണ്ടെടുക്കാനായുള്ളൂ. അതിനുതന്നെ പകലന്തിയോളം അലയേണ്ടിയും വന്നു.

നഗരമാകെ വെടിപ്പാക്കപ്പെട്ടിരുന്നു. നഗരം എന്തിനോ അണിഞ്ഞൊരുങ്ങി നില്ക്കയായിരുന്നു. നഗരത്തിൽ പലേടത്തും നക്ഷത്രവിളക്കുകൾ തൂങ്ങിക്കിടന്നിരുന്നു. സന്ധ്യക്ക് അവയത്രയും ചുവന്ന വെളിച്ചം തൂവി.

ആ വെളിച്ചത്തിലൂടെ മുതുകിൽ ഞരക്കങ്ങൾ പുറപ്പെടുവിക്കുന്ന കീറ ച്ചാക്കു തൂക്കിയിട്ട് തണുപ്പിൽ ചൂളിപ്പതുങ്ങുന്ന ഹൃദയത്തോടെ അതി ദരിദ്രനായ ആ കുട്ടി നടന്നു.

അല്പമകലെ നിരത്തരികിലുള്ള ഒരു വീട്ടിൽനിന്ന് ക്രിസ്മസ് രാത്രി യുടെ ആഹ്ലാദശബ്ദങ്ങൾ അവന്റെ കാതുകളിൽ വന്നലച്ചു.

അവൻ അങ്ങോട്ടുനോക്കി. അവിടെ വീട്ടുമുറ്റത്തുയർത്തിയ ക്രിസ്മസ് മരത്തിനു ചുറ്റും പക്ഷികൾ ചിറകുവീശുംമട്ടിൽ കൈകൾ ചലിപ്പിച്ചുകൊണ്ട് ഒരു പറ്റം കുട്ടികൾ ഓടിക്കളിക്കുകയായിരുന്നു. ക്രിസ്മസ് മരത്തിൽ പല വർണ്ണപ്പൊട്ടുകളായി വെളിച്ചം മിന്നിപ്പൊ ലിഞ്ഞു. തൂവെള്ളയുടുപ്പ് ധരിച്ച ഒരു പെൺകുട്ടി കൈയിലൊരു പാവ ക്കുഞ്ഞുമായി ഇറങ്ങിവന്ന് ക്രിസ്മസ് മരത്തിനരികെ ഇരുന്നു. മറ്റു കുട്ടി കൾ ദൈവത്തെ വാഴ്ത്തിക്കൊണ്ട് ഉറക്കെ പാടി.

തണുത്ത കാറ്റ് വീശിക്കൊണ്ടിരുന്നു. അവൻ തിടുക്കപ്പെട്ട് നടന്നു അവസാനം ആ കടയുടെ മുന്നിലെത്തിയപ്പോൾ...

പെട്ടെന്ന് തണുപ്പേറുകയും ഇരുട്ടിന് കനം വെക്കുകയും ചെയ്തു.

അവൻ എങ്ങോട്ടെന്നില്ലാതെ പതുക്കെ നടന്നു. വഴിനീളെ ഇരുട്ടാ യിരുന്നു. മഞ്ഞ് പെയ്തുകൊണ്ടിരുന്നു.

ദൈവം ഉറങ്ങിക്കഴിഞ്ഞിരുന്നു

ആകാശം ഇടിഞ്ഞുവീഴുന്നു

ആകാശം രോമവസ്ത്രംപോലെ കറുത്തിരുന്നു.

മരപ്പണിക്കാരനായ ജോസഫ് ഭയാശങ്കകളോടെ ഇടയ്ക്കിടെ ആകാശത്തിലേക്ക് കണ്ണയച്ചുകൊണ്ട് തിരക്കിട്ടു നടന്നു.

വീടണയുംവരെ മഴ പെയ്യാതിരുന്നെങ്കിലെന്ന് അയാൾ അതിയായി ആഗ്രഹിച്ചു. മഴ പെയ്യാതിരുന്നാൽ പള്ളിയിലേക്ക് ഒരു കൂട് മെഴുകുതിരി നല്കാമെന്ന് അയാൾ ഹൃദയവിശുദ്ധിയോടെ നേർന്നു. അപ്രകാരം ചെയ്തുകഴിഞ്ഞപ്പോൾ കർത്താവ് തന്നെ കൈവെടിയുകയില്ലെന്ന ഉത്തമ വിശ്വാസത്താൽ അയാളുടെ ആശങ്ക തെല്ല് ശമിച്ചു. എങ്കിലും നടത്തത്തിനു വേഗം കുറച്ചില്ല.

നിരത്തു വിജനമായിരുന്നു. നിമ്നോന്നതങ്ങളിലൂടെ ചുറ്റിത്തിരിഞ്ഞു പോയിക്കൊണ്ടിരുന്ന നിരത്തായതിനാൽ ചെറിയൊരു അകലം മാത്രമേ അയാൾക്കു കാണാൻ കഴിഞ്ഞുള്ളൂ.

നിരത്തിന്റെ ഇടതുവശത്തു താഴ്ചയിൽ മരക്കൂട്ടത്തിനപ്പുറത്തു പുഴയായിരുന്നു. പുഴയുടെ ശബ്ദം കേൾക്കാമായിരുന്നു.

അയാൾ ഒരല്പം വേഗം കുറച്ച് മരങ്ങൾക്കിടയിലേക്ക് ഏതാണ്ട് കുത്തനെ ഇറങ്ങുന്ന വെട്ടുവഴിയിലേക്ക് തിരിഞ്ഞു. പിന്നെ വീണ്ടും കാൽവയ്പുകൾ തിടുക്കത്തിലായി. കാലുകളിൽ തട്ടി വഴിയിലെ ഏതാനും കല്ലുകൾ താഴേക്ക് ഉരുണ്ടു നീങ്ങി.

മരങ്ങൾക്കിടയിലെത്തിയപ്പോൾ അയാളെ ഭയപ്പെടുത്തിക്കൊണ്ടിരുന്ന കറുപ്പിന് പിന്നെയും കനം വെച്ചു. രാത്രിപോലെ തോന്നി. പക്ഷേ, രാത്രിയാവാൻ ഇനിയും ധാരാളം സമയമുണ്ടെന്ന് സ്വയം സമാധാനിപ്പിക്കാനായി ജോസഫ് മനസ്സിൽ പറഞ്ഞു. പതിവിലും നേരത്തെയാണ് പണി നിർത്തിയത്. മഴയ്ക്കുമുമ്പേ വീട്ടിലെത്താനുള്ള ധൃതിയിലായി

രുന്നു. രാവിലെ ചന്തയിൽനിന്നു വാങ്ങിവെച്ച ഉണക്കമീനും പച്ചക്കറി സാധനങ്ങളുമടങ്ങിയ സഞ്ചിയെടുത്തു തൂക്കിപ്പിടിച്ച് കൂട്ടുകാരോടു കൂടുതൽ വിശദീകരണത്തിനൊന്നും മുതിരാതെ ഇറങ്ങിയതാണ് അയാൾ. കല്യാണത്തിന്റെ പുതുമ തീരുവോളം ഈ പരവേശം എല്ലാവർക്കും പതിവാണെന്നു ആന്ദ്രെയാസ് പിന്നിൽനിന്ന് വിളിച്ചു പറഞ്ഞപ്പോൾ ജോസഫ് ഊറിച്ചിരിക്കുകയുണ്ടായി. ഉവ്വ്. അതുതന്നെയാണ്, വീട്ടിൽ മറിയം ഒറ്റയ്ക്കാണ്. അവളുടെ കഴുത്തിൽ മിന്നുകെട്ടിയിട്ട് ഒരാഴ്ചയേ ആയുള്ളൂ. അവളെ കാണാൻ തിടുക്കമുണ്ട്. അവൾ ഒറ്റയ്ക്കു കാത്തിരിക്കുകയാവും.

അതോർത്തതും ജോസഫിന്റെ നടത്തത്തിനു വേഗമേറി. കാൽക്കീഴിൽ തരിമണൽ ചെറിയ ഞരക്കത്തോടെ അമർന്നുകൊണ്ടിരുന്നു.

മരങ്ങൾക്കിടയിൽനിന്ന് ആറ്റുവഞ്ചിച്ചെടികൾക്കിടയിലെത്തിയപ്പോൾ വീണ്ടും തെളിച്ചം കണ്ടു. ആകാശത്തിലേക്ക് ഒരിക്കൽക്കൂടി നോക്കി. രോമവസ്ത്രത്തിന്റെ കറുപ്പുതന്നെ. തലനാരിഴയിൽ തൂങ്ങിനില്ക്കുകയാണ് മഴ; ഏതുനിമിഷവും പൊട്ടിവീഴാം.

അയാൾ ആറ്റുവഞ്ചിക്കൂട്ടങ്ങൾ വകഞ്ഞുമാറ്റി പുഴവക്കിലെത്തി.

ദൈവമേ! അയാൾ അറിയാതെ വിളിച്ചുപോയി.

പുഴ രക്തംപോലെ ചുവന്നിരുന്നു. പുഴയിൽ മലവെള്ളം പൊങ്ങിയിരുന്നു. ഒഴുക്കിലേക്ക് നോക്കിനില്ക്കെ ജോസഫിന്റെ മുഖം അവിശ്വസനീയമാംവണ്ണം വിളറുകയും മനസ്സ് അശാന്തമായി തുടിക്കുകയും ചെയ്തു. സമചിത്തത വീണ്ടെടുക്കാൻ അയാൾ കിണഞ്ഞ് യത്നിച്ചു. ഇങ്ങനെ നോക്കിനിന്നാൽ പറ്റില്ല. അക്കരെ ചെന്നുപറ്റാതെ വയ്യ.

രാവിലെ ഇറങ്ങിക്കടക്കുമ്പോൾ മുട്ടിനുതാഴെ വെള്ളമേ ഉണ്ടായിരുന്നുള്ളൂ. ഇപ്പോഴാണെങ്കിൽ കഴുത്തോളം കാണും. ഒഴുക്ക് കൂടിയിട്ടുണ്ട്. അടിയിലത്രയും വഴുവഴുക്കുന്ന കല്ലുകളാണ്. നിലയുറയ്ക്കില്ല. എങ്കിലും പുഴയിലിറങ്ങാൻ തന്നെ ജോസഫ് നിശ്ചയിച്ചു. ബനിയനും കൈലിയും അഴിച്ചെടുത്ത് സഞ്ചിയിൽ തിരുകി. പിന്നെ സഞ്ചി ഇടതുകൈയിൽ ഉയർത്തിക്കൊണ്ട് അയാൾ പുഴയിലേക്കിറങ്ങി.

ഒഴുക്കിന്റെ ശക്തിമൂലം നടന്നുനീങ്ങുക ഏറക്കുറെ അസാദ്ധ്യമായ കാര്യമാണെന്ന് ഏതാനും ചുവടു വെച്ചപ്പോൾതന്നെ അയാൾക്കു ബോദ്ധ്യമായി. ഏതായാലും മുന്നോട്ടു പോവുകതന്നെ. വരുന്നതു വരട്ടെ. വേറെ പോംവഴിയില്ല. മറിയം ഒറ്റയ്ക്കു കുടിലിൽ കാത്തിരിക്കുകയാണ്.

ഹാ! അയാൾ ജലനിരപ്പിലേക്കുയർന്നു. വലതുകൈയും കാലുകളും കലക്കുവെള്ളത്തിന്റെ തീവ്രമായ ഒഴുക്കിനെ പ്രതിരോധിക്കുമ്പോഴും ഇടതുകൈ ഉയർന്നുതന്നെ നിന്നു. അയാൾ വീറോടെ നീന്തി. എന്നാൽ അയാളുടെ നീക്കം വളരെ മന്ദഗതിയിലായിരുന്നു. ഒഴുക്ക് അയാളെ പിടിച്ചുലച്ചു. താൻ ഒഴുകിപ്പോകുമെന്നും അജ്ഞാതമായ ഏതെങ്കിലും മണൽത്തട്ടിൽ ചത്തടിയുമെന്നും അയാൾ ഭയന്നു.

ചെറുത്തുനില്പിന്റെ ഒരു ഘട്ടത്തിൽ അയാളുടെ ഇടതുകരം വെപ്രാളത്തോടെ ഒഴുക്കിൽ മുങ്ങി. പിന്നീട് അതിന് സഞ്ചി വെറുമൊരു ഓർമ്മ

യായി.

ജോസഫ് ഭ്രാന്തമായ വേഗത്തിൽ ഇരുകൈകളും വലിച്ച് ഒഴുക്കു മുറിച്ചു നീന്തി. ആവൂ, കരയ്ക്കെത്താറായപ്പോൾ ജലനിരപ്പിലേക്ക് തൂങ്ങി ക്കിടന്ന ഒരു മരക്കൊമ്പിൽ പിടിക്കാനൊത്തു.

അയാളുടെ കൈകൾ കുഴഞ്ഞിരുന്നു. കരയ്ക്കു കയറിനിന്ന് വേപഥുവോടെ അയാൾ താൻ നീന്തിക്കടന്ന പുഴയെ നോക്കി. വെറും അടിവസ്ത്രമേ അയാളുടെ ശരീരത്തിൽ ഉണ്ടായിരുന്നുള്ളൂ. താൻ എന്തുമാത്രം അപമാനിക്കപ്പെട്ടുവെന്നോർത്ത് അയാൾ ചൂളി നിന്നു.

പുഴ വ്യഗ്രതയോടെ പാഞ്ഞൊഴുകി.

ജോസഫ് പൊന്തകൾക്കും മുളങ്കാടുകൾക്കുമിടയിലൂടെ നൂണു കടന്ന് നാട്ടുവഴിയിലെത്തി. അപ്പോൾ അയാളുടെമേൽ ചരൽക്കല്ലുകൾ പോലെ മഴത്തുള്ളികൾ വന്നുപതിച്ചു. അയാൾ നടുങ്ങുകയും ആകാശത്തിലേക്ക് കണ്ണുയർത്തുകയും ചെയ്തു.

മഴ പെയ്തു തുടങ്ങിയിരുന്നു. തുള്ളിമുറിയാത്ത പെരുമഴയായി അതു മാറിയത് പൊടുന്നനെയാണ്. ജോസഫിന്റെ കാലുകൾ ഇടറി. മഴ ഒരു മൂടുപടംപോലെ അയാളെ പൊതിഞ്ഞു. വഴിയോരത്തുള്ള ചാപ്പലിന്റെ വരാന്തയിലേക്ക് അയാൾ ഓടിക്കയറി. അയ്യോ! അടഞ്ഞ വാതിലിൽ ചേർന്നുനിന്നു അയാൾ കിതച്ചു. മഴയുടെ കൈകൾ എത്തിപ്പിടിക്കാനോങ്ങിയപ്പോൾ അയാൾ നിസ്സഹായനായി കണ്ണുചിമ്മി.

കാറ്റ് വീശുകയായിരുന്നു. മരത്തലപ്പുകൾ ഉലയ്ക്കപ്പെട്ടപ്പോൾ അവയുടെ ഇലകൾ പക്ഷികളെന്നോണം പറക്കുകയായി. വലുതായ നിലവിളികൾപോലുള്ള ശബ്ദങ്ങൾ ഉയർന്നു കേട്ടു. നീളൻ കവുങ്ങുകൾ കാറ്റിൽ വട്ടംചുറ്റി അനേകം ചീളുകളായി പൊട്ടിച്ചിതറുകയായിരുന്നു. വൃക്ഷങ്ങളുടെ ശിഖരങ്ങൾ വലിയ മുഴക്കത്തോടെ ചീന്തി എറിയപ്പെടുകയായിരുന്നു. മുളങ്കൂട്ടങ്ങൾ പിശാചു ബാധിച്ചപോലെ വിറകൊള്ളുകയായിരുന്നു.

ജോസഫ് സ്തബ്ധനായി നിന്നു. ഒരു ഇടിമിന്നലിന്റെ തീക്ഷ്ണമായ വെട്ടം വിഷലിപ്തമായൊരു ചുംബനംപോലെ അയാളെ കുഴക്കി. അയാൾക്ക് എന്താണ് ചെയ്യേണ്ടതെന്ന് അറിഞ്ഞുകൂടായിരുന്നു. നാട്ടുവഴിയുടെ ഓരങ്ങളിലെ മരങ്ങൾ അലറിക്കരഞ്ഞുകൊണ്ട് കടപുഴക്കി റ്റീഴുന്നത് അയാൾക്ക് കാണ്മാനായി. അതാ, വാളിന്റെ വായ്ത്തലപോലെ മറ്റൊരു മിന്നൽ. അതിനെത്തുടർന്ന് അനേകം നക്ഷത്രങ്ങൾ കൂട്ടിയിടിച്ചതുപോലുള്ള ഒരു മുഴക്കവും കേൾക്കായി. ജോസഫ് ആ ശബ്ദത്താൽ ഞെരുക്കപ്പെട്ടു. അയാൾ ചാപ്പലിന്റെ വാതിൽ ബലമായി തള്ളി. പക്ഷേ, തുറക്കാൻ കഴിഞ്ഞില്ല. അയാൾ കണ്ണീരോടെ വാതിൽപ്പലകകളിൽ പലവട്ടം കൈചുരുട്ടി ഇടിച്ചു. അതൊക്കെയും വൃഥാവിലായതേ ഉള്ളൂ.

പെട്ടെന്ന് ഉള്ളിലെന്തോ ഇടിഞ്ഞുവീഴുന്ന ഒച്ചകേട്ടു. ജോസഫ് ഉൾക്കിടിലത്തോടെ നെഞ്ചിൽ കൈചേർത്തു. ദൈവമേ! ചാപ്പലിന്റെ ചുവരുകൾ തകർന്നുവീഴുകയാണ്.

തകർന്നുവീഴാൻ തുടങ്ങുന്ന ഒരു മന്ദിരത്തിന്റെ ഓരം ചേർന്നു

നില്ക്കുകയെന്നത് ഭയങ്കരമാണെന്ന് അയാൾ മനസ്സിൽ പറഞ്ഞു. പിന്നീട് ഒന്നുമോർക്കാതെ പെരുമഴ ചെയ്യുന്ന വഴിയിലേക്ക് അയാൾ ഓടിയിറങ്ങി. പിന്നിൽ ഒറ്റനിമിഷംകൊണ്ട് മന്ദിരം ഇടിഞ്ഞു തകർന്നു. ജോസഫ് പക്ഷേ, തിരിഞ്ഞു നോക്കിയില്ല. ഒരിക്കൽപ്പോലും പിന്തിരിഞ്ഞുനോക്കാതെ അയാൾ കിതച്ചുംകൊണ്ട് ഓടി.

ഞെരിഞ്ഞിലുകളും മുള്ളുകളുമുള്ള വഴിയിലൂടെ ഓടിപ്പോകുമ്പോൾ കാറ്റിലും മഴയിലുംപെട്ട് അയാൾ ഇടറി. കടപുഴകിവീണ വൃക്ഷങ്ങളും ചീന്തി എറിയപ്പെട്ട ശിഖരങ്ങളും വഴിനീളെ ചിതറിക്കിടന്നിരുന്നു. ഓടിപ്പോവുക ശ്രമകരമായിരുന്നു. മഴ പെയ്തുകൊണ്ടിരുന്നു. ജോസഫിന് കയറിയിറങ്ങേണ്ട കുന്ന് മഴയിൽ പാടെ മറഞ്ഞുനിന്നു. അതിന്റെ അങ്ങേ ചരിവിലുള്ള ചെറിയ വീടിനുള്ളിൽ മറിയം പേടിച്ചു വിറയ്ക്കുകയാവും. ഈ മഴയെയും കാറ്റിനെയും വലുതായ മുഴക്കങ്ങളെയും അതിജീവിക്കുമോ ആ പെണ്ണ്...

കാവൽ

പൊടിക്കാറ്റിൽ നീന്തിയെത്തിയ മകനെ ഉറക്കിക്കിടത്തി അമ്മ ജാലകത്തിനടുത്ത് ഇരുന്നു.

വെളിയിൽ അരണ്ട നിലാവും കുറേശ്ശെ മഞ്ഞും ഉണ്ടായിരുന്നു. അങ്ങനെ നോക്കിയിരിക്കെ രാത്രിയിലൂടെ ഒരു ലക്ഷ്യവുമില്ലാതെ അലഞ്ഞു നടക്കുന്ന പ്രേതങ്ങളെ താൻ കാണുന്നുവെന്ന് അമ്മയ്ക്ക് തോന്നി. മരങ്ങൾക്കിടയിലേക്ക് നോക്കിയപ്പോൾ അവിടെ തിളയ്ക്കുന്നൊരു കുട്ടകത്തിനു ചുറ്റുമായി മൂന്ന് ദുർമ്മന്ത്രവാദികൾ ഇരിക്കുന്നതായി അമ്മ കണ്ടു. കുട്ടകത്തിൽനിന്ന് ആവി പൊങ്ങി. അതിനടിയിൽ തീയാളിക്കൊണ്ടിരുന്നു. അമ്മ പിന്നെയും കണ്ടു. ഒരു മരത്തിനു പിറകിൽനിന്ന് തുറുകണ്ണോടെ മെല്ലെ ഒരു പൂതം തലനീട്ടുന്നു.

"അമ്മേ."

"എന്താ മോനേ."

അമ്മ പിടഞ്ഞെണീറ്റ് കട്ടിലിനടുത്തേക്കു ചെന്നു.

"അമ്മ ഇവിടെത്തന്നെ ഉണ്ട്. എന്താ വേണ്ടത് ന്റെ ഉണ്ണിക്ക്?" ഉണ്ണി അതൊന്നും കേട്ടില്ല. അവൻ മയക്കുമരുന്നിന്റെ ലഹരിയിൽ ഉറങ്ങുകയായിരുന്നു. ഉറക്കത്തിൽ വലതുവശത്തേക്കു ചരിഞ്ഞു. പിന്നെ എന്തോ അവ്യക്തമായി പറഞ്ഞ് ഞരങ്ങിക്കൊണ്ട് മലർന്ന് കിടന്നു.

"ഉണ്ണീ."

അവൻ കൈകൾ ഇരുവശത്തും നീട്ടിവെച്ച് കാലുകൾ തെല്ലകറ്റി അനങ്ങാതെ കിടന്നു.

സീലിങ് ഫാനിന്റെ ശബ്ദം മാത്രം.

അമ്മ കുറച്ചുനേരം ഉണ്ണിയെ നേരിയ വിറയലോടെ ഉറ്റുനോക്കി. പിന്നെ ജാലകത്തിനടുത്തേക്ക് പിൻവാങ്ങി.

അവിടെ കസേരയിലിരുന്ന് ഉണ്ണിയെ നോക്കി. ഉറങ്ങില്ലെന്നു തീർച്ചപ്പെടുത്തിയതായിരുന്നു. ഉറക്കംവന്ന് കണ്ണുകളെ മൂടരുതേയെന്ന് പ്രാർത്ഥിച്ചതായിരുന്നു. എന്നിട്ടും, എന്നിട്ടും അറിയാതെയറിയാതെ, അമ്മയുടെ മിഴികൾ അടഞ്ഞുപോയി.

ഉണർന്നത് വെളിയിൽനിന്ന് അലർച്ചപോലുള്ള ചിരികൾ കേട്ടാണ്.

ഇരുളിൽ നിന്നുകൊണ്ട് ആരൊക്കെയോ ഉറക്കെയുറക്കെ ചിരിക്കയായിരുന്നു.

നേരം പാതിരാ കഴിഞ്ഞിരുന്നു.

ഒട്ടുനേരത്തേക്ക് അമ്മ സ്തബ്ധയായി മിഴിച്ചിരുന്ന്, ഇരുട്ടിലേക്ക് ചെവിയോർത്തു. നിശ്ശബ്ദത. പേടിപ്പെടുത്തുന്ന നിശ്ശബ്ദത. പെട്ടെന്ന് അമ്മക്കെന്തോ ഓർമ്മ വന്നു. ഒരു തണുത്ത വിറയൽ കീഴോട്ടിറങ്ങി. അമ്മ ചാടിയെണീറ്റ് ചങ്കിടിപ്പോടെ കിടക്കയ്ക്കരികിലേക്കു ചെന്നു.

ഉണ്ണി കിടക്കയിലുണ്ട്.

സീലിങ്ഫാൻ കറങ്ങുന്നു.

ഈശ്വരാ.

അമ്മ കുളിമുറിയിലേക്ക് ചെന്ന് തണുത്തവെള്ളം ഇരുകൈകൊണ്ടും മുഖത്തു കോരിയൊഴിച്ചു.

അമ്മ തിരികെ കസേരയിൽ ചെന്നിരുന്നു ഉണ്ണിയുടെ നേർക്കു നോക്കി. അമ്മയ്ക്കു സ്വയം നിയന്ത്രിക്കാനായില്ല. മുഖംപൊത്തി അമ്മ വിതുമ്പിക്കരഞ്ഞു. എന്നാലും എന്റെ ഉണ്ണി പറഞ്ഞുകളഞ്ഞല്ലോ. ഇന്നു രാത്രി സീലിങ് ഫാനിൽ തൂങ്ങിമരിക്കുമെന്ന്.....

വെയിലിൽ, നിലാവിൽ

സമയം വൈകുകയാണ്.

ഇത്രയും നേരത്തിനിടയിൽ പലരും എന്നോട് ചോദിക്കുകയുണ്ടായി ,എന്തിനാണ് ഇവിടെ നില്ക്കുന്നതെന്ന്.

ഞാൻ പറഞ്ഞു.

"ഒരാളെ കാത്തുനില്ക്കയാ."

സമയം കടന്നുപോകുന്നു. വേറൊരാളുടെ വക അന്വേഷണം.

"സിനിമയ്ക്കു പോകുന്നോ?"

ആ ചോദ്യത്തിന്റെ പ്രസക്തി അംഗീകരിക്കാതെ വയ്യ. എന്റെ നേരെ മുന്നിലായി നഗരത്തിലെ ഒരു തിയേറ്ററിൽ പ്രദർശിപ്പിച്ചുവരുന്ന സിനിമാസ്കോപ്പ് വർണ്ണചിത്രത്തിന്റെ പടുകൂറ്റൻ പരസ്യം. അതിൽ കുളിച്ചു കയറി ഈറൻ ചുറ്റി നടന്നുപോകുന്ന ഒരു പെൺകുട്ടിയെ കാണാം. അവൾ എന്നെ നോക്കി മന്ദഹസിക്കയാണ്. എന്നെ തിയേറ്ററിലേക്ക് വിളിക്കുകയാണ്. സിനിമ ഇരുപതാം നൂറ്റാണ്ടിന്റെ മഹത്തായ കലയാണ്. സമ്മതിക്കുന്നു. പക്ഷേ, ഞാനിപ്പോൾ സിനിമയ്ക്കല്ല. ഒരാൾ വരാനുണ്ട്.

ഒരാൾ വരാനുണ്ടെന്നു ഞാൻ പറയുമ്പോൾ എന്റെ മുന്നിൽ ആരുമുണ്ടായിരുന്നില്ല. ഒരുപക്ഷേ, സിനിമയ്ക്കു പോകുന്നോയെന്നു ചോദിച്ചത് ഞാൻ തന്നെയായിരിക്കാം. എന്തോ.

മനസ്സ് അശാന്തമാണ്. കാത്തുനില്ക്കാൻ തുടങ്ങിയിട്ട് നേരമൊരു പാടായി. കാത്തുനില്പുപോലെ മടുപ്പിക്കുന്ന മറ്റെന്തുണ്ട്? ഞാനിതാ ക്ഷീണിച്ചുലഞ്ഞിരിക്കുന്നു. തകർന്നടിയാറായിരിക്കുന്നു. എന്നിട്ടും കാത്തുനില്ക്കയാണ്. ഒരാൾ വരാനുണ്ട്.

ഈയിടെ ഒരു കഥ വായിക്കുകയുണ്ടായി. അതിന്റെ പേരെന്തെന്ന് മറന്നു. ആകെ ഓർമ്മയുള്ളത് പൊടിമണ്ണിൽ കളിക്കുന്ന കുട്ടികളെയാണ്.

കുട്ടികൾ... ഒരിക്കൽ ഞാനും ഒരു കുട്ടിയായിരുന്നു... ക്ഷേത്രശില്പങ്ങളുടെ മാതൃകയിലുള്ള ഒരു മരപ്പാവയുമെടുത്ത്... അതിനപ്പുറം ഒന്നുമോർമ്മയില്ല. ഒരിക്കൽ ഞാനും ഒരു കുട്ടിയായിരുന്നു. പക്ഷേ, എനിക്കൊരു കുട്ടിക്കാലമുണ്ടായിരുന്നില്ല....

"ഹായ്."

ഒരു ബൈക്ക് തൊട്ടുമുന്നിൽ ബ്രേക്കിട്ടു.

"വരുന്നോ?"

"ഇല്ല, ഞാനൊരാളെ വെയ്റ്റ് ചെയ്യ്വാണ്."

"എന്നാൽ ഞാൻ പോകാം."

"ശരി."

ബൈക്ക് അകന്നു. എന്റെ കാത്തുനില്പ് അനിശ്ചിതമായി തുടരുകയാണ്. ആരൊക്കെയോ മനസ്സിലേക്കു കയറിവരുന്നു. കസാൻദ്സാക്കിസ്സും ബോർഹെസും ജോൺ ലെനനും പത്മാ സുബ്രഹ്മണ്യവും ഭീം സെൻ ജോഷിയും ഹുസൈനും...

"എന്നോട് ക്ഷമിക്കൂ."

ഞാൻ നടുങ്ങി മുഖമുയർത്തി. ഒരു പെൺകുട്ടി കണ്ണുനീരൊഴുക്കിക്കൊണ്ട് എന്റെ മുന്നിൽ. ഞാൻ പകച്ചുനില്ക്കെ അവൾ വിതുമ്പി.

"എന്നെ മറന്നുകളയൂ. എന്റെ സ്നേഹം വെറും നാട്യമായിരുന്നു. എനിക്കു വേണ്ടിയിരുന്നത് ഒരു വലിയ വീടും അലങ്കരിച്ച കിടപ്പുമുറിയും ടി വിയും ഫ്രിഡ്ജും ഇടയ്ക്കിടെ ഫോൺ ചെയ്യുന്ന ഭർത്താവുമായിരുന്നു. എന്നെ മറക്കുക... എനിക്ക് സുഖമാണ്."

എന്തെങ്കിലും പറയാൻ ഇടതരാതെ അവൾ നടന്നു. എന്തോ പറയാനായി വാ തുറക്കുമ്പോഴേക്കും അവൾ പോയിക്കഴിഞ്ഞു. ഞാൻ പരിഭ്രാന്തനായി നിന്നു. ഒന്നും മനസ്സിലാകുന്നില്ലല്ലോ. നേരമെത്രയായി. എന്നോടിവിടെ കാത്തുനില്ക്കാൻ പറഞ്ഞയാൾ ഇനിയുമെന്താണ് വരാത്തത്. നേരം പിന്നെയും വൈകുകയാണല്ലോ. അയാൾ വന്നേക്കില്ലേ. എന്നോടിവിടെ കാത്തുനില്ക്കാൻ പറഞ്ഞ കാര്യം തന്നെ അയാൾ മറന്നിരിക്കുമോ. അതോ, എന്നോടാരും ഇവിടെയിങ്ങനെ കാത്തുനില്ക്കാൻ പറഞ്ഞിട്ടില്ലെന്നോ, ദൈവമേ, എന്തൊരു..

പുകയും കരിയുമുള്ള ആകാശത്തിനു ചുവട്ടിലൂടെ പഴയ കെട്ടിടങ്ങളും വിളക്കുകാലുകളും ചവറ്റുകൂനകളും പിന്നിട്ട് ഞാൻ നടന്നു. ഒരു സ്വപ്നത്തിലെന്നോണം ഞാൻ പൊയ്ക്കൊണ്ടിരുന്നു. ഒരു വളവു കഴിഞ്ഞപ്പോൾ തെല്ലകലെ ഒരാൾക്കൂട്ടം ദൃശ്യമായി. പൊടുന്നനെ ആൾക്കൂട്ടത്തിൽ ആഹ്ലാദത്തിന്റെ ചലനങ്ങൾ, ചിരി, കൈവീശൽ, തല കുലുക്കൽ...

"എത്ര നേരമായി ഞങ്ങളിവിടെ കാത്തു നില്ക്കുന്നു സുഹൃത്തേ." ഒരാൾ മുന്നോട്ടു നീങ്ങിവന്ന് പറഞ്ഞു.

ടെലിവിഷൻ പരസ്യങ്ങൾ

സൈക്കിൾ ബെൽ. പോസ്റ്റ്മാന്റെ വരവ്. എന്നുമെന്നപോലെ ചുറു ചുറുക്കോടെ മുറ്റത്തു വന്നിറങ്ങി ചിരിച്ച് പരിചയം കാട്ടി.

രണ്ടു കത്തുകളും ഒരു ബുക്ക് പായ്ക്കറ്റും തന്നു. എന്നിട്ട് സൈക്കിളിന്റെ ഹാൻഡ്ലിൽ പിടിച്ചു നിന്ന് പറയുകയാണ്.

"സാറ് ടി വി വാങ്ങാൻ ഉദ്ദേശിക്കുന്നുവെങ്കിൽ വാങ്ങാൻ ഏറ്റവും യോജിച്ച ടി വി ഏതാണെന്ന് എനിക്ക് നന്നായി അറിയാം."

ശരിക്കും അമ്പരന്നുപോയി. ഒന്നും മനസ്സിലാവാത്തപോലെ നോക്കുമ്പോൾ അയാൾ;

"പോസ്റ്റുമാൻ ചെന്നെത്താത്ത സ്ഥലമേയില്ല."

സിറ്റൗട്ടിൽ ഇരിക്കുകയായിരുന്നു. ഗെയ്റ്റ് ശബ്ദിക്കുന്നതുകേട്ട് മുഖമുയർത്തി. ഒരു യുവതിയെ കണ്ടു. അവിടംതൊട്ടേ ചിരിച്ചുകൊണ്ട് എന്റെ നേരെ. എന്തോ പരിഭ്രമം തോന്നി.

ഹായ് എന്നു പറഞ്ഞശേഷം അനുവാദത്തിനൊന്നും നില്ക്കാതെ സിറ്റൗട്ടിലേക്കു കയറി എന്റെ മുന്നിലുള്ള ചൂരൽക്കസേരയിൽ ഇരുന്നു.

നല്ല വേഷം. മുഖത്തു ലിപ്സ്റ്റിക്കും ഐഷാഡോയും.

"ആരാ? എന്തിനാ?" ലേശം അന്ധാളിപ്പോടെ ചോദിച്ചു.

അവൾ വലതു കൈത്തലം മുഖത്തുചേർത്ത് ഒട്ടൊരു ആകുലഭാവത്തിൽ നിമിഷങ്ങളോളം എന്നെ നോക്കി. പിന്നീട് പറഞ്ഞു: "സാറെന്താ ഇത്രയുമായിട്ടും ടി വി വാങ്ങിക്കാത്തത്. സാറിന്റെ ഗ്രേഡിലുള്ളവർ മുഴുവനും വാങ്ങിക്കഴിഞ്ഞു. ഇനി ഒട്ടും വൈകിക്കേണ്ട. പിന്നെ ഒരു കാര്യം..." അവളുടെ ശബ്ദം തുടർന്ന് ഗൗരവപൂർണ്ണമായി: "വിശ്വസിക്കാവുന്നതു മാത്രമേ വാങ്ങാവൂ. വളരെ വിലകൊടുത്ത്, ഒരുപക്ഷേ, വിദേശത്തു നിന്നു തന്നെ കൊണ്ടുവന്നതായിരിക്കാം. പക്ഷേ, അതു തുടർച്ചയായി സുഗമ

മായ പ്രവർത്തനം തരുന്നില്ലെങ്കിൽ വെറുമൊരു ഷോ പീസ് ആയിമാറും. അന്വേഷിച്ചാൽ അറിയാം. എത്രപേരാണ് ഇപ്പോൾ നിരാശപ്പെട്ടിരിക്കുന്നതെന്ന്. അതുകൊണ്ട് ഒരു കളർ ടി വി വാങ്ങിക്കുമ്പോൾ ശ്രദ്ധിക്കേണ്ട കാര്യങ്ങൾ എന്തെല്ലാമെന്ന് അറിഞ്ഞിരിക്കണം. ഏറ്റവും പ്രധാനപ്പെട്ടത്, നേരത്തെ കളർ ടി വി വാങ്ങിച്ചിട്ടുള്ളവരുടെ അഭിപ്രായം എന്താണെന്ന് അറിയുകയാണ്. രണ്ട്..."

ഞാൻ മിഴിച്ചിരുന്നു. അവൾ നിർത്താതെ പറയുകയായിരുന്നു. ഇമ്പമുള്ള ഒരു മൃദുസ്വരത്തിൽ അവൾ പറഞ്ഞുകൊണ്ടിരുന്നു.

"നോക്കൂ." അവൾ ഒരു ഫയൽ നിവർത്തി എന്റെ നേർക്കു പിടിച്ചു. അതിലൊരു ടി വിയുടെ പടമുണ്ടായിരുന്നു.

"പരിധിയില്ലാത്ത അനുഭവം പ്രദാനം ചെയ്യുവാൻ വേണ്ടി പ്രത്യേകം നിർമ്മിച്ചിട്ടുള്ളതാണ് ഈ ടി വി. ഒരു കലാഭിജ്ഞാന വിദഗ്ദ്ധന് ഇതിൽ കൂടുതൽ പ്രതീക്ഷിക്കുവാൻ കഴിയുകയില്ല. പൂർണ്ണത ആഗ്രഹിക്കുന്നവർ ഇതിൽ കുറഞ്ഞതു സ്വീകരിക്കുകയുമില്ല." ഫയൽ മടിയിൽവെച്ച് ഒരു ചെറുചിരിയോടെ അവൾ എന്നെ ഉറ്റുനോക്കി.

* * * * * *

നിരത്തിലൂടെ നടക്കുകയായിരുന്നു. എതിരെനിന്ന് സഗൗരവം നടന്നുവരുന്നത്, ഞാൻ തിരിച്ചറിഞ്ഞു, ഒരു ബാങ്ക് മാനേജരാണ്. എനിക്കു മുഖപരിചയമേ ഉള്ളൂ. ഒരു മുഖത്തേക്കു നോക്കുകമാത്രം ചെയ്ത് ഭാവഭേദമൊന്നുംകൂടാതെ മുന്നോട്ടു നീങ്ങാൻ തുടങ്ങവെ അയാൾ പറഞ്ഞു:

"വിലകുറഞ്ഞ ഒരു കളർ ടി വി വാങ്ങുമ്പോൾ കുറേ പണം ലാഭിക്കാനാവുമെന്നതിൽ തർക്കമേയില്ല. പക്ഷേ, അതു പ്രവർത്തനയോഗ്യമാക്കാൻ അതിൽ കൂടുതൽ ചെലവാക്കേണ്ടിവന്നാലോ?"

ഞാൻ അന്തംവിട്ടുനിന്നു. അയാൾ എന്നെ ശ്രദ്ധിക്കാതെ ദൂരെയെങ്ങോ കണ്ണുനട്ട് തുടർന്നു.

"വിലക്കുറവുള്ള ഒരു കളർ ടി വി അന്വേഷിച്ച് ഞാൻ പരക്കം പാഞ്ഞില്ല. ഒരിക്കൽ മുടക്കുന്ന പണത്തിന്റെ മൂല്യം വർഷങ്ങളോളം സംതൃപ്തി തരുന്ന പ്രവർത്തനശേഷിയിലൂടെ തിരിച്ചു കിട്ടുന്ന ഒന്നായിരുന്നു ഞാൻ അന്വേഷിച്ചത്. അതു കണ്ടെത്തുകയും ചെയ്തു."

തൃപ്തിയോടെ സ്വയം ചിരിച്ച്, ശിരസ്സ് ചെറുതായൊന്ന് ഇളക്കി അയാൾ പിന്നെയും നടക്കുകയായി.

ഞാൻ അവിടെത്തന്നെ നിന്നു. അയാൾ കണ്ണിൽനിന്ന് മറയുന്നതുവരെ.

ചാനൽ ഒന്ന്, രണ്ട്

എല്ലാവരുമുണ്ടായിരുന്നു മുറിയിൽ. സോഫയിലും കിടക്കയിലുമായി ഇരുന്ന് അവർ ടി വി കാണുകയായിരുന്നു.

ടി വിയിൽ പഴയൊരു ഗുരുദത്ത് ചിത്രം. അതു കുറച്ചായതോടെ മുത്തച്ഛനു മടുത്തു. നീണ്ടൊരു കോട്ടുവായിട്ടുകൊണ്ട് അയാൾ സോഫയിൽനിന്ന് എഴുന്നേറ്റു.

"ഉറക്കം വരുന്നു."

മുത്തച്ഛൻ പോയിക്കഴിഞ്ഞപ്പോൾ പോപ്കോൺ തിന്നുകയായിരുന്ന പേരക്കിടാങ്ങൾ തമ്മിൽ പറഞ്ഞു.

"ഞാൻ വിചാരിച്ചു മുത്തച്ഛന് ഇഷ്ടാവുംന്ന്."

"മുത്തച്ഛന് വേണ്ടത് ഇതൊന്നും അല്ല. പുരാണചിത്രങ്ങളാ."

"ഇതുപിന്നെ എന്താ?"

"ബോറ്!"

അതുകേട്ട് ഗുരുദത്ത് അത്യഗാധമായ വ്യസനത്തോടെ വഹീദാ റഹിമാനോട് എന്തോ പറഞ്ഞു.

"ജാക്കിഷ്റോഫിന്റെ പടമായിരുന്നെങ്കിൽ!"

"കൂടെ മീനാക്ഷിശേഷാദ്രിയും."

"മന്ദാകിനിയും രാജീവ് കപൂറുമായാലോ?" അയാൾ ചോദിച്ചു.

"മന്ദാകിനി കുഴപ്പമില്ല. പക്ഷേ, രാജീവ് കപൂർ വേണ്ടേ വേണ്ട. അതൊരു മന്തനാ. ഒന്നിനും കൊള്ളില്ല."

മകൾ അങ്ങനെ പറഞ്ഞതുകേട്ട് അച്ഛനുമമ്മയും ഉറക്കെ ചിരിച്ചു. അവർക്ക് തങ്ങളുടെ മകളുടെ തിരിച്ചറിവിൽ ഏറെ മതിപ്പുതോന്നി.

പോപ്കോൺ തീർന്നു.

"ഞാൻ പോവുകാ." മകൻ പറഞ്ഞു

"ഞാനും പോവുകാ." മകൾ പറഞ്ഞു.

ഗുഡ്നൈറ്റ്, ഗുഡ്നൈറ്റ്, ഗുഡ്നൈറ്റ്, ഗുഡ്നൈറ്റ്, ഗുഡ്നൈറ്റ്...

അവർ രണ്ടുപേരും പോയി. കിടപ്പുമുറി അവരുടെ പപ്പയ്ക്കും മമ്മിക്കുമുള്ളതായി. അയാൾ കണ്ണിറുക്കിക്കാണിച്ച് എഴുന്നേറ്റു. അയാളുടെ ഇംഗിതം അവൾക്ക് എളുപ്പത്തിൽ ഗ്രഹിക്കാനായി. അവൾ ചിരിച്ചുകൊണ്ട് എഴുന്നേറ്റു അയാൾ ഷെൽഫിൽനിന്ന് വിസ്കി പുറത്തെടുത്തു. സ്ക്കോച്ച് തന്നെ. അയാൾ കുപ്പി തുറന്ന് വിസ്കി മണത്തു. ഹായ്. അയാളാകെ ഉത്സാഹഭരിതനായി.

ഗ്ലാസും ഐസും വെള്ളവുമായി അവൾ മടങ്ങിവന്നു.

അയാൾ നേരമൊട്ടും കളയാതെ ഒരു ലാർജ്ജ് ഒരുക്കി.

"ഫിഷ് വേണോ?"

"ആങ്ഹ, കൊണ്ടുവാ."

അവൾ അതനുസരിച്ച് അടുക്കളയിലേക്കു പോയി അല്പം കഴിഞ്ഞ് ഫിഷ്ഫ്രൈയുമായി വന്നു. ഉള്ളിയുടെയും തക്കാളിയുടെയും നുറുങ്ങുകൾക്കിടയിൽ വറുത്ത മത്സ്യം കൊതിപ്പിക്കുന്നൊരു കാഴ്ചയായിരുന്നു.

ഗുരുദത്ത് ദുഃഖം സഹിക്കവയ്യാതെ ഒരു ശോകഗാനത്തിന് മുതിർന്നു.

"ഫിഷ് എങ്ങനേണ്ട്."

"ഫൈൻ." അയാൾ ഒരു കഷണം അടർത്തി അവൾക്കു നീട്ടി. അവൾ വായ് തുറന്നു. പിന്നെ അയാൾ ഗ്ലാസ് അവളുടെ നേർക്കു നീട്ടി. അവൾ അതും നിരാകരിച്ചില്ല.

ഗുരുദത്ത് നീണ്ട കുർത്തയുമിട്ട് അങ്ങേയറ്റം നിരാശയോടെ അലഞ്ഞുനടന്നു.

രണ്ടാമത്തെ ലാർജ്ജ്.

വഹീദാ റഹിമാൻ ഉറ്റുനോക്കി.

മൂന്നാമത്തെ ലാർജ്ജ്.

ഗുരുദത്ത് നെറ്റിയിൽ കൈത്തലമമർത്തി ദുഃഖിതനായി ഇരുന്നു.

അയാളും അവളും കിടക്കയിൽ. അവളുടെ വസ്ത്രമില്ലാത്ത ഉടലിനോട് തന്റെ വസ്ത്രമില്ലാത്ത ഉടൽ ചേർത്തുകൊണ്ട് അയാൾ ടി വിയുടെ നേരെ നോക്കി. ഗുരുദത്ത് തിരിഞ്ഞുനിന്നു. അയാളെ തന്റെ ഉടലിനുള്ളിൽ അറിഞ്ഞുകൊണ്ട് അവൾ ടി വിയുടെ നേരെ നോക്കി. വഹീദാ റഹിമാൻ മുഖംപൊത്തി കരഞ്ഞു.

അയാൾ കിതച്ചുകൊണ്ട് അവളുടെ ഉടലിൽനിന്നു മാറി.

അവൾക്ക് ഉറക്കം വരുന്നുണ്ടായിരുന്നു.

അയാൾക്കും ഉറക്കം വരുന്നുണ്ടായിരുന്നു.

അവിടെ കിടക്കയിൽ കിടന്നുതന്നെ ടി വി സ്വിച്ച് ഓഫ് ചെയ്യാൻ അവർക്കു കഴിയുമായിരുന്നു.

മറുകര

പലരും അവരെ ശ്രദ്ധിക്കയുണ്ടായി. തീവണ്ടിയിലിരിക്കെ സഹയാത്രികരെല്ലാം അവരെ സംശയത്തോടെ നോക്കി. അവർ ജാലകത്തിനടുത്തുള്ള ഒറ്റ ഇരിപ്പിടങ്ങളിൽ അഭിമുഖമായി ഇരിക്കുകയായിരുന്നു. അയാളുടെ ശ്രദ്ധ കൈയിലെ പുസ്തകത്തിലായിരുന്നു. അവൾ വെളിയിലേക്കു നോക്കിക്കൊണ്ട് ഇരുന്നു. വരണ്ട കാറ്റുകളും നിശ്ചലമായ പുഴയും മരക്കൂട്ടങ്ങളും പുകക്കുഴലുകളും കടന്നുപോയി. തീവണ്ടി പല സ്റ്റേഷനിലും നിന്നു. യാത്രക്കാർ ഇറങ്ങുകയും കയറി വരികയും ചെയ്തു. പുതുതായി വന്നവരും അവരെ സംശയദൃഷ്ടിയോടെതന്നെ വീക്ഷിച്ചു. പരസ്പരമറിയാത്ത രണ്ടുപേരെന്നു കരുതി അവരെ വെറുതെ വിടാമായിരുന്നു പക്ഷേ...

ഇടയ്ക്ക് അവൾ മുന്നോട്ടു നീങ്ങിയിരുന്ന് എന്തോ ചോദിക്കുന്നതും അയാൾ പുസ്തകത്തിൽനിന്ന് മുഖമുയർത്തി പതിഞ്ഞ ശബ്ദത്തിൽ മറുപടി പറയുന്നതും..

അയാൾ തന്റെ സഞ്ചിയിൽനിന്ന് ഒരു ഓറഞ്ചെടുത്ത് അവൾക്കു കൊടുക്കുന്നതും..

അവൾ എന്തോ പറഞ്ഞതുകേട്ട് അയാൾ ചിരിക്കുന്നതും...

ഏതോ ഓർമ്മയെത്തുടർന്ന് അവൾ വിതുമ്പിക്കരയുന്നതും അയാൾ അവളെ സാന്ത്വനപ്പെടുത്താൻ തുനിയുന്നതും..

ഇറങ്ങേണ്ട സ്റ്റേഷനിലെത്തുമ്പോൾ അവൾ സീറ്റിൽ ചാരിക്കിടന്ന് മയങ്ങുകയായിരുന്നു. അയാൾ ഇറങ്ങാറായെന്നു പറഞ്ഞ് വിളിച്ചപ്പോൾ അവൾ അമ്പരപ്പോടെ ഉണർന്നു. തീവണ്ടി സിഗ്നൽ പോസ്റ്റ് കടന്ന് സ്റ്റേഷനെ സമീപിക്കയായിരുന്നു. അവൾ എഴുന്നേറ്റ് തിടുക്കത്തിൽ ചെന്ന് മുഖം കഴുകി. ബേസിനു മുകളിലുള്ള കണ്ണാടിയിൽ നോക്കി മുടി പിറ

കോട്ടൊതുക്കി. അയാൾ ഇരിപ്പിടങ്ങൾക്കിടയിലൂടെ നീങ്ങിവരുന്നത് അവൾക്കു കണ്ണാടിയിൽ കാണാനായി. അവളുടെ ബാഗ് അയാൾ കൂടെ യെടുത്തിരുന്നു. അതുകൊണ്ട് അവൾക്ക് തന്റെ സീറ്റുവരെ തിരികെപ്പോ കേണ്ടിവന്നില്ല. തീവണ്ടി നിന്നു.

തിരക്കിലൂടെ, സംശയവും ജിജ്ഞാസയും നിറഞ്ഞ പല കണ്ണു കൾക്കിടയിലൂടെ അവർ പുറത്തുകടന്നു.

യാത്രക്കാരെ പ്രതീക്ഷിച്ച് ഓട്ടോറിക്ഷകളും ടാക്സികളും സ്റ്റേഷൻ പരിസരത്ത് നിലയുറപ്പിച്ചിരുന്നു.

"ഞാൻ സാധാരണ നടന്നാണ് പോകാറ്." അയാൾ പറഞ്ഞു.

"അതിനെന്താ, നടക്കാം." അവൾ പറഞ്ഞു.

"കുറച്ചു നടക്കാനുണ്ട്."

"സാരമില്ല." അവൾ ചിരിച്ചു.

പിറകിൽ ടാക്സികളിലെയും ഓട്ടോറിക്ഷകളിലെയും ഡ്രൈവർ മാരും മറ്റു ചിലരും അവരെക്കുറിച്ച് പറയുകയായിരുന്നു. പല നിഗമന ങ്ങൾ. അഭ്യൂഹങ്ങൾ. അവർ അതൊന്നും കേൾക്കാതെ നിരത്തിലൂടെ നടന്നു. വെയിലുണ്ടായിരുന്നു. അയാൾ മുന്നിൽ നടന്നു. അയാൾക്കു പാദരക്ഷകൾ ഉണ്ടായിരുന്നില്ല. കാലടികളിൽ പാതയുടെ ചൂട് തട്ടിക്കൊ ണ്ടിരുന്നു. പാതവക്കിലെ അങ്ങാടികളിലിരുന്ന് ആരൊക്കെയോ അവരെ തുറിച്ചുനോക്കി. നിരത്തിലൂടെ കടന്നുപോയവർ തിരിഞ്ഞുനിന്നു. പുരു ഷന്മാർ മാത്രമല്ല, സ്ത്രീകളും അവരെ സംശയപൂർവ്വം നോക്കി. കടന്നു പോയ കാറിൽനിന്ന് ഒരു സ്ത്രീയുടെ മുഖം ആകാംക്ഷയോടെ വെളി യിലേക്കു നീണ്ടുവന്നു.

* * * * * *

ഒറ്റയടിപ്പാതയുടെ ഇരുവശത്തും വേനൽച്ചൂടിൽ മഞ്ഞച്ച പുല്ലുകൾ. അവൾ നടന്നെത്തുന്നതും കാത്ത് അയാൾ നിന്നു.

"ക്ഷീണിച്ചോ?" അയാൾ കനിവോടെ തിരക്കി.

അവളുടെ മുഖം അയാൾ ചുവന്നും വിയർത്തും കണ്ടു.

"നമുക്കൊരു ഓട്ടോ പിടിക്കാമായിരുന്നു."

"ക്ഷീണിച്ചിട്ടൊന്നുമില്ല."

"ഇനി കുറച്ചേ ഉള്ളൂ."

"ചെരുപ്പിടാതെ കാലു നോവില്ലേ." അവൾ അയാളുടെ ചെമ്മണ്ണു പുരണ്ട കാൽമടമ്പുകളും ഉള്ളംകാലുകളും നോക്കി ചോദിച്ചു.

അയാൾ പതുക്കെ ചിരിച്ചു.

"ഞാനിതൊക്കെ എന്നേ പരിചയിച്ചുകഴിഞ്ഞു!"

അയാളുടെ ദേഹം വിയർക്കുന്നുണ്ടായിരുന്നു. കാവിയുടുപ്പിന്റെ പിറകുവശം വിയർത്തുനനഞ്ഞിരുന്നു.

അയാൾ കണ്ണടയെടുത്ത് മുഖം കൈത്തലംകൊണ്ട് തുടച്ചു.

അവർ പിന്നെയും നടന്നു. കുറച്ചുദൂരം ചെന്നപ്പോൾ അയാൾ കൈ ചൂണ്ടിക്കാണിച്ച് പറഞ്ഞു.

"ആ കാണുന്നതാണ്."

പച്ചപ്പുകൾക്കിടയിലായി പുല്ലുമേഞ്ഞ കുടിലുകൾ. അവയുടെ പരിസരങ്ങളിൽ കാവി വസ്ത്രമണിഞ്ഞ അവ്യക്തരൂപങ്ങൾ. ചരിവിനു കീഴെ പൊന്തകൾക്കും മണൽപ്പരപ്പിനുമപ്പുറത്ത് കടൽ.

"മനോഹരം." അവൾ പറഞ്ഞു.

"ശാന്തമായ സ്ഥലമാണ്. താഴെ റോഡിലൂടെ വല്ലപ്പോഴും കടന്നുപോകുന്ന വാഹനങ്ങളുടെ ശല്യമേ ഉള്ളൂ." അയാൾ പറഞ്ഞു.

"കടലിൽ ഇറങ്ങി കുളിക്കാം, അല്ലേ."

"ധൈര്യമുണ്ടെങ്കിൽ."

"എനിക്ക് പേടിയൊന്നുമില്ല."

"അതു നന്നായി."

* * * * * *

കടലിൽനിന്ന് കാറ്റുകൾ വീശുന്നുണ്ടായിരുന്നു. അയാൾ മുളംതണ്ടുകളുടെ ഗെയിറ്റ് തുറന്നു.

"വരൂ."

അവൾ അയാളെ പിന്തുടർന്നു.

"കാലു കഴുകിക്കോളൂ."

അവൾ തുകൽച്ചെരുപ്പുകൾ അഴിച്ചുവെച്ചു. കാൽവിരലുകളുടെ നഖങ്ങൾക്കുമേൽ പോളിഷ് അവശേഷിച്ചിരുന്നു. പുറപ്പെടുമ്പോൾ പാദസരങ്ങൾ നീക്കാൻ മറന്നുപോയി. അവൾക്കു തെല്ല് സങ്കോചം തോന്നി. കാവി വസ്ത്രങ്ങളുടുത്ത മൂന്നു സ്ത്രീകൾ അവളെ സമീപിച്ചു.

അയാൾ അവരോട് പറഞ്ഞു:

"നിങ്ങളുടെ കുടിലിൽ ഒരാൾക്കുകൂടി സ്ഥലം വേണ്ടിയിരിക്കുന്നു."

മൂന്നുപേരും അവളെ നോക്കി മന്ദഹസിച്ചു. ഒരു സ്ത്രീ അവളുടെ മുതുകിൽ സ്പർശിച്ച് മൃദുവായി പറഞ്ഞു:

"നടന്നു വന്നതല്ലേ അല്പം വിശ്രമിക്കാം."

അവൾ ഒരു കുടിലിന്റെ ഉമ്മറത്ത് ഒരു മുളംതൂണിൽ ചാരി ഇരുന്നു. അങ്ങനെ ഇരിക്കെ പലതും ഓർത്തുപോയി.

"എന്താ ഓർക്കുന്നത്?"

"ഒന്നുമില്ല." അവൾ ഞെട്ടിയുണർന്നു പറഞ്ഞു. കാതുകളിൽനിന്ന് ഓർമ്മയിലെ ശബ്ദങ്ങളകന്നു. ഇപ്പോൾ ഇലകളുടെ മർമ്മരം കേൾക്കുന്നു. അതുമാത്രം. ഇലകൾ എന്നെ വന്നു മൂടട്ടെ; തണുത്ത പച്ചിലകൾ. അവൾ കണ്ണുകൾ ചിമ്മി. ഇലകൾ അവളെ പൊതിഞ്ഞു.

"ഉറങ്ങുകയാണോ?"

"അല്ല."

അവൾ കണ്ണുകൾ തുറന്നു.

"വിശക്കുന്നില്ലേ?"

ഇത്തിരി തേനിന്റെയും പഴങ്ങളുടെയും ഉപചാരം. അവൾ അതിനു നന്ദി പറഞ്ഞു. മുറ്റത്തുകൂടി ഒരുപറ്റം വെള്ള മുയലുകൾ ചാടിച്ചാടി നീങ്ങി.

* * * * * *

അയാൾ തനിക്കു മാത്രമായുള്ള കുടിലിന്റെ തിണ്ണയിലിരുന്ന് പറഞ്ഞു:

"എന്തെങ്കിലും പ്രശ്നമുണ്ടാകുമോ എന്നറിയില്ല. ഞാനാ കുട്ടിയെ പിന്തിരിപ്പിക്കാൻ ആവുന്നത്ര ശ്രമിച്ചതാണ്. പക്ഷേ, അവൾ വഴങ്ങിയില്ല. അവളെ സംബന്ധിച്ച് ആ നഗരവും അവിടത്തെ ബന്ധങ്ങളും അത്ര യേറെ മനംമടുപ്പിക്കുന്നതായിരുന്നു."

ഒന്നു നിർത്തി അയാൾ തുടർന്നു:

"നമുക്കു നോക്കാം."

അന്നേരത്ത് അവൾ ചുറ്റും നടന്നു കാണുകയായിരുന്നു. വൃക്ഷ ങ്ങളും ചെടികളും വയലുകളുമൊക്കെ അവൾ നോക്കിക്കണ്ടു. ആഴമേ റിയ പച്ചനിരത്തിലൂടെ ഒരു ചെറിയ പെൺകുട്ടിയുടെ ഔത്സുക്യവുമായി അവൾ നടന്നു. ചേനയും ചേമ്പും താളും തകരയും പേരയ്ക്കാമരങ്ങളും സപ്പോട്ടയും നാരകങ്ങളും കണ്ട് അവളുടെ മനസ്സ് കുളിർത്തു.

"ഇവിടത്തെ ആവശ്യം കഴിഞ്ഞ് ബാക്കിയുള്ളത് ഞങ്ങൾ പട്ടണ ത്തിലേക്ക് ചുമന്നുകൊണ്ട് പോകും; വില്ക്കാൻ. എന്നിട്ട് ആവശ്യമുള്ള വേറെ വല്ലതും വാങ്ങിക്കും." അവൾ കൂടെയുള്ള ഒരു സ്ത്രീയിൽ നിന്നു കേട്ടു. മുമ്പൊരിക്കലും കണ്ടിട്ടില്ലെന്ന പോലെ അവൾ പശുക്കളെ നോക്കി.

"ആരാ ഇവടെ കറക്കുക," അവൾ ചോദിച്ചു.

"ഇവിടെയുള്ള എല്ലാവർക്കും അറിയാം."

"എനിക്കറിഞ്ഞുകൂടാ ഒന്നും. വീട്ടിൽ എല്ലാറ്റിനും വേലക്കാരുണ്ടാ യിരുന്നു. നേരമാകുമ്പോൾ ഡൈനിങ് റൂമിലേക്കു ചെല്ലുകയേ വേണ്ടൂ. ടേബിളിൽ എല്ലാം നിരത്തി വെച്ചിട്ടുണ്ടാകും."

"ഞങ്ങളും പല വഴിക്ക് ഇവിടെ എത്തിപ്പെട്ടവരാണ്."

"എല്ലാം മറക്കാൻ കഴിയുമോ?"

"ഉവ്വ്."

നെല്ലിയുടെ കൊമ്പുകളിൽ അവൾ രണ്ടു കുരങ്ങന്മാരെ കണ്ടെത്തി. അവ സോത്സാഹം നെല്ലിക്ക തിന്നുകയായിരുന്നു. "ഒന്നെനിക്കു തരുവോ?" എന്നു പറഞ്ഞ് അവൾ കൈത്തലം നീട്ടിക്കാണിച്ച ഉടനെ അവൾക്കായി നെല്ലിക്കകൾ ഉതിർന്നു. അവൾ മണ്ണിൽനിന്ന് പ്രകൃതിയുടെ കാരുണ്യ ത്തിന്റെ ആ ചിഹ്നങ്ങൾ പെറുക്കിയെടുത്തു.

*   *   *   *

"ഇതു നോക്കൂ." അവൾ താൻ കണ്ടെടുത്ത ഒരു ശംഖ് അയാളെ കാട്ടി. അവർ കടല്ക്കരയിലായിരുന്നു. വെള്ള മണലിലൂടെ അവർ പതുക്കെ നടന്നു. കാറ്റിൽ മണൽ പാറിക്കൊണ്ടിരുന്നു. "കടലിനെ ഇത്ര യേറെ പാവമായിട്ട് ഞാൻ മുമ്പെവിടെയും കണ്ടിട്ടില്ല" അവൾ പറഞ്ഞു. ഒരു തിര വന്ന് അവളുടെ കാലടികളെ നനച്ചു. ആ ഗാഢസ്പർശത്തിൽ അവൾ മതിമറന്നു. കടൽ തന്നെ വിളിക്കുകയാണെന്ന് അവൾക്കു തോന്നി. അയാൾക്കു തടയാനാകുന്നതിനു മുമ്പ് അവൾ തെളിഞ്ഞ ചിരി

യോടെ കടലിലേക്കിറങ്ങി. കരയ്ക്കു കയറുമ്പോൾ ഉടലാകെ നനഞ്ഞിരുന്നു.

"പോകാം. വസ്ത്രം മാറ്റണ്ടേ."

"സാരമില്ല. കാറ്റിന് ഉണങ്ങിക്കൊള്ളും."

നനഞ്ഞ് അവളുടെ ഉടൽ തിളങ്ങി. അവൾ മുടി ഇടയ്ക്കിടെ കാറ്റിൽ ഉയർത്തിക്കൊണ്ട് നടന്നു.

"കുറച്ചുനേരം ഇരിക്കാം എന്താ."

"ഓ.." അയാൾ അതിനു തയ്യാറായി. അവൾ അയാളുടെ സമീപത്തിരുന്നു.

"ഇവിടെ എത്തിയതും മനസ്സിന് എന്തൊരു സമാധാനമായെന്നോ." അവൾ തന്നോടുതന്നെ എന്നപോലെ പറഞ്ഞു. "കുട്ടിക്കാലം തിരിച്ചുകിട്ടിയതുപോലെ തോന്നുന്നു, ഞാനിനി എങ്ങും പോവില്ല. ഇവിടെ കഴിയും. എനിക്ക് എങ്ങോട്ടും മടങ്ങിപ്പോകാനാവില്ല. ആരും എന്നെ കാത്തിരിക്കുന്നുമില്ല."

"ഒന്നുമോർത്ത് ദുഃഖിക്കരുത്." അയാൾ പറഞ്ഞു.

കടൽ പറയുന്നതും അതുതന്നെയാവാം. സാന്ത്വനം പോലെ തിരകളും നനവാർന്ന കാറ്റുകളും വന്നുകൊണ്ടിരുന്നു. സൂര്യൻ പിന്നെയും ചാഞ്ഞു. അസ്തമയം ദിക്കെങ്ങും നിറഞ്ഞു. അയാൾ എഴുന്നേറ്റു. ധ്യാനത്തിന്റെ നേരമാകുന്നു.

* * * * *

ഹേ സൂര്യ, ഞങ്ങളുടെ കണ്ണിന് കാഴ്ച ഉണ്ടാക്കിയാലും. ഞങ്ങളുടെ ശരീരങ്ങൾക്ക് പ്രകാശത്തിനായി അവിടുത്തെ പ്രകാശം തന്നാലും അവിടുത്തെ തേജസ്സുകൊണ്ട് ഈ ജഗത്തു മുഴുവനും ഞങ്ങൾ വേണ്ട വിധത്തിൽ കാണുമാറാകട്ടെ. ബഹുവിധത്തിൽ, സവിശേഷമായി കാണുമാറാകട്ടെ.

സൗരമന്ത്രങ്ങളിൽനിന്നു തുടങ്ങുന്ന മറ്റൊരു പകൽ. അവളുടെ കണ്ണുകളിൽ ആകാശവും വെളിച്ചവുമായിരുന്നു. ഒരു ശാന്തിയിൽ കണ്ണുകൾ ഈറനായി. സൂര്യനും ആകാശവും മങ്ങി അവ്യക്തമായി അവൾ നിന്നു വിതുമ്പി. കണ്ണു തുടച്ച് ഒരിക്കൽക്കൂടി അവൾ ആകാശത്തിനു നേർക്കു മുഖമുയർത്തി.

അല്ലയോ സൂര്യ, അവിടുന്ന് അതീവ തേജസ്സുറ്റവനാകുന്നു. സത്യം. അതു മിഥ്യയല്ല. ആദിത്യാ, അവിടുന്ന് അതീവ ബലമുറ്റവനാകുന്നു. സത്യം. മഹാനായി ഭവിക്കുന്ന അവിടുത്തെ മഹത്വം സ്തോതാക്കളാൽ സ്തുതിക്കപ്പെടുന്നു. ദേവ, അവിടുന്ന് അതീവ വീര്യമുറ്റവനാകുന്നു. അതും സത്യം.

* * * * *

നഗരത്തിൽനിന്നുള്ള യുവാവ് ഗെയിറ്റിലെത്തി നില്ക്കുമ്പോൾ അവൾ ചെടികൾ നനയ്ക്കുകയായിരുന്നു. ഇലകളിലൂടെ ജലം കിനിഞ്ഞിറങ്ങിക്കൊണ്ടിരുന്നു. തനിക്കൊരു സന്ദർശകനുണ്ടെന്ന് അവൾ അറിഞ്ഞില്ല.

ശബ്ദമുണ്ടാക്കാതെ ഗെയിറ്റ് തുറന്ന് അവൻ അവളുടെ നേർക്കു നടന്നു. തന്നെ ആരോ വിളിച്ചതുകേട്ട് അവൾ നടുങ്ങി നിവർന്നു. അവൻ തെല്ലകലെ നില്പായിരുന്നു. അവളുടെ മുഖം പൊടുന്നനെ വിളർത്തു. എന്നാൽ അടുത്ത നിമിഷത്തിൽ അവൾ തന്റെ കൈയിലുള്ള മൺകുടം അവനെ ലക്ഷ്യമാക്കി വലിച്ചെറിയുകയും അവനോട് എത്രയും വേഗം അവിടെ നിന്ന് പോകാനായി ആക്രോശിക്കുകയും ചെയ്തു. അവളുടെ ശബ്ദം കേട്ട് മറ്റുള്ളവർ പല ഭാഗത്തുനിന്നുമായി വന്നു.

"പോ ഇവിടെ നിന്ന്. എനിക്ക് കാണണ്ട നിന്നെ." അവൾ കിതച്ചു.

മൺകുടം അവന്റെ മേൽ ചെന്നു തട്ടുകയുണ്ടായില്ല. അവനു കുറെ പിറകിലായി അതു തകർന്നു കിടന്നു. അവൻ സ്തബ്ധനായി നിന്നു. എന്തോ പറയാനോങ്ങിയെങ്കിലും ശബ്ദം പുറത്തുവന്നില്ല.

മറ്റുള്ളവർ അവളെ ആശ്വസിപ്പിക്കാൻ ശ്രമിക്കുകയായിരുന്നു. പക്ഷേ, അതു നിഷ്ഫലമായി. അവൾ കരഞ്ഞുകൊണ്ട് അവന്റെ നേർക്കോടിച്ചെന്ന് അവനെ പിറകോട്ടു തള്ളുകയും മുഖത്തും നെഞ്ചിലും മാന്തിക്കീറുകയും ചെയ്തു.

"പോ ഇവിടെനിന്ന്, പോ." അവൾ കരച്ചിലിനിടയിൽ അങ്ങനെ പറഞ്ഞുകൊണ്ടിരുന്നു.

മൂന്നു സ്ത്രീകൾ ചേർന്ന് അവളെ പിടിച്ചുമാറ്റി ഒരു കുടിലിലേക്കു കൊണ്ടുപോയി. അവൾ ചെറുത്തില്ല. മുഖംപൊത്തി കരഞ്ഞുകൊണ്ട് അവരുടെ കൂടെ നടന്നു.

യുവാവിന് മുറിവുകൾ നീറി. അവൻ അവൾ നീങ്ങിയ ദിശയിലേക്കു നോക്കിക്കൊണ്ട് നിന്നു.

അവൻ ദേഷ്യം തീർത്തത് അയാളോടാണ്.

അയാൾ അവനെ സമാധാനിപ്പിക്കാനായി അടുത്തുചെന്നതായിരുന്നു. അവൻ പല്ലുഞെരിച്ചുകൊണ്ട് പറഞ്ഞു.

"ബാസ്റ്റഡ്."

അയാൾ പക്ഷേ, തെല്ലും പ്രകോപിതനാവാതെ സംയമനം പാലിച്ചുനിന്നു. അയാൾ അവളെ മയക്കുമരുന്നുകളുടെ അടിമയാക്കി, ലൈംഗികമായി ചൂഷണം ചെയ്യുകയാണെന്നും അതു സെക്ഷ്വൽ പെർവേർഷനുകളുടെ സ്ഥലമാണെന്നും അവിടെയുള്ള കാവിവസ്ത്രങ്ങൾ ധരിച്ചവരെല്ലാം വെറും ഗുഹ്യരോഗികളാണെന്നും യുവാവ് വിളിച്ചുപറഞ്ഞു.

അയാൾ ഒരക്ഷരം ഉരിയാടിയില്ല.

അവൻ തിരിഞ്ഞുനടന്ന്, നാലഞ്ചുചുവടു പിന്നിട്ട് നിന്ന് വീണ്ടും കൈയുയർത്തി എന്തൊക്കെയോ വിളിച്ചുപറഞ്ഞു.

ഗെയിറ്റിലെത്തി അവൻ പിന്നെയും എന്തെല്ലാമോ പറഞ്ഞു.

* * * * *

അവൾ കുടിലിനുള്ളിൽ മുഖം കുനിച്ചിരുന്നു. അവളുടെ കണ്ണുകൾ നിറഞ്ഞൊഴുകുകയായിരുന്നു. അടുത്തിരുന്ന സ്ത്രീ സാരിത്തലപ്പുനീട്ടി അവളുടെ കണ്ണുനീര് തുടച്ചു. കരയരുതെന്നു പറഞ്ഞു.

വെളിയിൽനിന്ന് ഒരു ഗിറ്റാറിന്റെ നാദമുയർന്നു.

അവൾക്കു സാന്ത്വനം നേർന്നുകൊണ്ട് ഒരാൾ കുടിലിന്റെ മുറ്റത്തു നിന്ന് ഗിറ്റാർ വായിച്ചു. മരങ്ങളിൽ പക്ഷികൾ പാടി.

* * * *

ഒരുനാൾ നേരം ഏതാണ്ട് ഉച്ചയോടടുത്തപ്പോൾ ഗെയിറ്റിൽ ഒരു ചുവന്ന കാറും തൊട്ടുപിന്നിലായി ഒരു പൊലീസ് വാഹനവും വന്നു നിന്നു.

അവൾ കുടിലുകൾക്കപ്പുറം വയലിലായിരുന്നു. കൈത്തലങ്ങളിൽ ചെമ്മണ്ണ്. മുഖം വിയർത്തിരുന്നു.

കാറിന്റെ പിൻസീറ്റിൽനിന്ന് രണ്ടുപേർ പുറത്തിറങ്ങി. അവളുടെ അച്ഛനുമമ്മയും. അവർ ഒന്നും സംസാരിച്ചില്ല. ഗെയിറ്റ് തുറന്ന് അതി വേഗം ചരിവു കയറി. പിറകെ പൊലീസുകാരും.

പൊലീസുകാർ അവളെ ഓടിച്ചെന്ന് പിടികൂടുകയായിരുന്നു. രണ്ടു പേരുടെ അതിബലിഷ്ഠമായ കൈകളിൽ നിന്ന് അവൾ കുതറിമാറാൻ പണിപ്പെട്ടു. അവൾ അവരെ മനംനൊന്ത് ശപിച്ചു.

അച്ഛന്റെയും അമ്മയുടെയും മുന്നിലെത്തിയപ്പോൾ അവൾ അവ രുടെ നേരെ നീട്ടിത്തുപ്പി.

"ശവങ്ങൾ!"

രണ്ടു പൊലീസുകാരുടെ മദ്ധ്യേനിന്ന് അയാൾ അവളെ അരുതെന്ന് വിലക്കി.

അവൾ പറഞ്ഞു:

"ഞാൻ പോവില്ല ഇവരുടെ പന്നിത്തൊഴുത്തിലേക്ക്. ഒരുപക്ഷേ, പന്നിത്തൊഴുത്തിനേക്കാൾ ചീത്തയാണത്. ഇല്ല. ഞാൻ അങ്ങോട്ടില്ല."

"മോളേ."

"ത്ഫൂ. ഡേർട്ടി ബിച്ച്."

ഉയർന്ന പൊലീസ് ഉദ്യോഗസ്ഥൻ പറഞ്ഞു:

"നടക്ക് രണ്ടുപേരും."

അയാളുടെ ശബ്ദത്തിൽ അക്ഷമ പ്രകടമായിരുന്നു.

* * * * *

പൊലീസ് വാഹനത്തിലിരുന്നുള്ള ക്ലേശകരമായ യാത്രയോ പൊലീ സുകാരുടെ പരിഹാസോക്തികളോ, തന്നോടു വീണ്ടും വീണ്ടും ക്ഷമി ക്കാനഭ്യർത്ഥിക്കുന്ന അവളുടെ ദീനസ്വരമോ കണ്ണുനീരു പുരണ്ട മുഖമോ പരുപരുത്ത നിലമുള്ള ലോക്കപ്പ് മുറിയോ, നിർദ്ദയമായ ചോദ്യം ചെയ്യ ലോ, കോടതി വരാന്തയോ, പത്രലേഖകരുടെ ചോദ്യശരങ്ങളോ ക്യാമറ കളുടെ കണ്ണുചിമ്മിത്തുറക്കലോ, പ്രതിക്കൂടോ, ന്യായാധിപന്റെ തീക്ഷ്ണ മായ നോട്ടമോ, ആൾക്കൂട്ടത്തിന്റെ കടുത്ത നിന്ദയോ അയാൾ ഓർക്കു ന്നില്ല ഇപ്പോൾ. അയാളുടെ കണ്ണുകളിൽ സമുദ്രമാണ്. വെയിൽ ചാഞ്ഞു പതിക്കുന്ന ഉപരിതലം വെള്ളിപോലെ മിന്നുന്ന സമുദ്രം. നോക്കെത്തുന്നി ടത്തോളം അതു പരന്നുകിടന്നു. അതിനുമേൽ ആകാശം കനം തൂങ്ങി നിന്നു.

കാണെക്കാണെ പകൽവെട്ടം മങ്ങി. അയാൾ സാവധാനത്തിൽ എഴുന്നേറ്റ് തിരിഞ്ഞുനിന്നു. മണലിലൂടെ ആരോ തന്റെ നേർക്കു വരുന്നത് അയാളുടെ ശ്രദ്ധയിൽപ്പെട്ടു.

അത് അവൾ തന്നെയായിരുന്നു.

അവളുടെ വസ്ത്രങ്ങളിലും മുഖത്തും കൈകളിലും രക്തം കാണാമായിരുന്നു. നിശ്ചേഷ്ടനായി നില്ക്കുന്ന അയാളുടെ കാല്ക്കൽ വീണ് പാദങ്ങളിൽ മുഖമമർത്തി കരഞ്ഞുകൊണ്ട് അവൾ വിതുമ്പി.

"ഞാൻ വീണ്ടും വന്നിരിക്കുന്നു. എങ്ങനെയോ രക്ഷപ്പെട്ട്. എന്റെ ദേഹം നിറയെ മുറിവുകളാണ്. ഞാനാകെ ഒരു മുറിവാണ്."

അവൾ രക്തവും കണ്ണുനീരുമുള്ള തന്റെ മുഖം അയാളുടെ നേർക്കുയർത്തി. എന്നിട്ട് ഇത്രയും കൂടി പറഞ്ഞു:

"തോണിക്കാരൻ ക്ഷുദ്രജന്തുക്കളുള്ള പുഴയെ തോണിയാലെന്നപോലെ പൊറുക്കാൻ വയ്യാത്ത സർവ്വദുഃഖങ്ങളിൽനിന്നും എന്നെ മറുകരയ്ക്കെത്തിക്കേണമേ..."

നിഴൽക്കാഴ്ചകൾ

ദിനചര്യകൾക്ക് ചിട്ടയില്ലാതായി. ഉറങ്ങിയിട്ട് രാത്രികളായി...

വാസുദേവഷെട്ടിയുടെ മനസ്സ് നാൾക്കുനാൾ അശാന്തമായിക്കൊണ്ടിരുന്നു.

എന്തോ സംഭവിച്ചിരിക്കുന്നു. എന്താണെന്ന് നിശ്ചയമില്ല.

ചതുരംഗപ്പലകയിൽ കണ്ണുനട്ടിരിക്കുമ്പോൾ അയാളുടെ മനസ്സ് പക്ഷികളോടൊപ്പം യാത്രപോയി.

ഒരു മേഘം അയാളുടെ ചുമലിൽ തൊട്ടു. മഹേശ്വരഭട്ട് ഒരിക്കൽക്കൂടി ജയിക്കുകയാണെന്ന് അയാളറിഞ്ഞു. ഇനി ഏതാനും നീക്കങ്ങൾ മാത്രം.

അയാളുടെ കരുക്കൾ ചെറിയ ചതുരങ്ങളിൽ ഉന്മേഷം പാടെ നശിച്ച് വിളറി നിന്നു.

മഹേശ്വരഭട്ട് നഗരത്തിലെ ഹൈസ്കൂളിൽനിന്ന് പെൻഷൻപറ്റി ഗ്രാമത്തിൽ സ്ഥിരതാമത്തിനായി തിരിച്ചെത്തിയപ്പോൾ, അയാൾക്ക് ചതുരംഗത്തിലുള്ള താല്പര്യമോർത്ത് വാസുദേവഷെട്ടിക്കുണ്ടായ സന്തോഷം പറയാനില്ല. കൃഷ്ണരായർക്കു പകരം നല്ലൊരു പ്രതിയോഗിയെ കിട്ടിയല്ലോ എന്ന് അയാൾ സമാധാനിച്ചു.

ഒരുവർഷം മുമ്പ് കൃഷ്ണരായർ മരിച്ചപ്പോഴാണ് അയാൾക്ക് ചതുരംഗം കളിക്കാൻ കൂട്ടില്ലാതായത്. അതിനുശേഷം വേറെ വഴി കാണാതെ ഗുണ്ടണ്ണയെ ചതുരംഗം പഠിപ്പിക്കാൻ ശ്രമം തുടങ്ങി. കാടുംമലയും നിരങ്ങി മരുന്നിലകളും വേരുകളും ശേഖരിച്ച് വില്ക്കാനെത്തുന്ന ഗുണ്ടണ്ണയ്ക്ക് ചതുരംഗത്തിൽ തെല്ലും താല്പര്യമില്ല. വൈദ്യരുടെ അപ്രീതി ഒഴിവാക്കാനായി മാത്രം കളിയിൽ ശ്രദ്ധിക്കുന്നതായി ഭാവിക്കുമെങ്കിലും അതിന്റെ നിയമങ്ങൾ അവൻ എളുപ്പത്തിൽ മറന്നുപോകുമായിരുന്നു.

അതുനിമിത്തം ഇനിയൊരിക്കലും അവനെയും കൂട്ടി ചതുരംഗത്തിനിരിക്കില്ലെന്ന് വൈദ്യർ അനേകം തവണ തീരുമാനിച്ചതാണ്. പക്ഷേ, രണ്ടു പകൽ കഴിയുമ്പോൾ വീണ്ടും അവനെ വിളിക്കും.

അങ്ങനെയിരിക്കെയാണ് മഹേശ്വരഭട്ടിന്റെ തിരിച്ചുവരവ്.

അയാൾ ഒരു പരുക്കൻ മൂളിപ്പാട്ടോടെ ചതുരംഗപ്പലകയിലേക്ക് ഉറ്റുനോക്കി.

"പണ്ഡിതരേ," വാസുദേവഷെട്ടി അങ്ങനെ വിളിച്ചതുകേട്ട് അയാൾ പലകയിൽ നിന്ന് മുഖമെടുത്തു. ദുഃഖം പുരണ്ട ആ വിളി അയാളെ സ്പർശിച്ചു.

വാസുദേവഷെട്ടി ചതുരംഗത്തിന്റെ കാര്യം മറന്ന്, തികച്ചും അപ്രതീക്ഷിതമായി, തന്റെയുള്ളിൽ പെരുകിക്കൊണ്ടിരുന്ന അസ്വസ്ഥതയെക്കുറിച്ച് പറയാനാരംഭിച്ചു.

നരച്ചുനീണ്ട മുടി. ശൂന്യമായ കണ്ണുകൾ. മിനുക്കം നഷ്ടപ്പെട്ട മെലിഞ്ഞ ശരീരം. വിറയലാർന്ന ശബ്ദം.

ഓ, അയാൾക്ക് മനസ്സിലായി. ഒരു നിഴൽ വന്ന് മൂടിയിരിക്കുകയാണ് ഷെട്ടിയെ. അതിന്റെ കറുപ്പുനിറം ഈ മുഖത്ത് വ്യക്തമായും തെളിഞ്ഞു കാണാം.

തനിക്ക് മൃത്യുഭീതിയാണെന്നു പറഞ്ഞുകേട്ട് വാസുദേവഷെട്ടി ചിരിക്കുകയായി. വിവശമെങ്കിലും വിശുദ്ധിയുള്ള ചിരി.

താനെന്തിന് മൃത്യുവിനെ ഭയപ്പെടണം? മഹേശ്വരഭട്ട് പൊയ്ക്കഴിഞ്ഞ്, മരുന്നുകൾക്കിടയിൽ ഒറ്റയ്ക്കായപ്പോൾ അയാൾ ചിന്തിച്ചു. എങ്കിലും അയാൾക്ക് ഭട്ടിനെ കുറ്റപ്പെടുത്താൻ തോന്നിയില്ല.

ഇത്രയും കാലത്തെ ജീവിതത്തിനിടയിൽ അയാൾ ഒട്ടനവധി മരണം കണ്ടിട്ടുണ്ട്. നടവരമ്പുകളിലൂടെ തിടുക്കപ്പെട്ട് നടന്നുചെന്ന് വീട്ടു മുറ്റത്തെത്തുമ്പോൾ പൊടുന്നനെ ഒരു കൂട്ടമുറവിളി... രോഗിയെ സൂക്ഷ്മമായി പരിശോധിച്ച് വീട്ടുകാരനോടൊപ്പം മുറിയിൽ തിരിച്ചെത്തി മരുന്നുകൾ തയ്യാറാക്കുമ്പോൾ മറ്റൊരാൾ മരണത്തിന്റെ നടുക്കവുമായി കടന്നുവരുന്നു... അടുത്ത ദിവസം കാണാമെന്ന് വാക്കുപറഞ്ഞ പരിചയക്കാരൻ പിറ്റേന്ന് വെളുപ്പിന് ചിതയിൽ...

ഈശ്വരാ, ഈ കുരുന്നു ചെടികളെ എന്തിനിങ്ങനെ കൊടുങ്കാറ്റെറിഞ്ഞ് നോവിക്കുന്നുവെന്ന് അപ്പോഴൊക്കെയും ഓർക്കും.

ഒരുനാൾ താനും കരുണയില്ലാതെ പിഴുതെറിയപ്പെടുമെന്ന് അയാൾക്കറിയാം. ആ കാറ്റിന്റെ സൂചനകൾ അകലെനിന്ന് കേൾക്കുമ്പോൾ തന്റെ ഇലകളിലും വേരുകളിലും കണ്ണുനീര് വീഴുകയില്ലെന്നാണ് അയാളുടെ പ്രതീക്ഷ. വാസുദേവഷെട്ടി, നോക്കൂ. അടഞ്ഞുകിടക്കുന്ന ഒരു വാതിലല്ല.

ഉച്ചയ്ക്ക് അയാൾ അല്പം കൂവപ്പൊടി കാച്ചിക്കുറുക്കി വിശപ്പു തീർത്തു. പുറംതാളുകൾ കീറിയ, ഏറെ കാലപ്പഴക്കമുള്ള ഒരു ഗ്രന്ഥ

ത്തിലൂടെ അയാളുടെ കണ്ണുകൾ ശാന്തിതേടിയെന്നോണം അലഞ്ഞു നടന്നു.

ഉച്ചതെറ്റിയപ്പോൾ ഒരുകെട്ട് വേരുകളുമായി ഗുണ്ടണ്ണ വന്നു.

ഗുണ്ടണ്ണ ഒരു ചെറിയ മനുഷ്യസൃഷ്ടി. ഔഷധച്ചെടികൾ വളരുന്ന കുന്നുകളാണ് അവന്റെ ആശ്രയം. അവൻ ചെടികളുടെ രഹസ്യമാരാഞ്ഞ് ചെമ്മണ്ണിലൂടെ നൂണിറങ്ങുന്നു. ഇലകളുടെ സുഖവിവരം തിരക്കി നടന്നു പോകുന്നതിനിടയിൽ മരച്ചില്ലകളിൽ നഖംകൊണ്ട് എന്തോ കുറിച്ചു വെക്കുന്നു.

കുന്നുകളിലെങ്ങും അവന്റെ വിരലടയാളങ്ങൾ. ഒരു ചാൺ മാത്രം വളർന്ന സസ്യംപോലും അവനു തണൽ നല്കുന്നു. പൊടിവേരുകൾപോലും അവനെ ആശ്വസിപ്പിക്കുന്നു.

ഗുണ്ടണ്ണയെ കണ്ടിട്ട് ഒരുപാട് ദിവസങ്ങളായല്ലോ എന്ന് ഷെട്ടി പറഞ്ഞു.

നിലത്തുചടഞ്ഞിരുന്ന് അവൻ വിശേഷങ്ങൾ പറയുകയായി.

ഒരാഴ്ച പട്ടണത്തിലായിരുന്നു.

രാമപ്പയുടെ കൂടെ.

രാമപ്പ അവന്റെ ബന്ധുവാണ്. തുറമുഖം ജോലിക്കാരൻ. രാമപ്പയോടൊപ്പം നഗരംചുറ്റിനടന്ന് സിനിമകൾ കണ്ട്, ചില്ലറ വിനോദങ്ങളിലേർപ്പെട്ട്, വിശേഷങ്ങളുടെ ചുമടേറ്റി മങ്ങിവരികയാണ് ഗുണ്ടണ്ണ.

അവൻ ചിലതെല്ലാം പറഞ്ഞു. കൂട്ടത്തിൽ ഒരു രാത്രിയിലെ അനുഭവത്തെക്കുറിച്ചും...

അല്പംപോലും സങ്കോചമില്ലാതെ, നിഗൂഢമായ ഒരു ചിരിയോടെ, അവനത് വിവരിച്ചപ്പോൾ വാസുദേവഷെട്ടിയുടെ മുഖം വിളറി.

അയാൾക്കുമുണ്ടായിരുന്നു അത്തരത്തിലൊരനുഭവം. അതോർക്കുമ്പോൾ അയാളുടെ ഉള്ളിൽ തീയാളുന്നു. വർഷങ്ങൾ പലതു കഴിഞ്ഞിട്ടും അതിന്റെ ഓർമ്മ മനസ്സിൽ നിലനില്ക്കുകയാണ്. ഇലകൾ കാർന്നുതിന്നുന്ന ഒരു പുഴുവായി അതിഴഞ്ഞു നടക്കുന്നു. ആ ചെറിയ പുഴുവിനു മുന്നിൽ അവളെത്ര നിസ്സഹായൻ!

പുറത്ത് പാതകളിൽ മഴ പെയ്യുന്നുണ്ടായിരുന്നു. രാത്രി തണുപ്പുള്ളതായിട്ടും അയാൾക്ക് വിയർത്തു. മുറിയിലെ വെളിച്ചത്തെ അയാൾ പേടിച്ചു. അപരിചിതമായ ഒരു സ്ത്രീശരീരത്തിന്റെ ഗന്ധം തങ്ങിനില്ക്കുന്ന, അലങ്കോലപ്പെട്ട കിടക്കയിൽ അയാൾ വിറകൊണ്ടു. തലയിണയിൽനിന്ന് ചതഞ്ഞ പൂക്കളുടെയും മുടിയുടെയും രൂക്ഷമായ മണം പൊങ്ങി.

അവൾ കണ്ണാടിക്കുമുന്നിൽ ചെന്നിരുന്ന് നഗ്നമായ ഉടലിലൂടെ തലോടുന്നതുപോലെ കണ്ണോടിക്കുകയായിരുന്നു. കണ്ണാടിയിൽ നോക്കി അവൾ തന്നോടു ചിരിക്കുന്നതുകണ്ട് അയാൾ ചൂളി. പാപംപോലെ കറുത്ത ജനലിനുനേർക്ക് മുഖംതിരിച്ചപ്പോൾ പിന്നിൽ അവളുടെ ചിരി മുഴക്കമുള്ളതായി.

വാസുദേവഷെട്ടി കണ്ണടച്ചു.

നെഞ്ചിൽ നരച്ച താടി നീണ്ടുകിടന്നു.

ഗുണ്ടണ്ണ ഒരു ബീഡി കൊളുത്തി, കവിൾ നിറയെ പുകയോടെ ഷെട്ടിയെ നോക്കി.

"വൈദ്യരേ." അവൻ വിളിച്ചു.

അയാൾ കണ്ണു തുറന്നു.

"മുഖത്തെന്താ ഒരു സങ്കടം?"

അയാൾ ഒരുനിമിഷം പരിഭ്രമിച്ചുവെങ്കിലും ഒന്നുമില്ലെന്ന അർത്ഥത്തിൽ തലകുലുക്കി.

അവന് വിശ്വാസമായില്ല.

"ബന്ധുക്കളും വേണ്ടപ്പെട്ടവരും ഇല്ലാതിരിക്കുമ്പോൾ വയസ്സുകാലത്ത് ആർക്കായാലും തോന്നും സങ്കടം."

ഗുണ്ടണ്ണ പറഞ്ഞുകൊണ്ടിരുന്നു. പെണ്ണും കുട്ടികളും ബന്ധുക്കളുമുള്ളതിനാൽ താൻ അതീവ സന്തുഷ്ടനാണെന്ന്... പ്രായമാകുമ്പോൾ ചിലരെ ഏകാന്തത അലട്ടുമെന്ന്. വൈദ്യർ എവിടെയുമെത്താതെ തന്നിൽത്തന്നെ അവസാനിക്കുകയാണെന്ന്... അങ്ങനെ പലതും.

സന്ധ്യയായതോടെ മഴയുടെ പതിഞ്ഞ കാലൊച്ചകൾ കേട്ടു തുടങ്ങി.

മുത്തച്ഛന്റെ കാലത്ത് പണിതീർത്ത, പഴയ വീട്ടിക്കസേരയിൽ ചാരിക്കിടന്ന് വാസുദേവഷെട്ടി കണ്ടു: പിൻകുടുമ തുള്ളിച്ചുകൊണ്ട് നിഴലുകൾക്കിടയിലൂടെ ഓടിയോടിവരുന്ന ഒരു കുട്ടി. അവന്റെ നാവിൻതുമ്പിൽ ഒരു നെല്ലോലത്തുണ്ട്. നീണ്ട യാത്ര കഴിഞ്ഞുവന്ന അച്ഛൻ, ദൂരെയെങ്ങോ നിന്നു വാങ്ങിയ ചന്ദനത്തിന്റെ ആനയെ നീട്ടിപ്പിടിച്ചുകൊണ്ട് അവന്റെ കണ്ണുകളിൽ നിറഞ്ഞു. കഴുത്തിൽ രുദ്രാക്ഷമാല. കാവിമുണ്ട്. മെതിയടികൾ. അച്ഛന്റെ ചിരിയുടെ തിളക്കം ഓരോ ചുമരിലും പ്രതിഫലിച്ചു. വീടിന്റെ ജാലകങ്ങൾക്കപ്പുറത്ത് താഴ്വരയിലത്രയും പനകൾ വളർന്നു നിന്നു.

സുഖം തന്നെയല്ലേ?

മഴയുടെ മൂന്നാമത്തെ ദിവസം അവർ വീട്ടിനുള്ളിൽ നിരവധി ഞണ്ടുകളെ കൊന്നിരുന്നു. എന്നാൽ, നവജാതശിശുവിന് രാത്രി നീളെ പനിച്ചത് അവയുടെ നാറ്റം മൂലമാണെന്നു അവർ സംശയിച്ചതുകൊണ്ട്, പെലയോയ്ക്കു നനഞ്ഞ മുറ്റംതാണ്ടി അവയെ കടലിൽ എറിഞ്ഞുകള യേണ്ടിവന്നു. ലോകം ചൊവ്വാഴ്ചതൊട്ടു ദുഃഖിതമായിരുന്നു...

നേരം പാതിരയോടടുത്തിരുന്നു. ഞാൻ വായിച്ചുകൊണ്ടു കിടക്കു കയായിരുന്നു. പത്തുമണിയായപ്പോൾ പതിവുപോലെ വിളക്കണച്ച് ഉറ ങ്ങാൻ കിടന്നതാണ്. നിർഭാഗ്യവശാൽ ഉറക്കം വന്നില്ല. ഇറുകെ കണ്ണു ചിമ്മി കുറെനേരം തിരിഞ്ഞും മറിഞ്ഞും കിടന്നുനോക്കി. ഒരു രക്ഷയു മില്ല. റേഡിയോ ഓൺ ചെയ്തുവെച്ചു. അതിന്റെ നിലപാട് പക്ഷേ, ഒട്ടും അനുകൂലമായിരുന്നില്ല. പാടിക്കൊണ്ടിരുന്നത് അമിതാബ് ബച്ചനായിരുന്നു. നൂറു പീസ് ഓർക്കസ്ട്രയോടെ ദൈവത്തെവിളിച്ചുകൊണ്ടു ധൃതിയിൽ റേഡിയോ പൂട്ടി. അതിനെത്തുടർന്ന് അല്പം മനസ്സമാധാനം കിട്ടി. എന്നാൽ ഉറക്കമില്ല. കഷ്ടംതന്നെ. ഞാൻ കണ്ണുകൾ ആവുന്നതു തുറന്നു പിടിച്ചു. സർവ്വത്ര അന്ധകാരം, ചീവീടുകൾ...

വേണ്ട, ഞാൻ സ്വയം പറഞ്ഞു. വരാൻ മടിച്ചുനില്ക്കുന്ന ഉറക്കത്തെ അങ്ങനെ അനുനയിപ്പിക്കാനൊന്നും വയ്യ. ഉറക്കം വരുന്നില്ലെങ്കിൽ എന്താ, വെളുക്കുവോളം കിടന്നു വായിക്കാമല്ലോ. പോരാത്തതിന്, അത്യധികം മിനക്കെട്ടു നേടിയ മാർകിസിന്റെ കൃതി കൈയെത്തുന്ന അകലത്തിൽ ചുമ്മാ കിടക്കുകയും ചെയ്യുന്നു.

തൊട്ടടുത്ത നിമിഷം കാര്യങ്ങൾ സാധാരണ നിലയിലായി. ഉറങ്ങു ന്നതിനുമുമ്പ് പതിവുള്ളതുപോലെ ഞാൻ സോത്സാഹം വായിച്ചു തുടങ്ങി. നേരം പാതിരയോടടുത്തപ്പോൾ പടുകൂറ്റൻ ചിറകുകളുള്ള വളരെ പ്രായ മായ ഒരു വൃദ്ധനിലെത്തി.

“ഞണ്ടുകളെ എറിഞ്ഞുകളഞ്ഞശേഷം വീട്ടിലേക്കു തിരികെ വരികയായിരുന്ന പെലയോയ്ക്ക്, മദ്ധ്യാഹ്നവെളിച്ചം വളരെ ദുർബ്ബലമായിരുന്നതുമൂലം, മുറ്റത്തു വീണുകിടന്ന് ഇളകുകയും മോങ്ങുകയും ചെയ്യുന്നതെന്താണെന്നു മനസ്സിലാക്കുക പ്രയാസകരമായിരുന്നു. പടുകൂറ്റൻ ചിറകുകൾ തടയുന്നതുകൊണ്ട് എത്രമേൽ ശ്രമിച്ചിട്ടും എഴുന്നേല്ക്കാനാവാതെ ചെളിയിൽ മുഖംകുത്തി കിടക്കുന്ന വളരെയേറെ പ്രായമായ ഒരു വൃദ്ധനാണു അതെന്നു അറിയാൻ അയാൾക്കു വളരെയടുത്തേക്കു ചെല്ലേണ്ടിവന്നു.”

അപ്പോൾ വാതിലിൽ ഒരു മുട്ടു കേൾക്കായി. കാറ്റുവന്നു തട്ടി വാതിൽ തനിയെ പിറകോട്ടു നീങ്ങുന്നത് എന്റെ മുറിയെ സംബന്ധിച്ച് അസാധാരണമൊന്നുമല്ലാത്തതിനാൽ ഞാനതവഗണിച്ച് വലിപ്പമേറിയ ചിറകുകളുമായി ചെളിയിൽ കമിഴ്ന്നുകിടന്നു ഞരങ്ങുകയും പുളയുകയും ചെയ്യുന്ന–

വാതിലിൽ തുടരെ മുട്ട്. എന്റെ സമസ്ത ഇന്ദ്രിയങ്ങളും മരവിച്ച പോലായി. പുസ്തകം പിടിവിട്ടു കിടക്കയിൽ വീണു. മൃതപ്രായം വിളറി ഞാൻ കിടന്നു.

ആരോ വാതിലിൽ മുട്ടുകയാണ്.

“വാതിൽ തുറക്കൂ.”

ഞാൻ ധൈര്യമവലംബിച്ച് എണീറ്റു. എനിക്കു പരിചയമുള്ള ആരുടെയെങ്കിലും ശബ്ദമാണോ അതെന്ന് ഓർത്തുനോക്കി. ഒരെത്തും പിടിയും കിട്ടിയില്ല.

“ഹ, തുറക്കൂന്നെ.”

പിന്നെ വൈകിച്ചില്ല. വാതിൽ തുറന്നു.

പുറത്തു വിശുദ്ധവേഷം ധരിച്ച ഒരാളായിരുന്നു. വാർദ്ധക്യത്തെ സമീപിച്ചുകൊണ്ടിരുന്ന ഒരു കോൺസ്റ്റബിൾ. കട്ടിയുള്ള നരച്ച മീശ മേൽച്ചുണ്ടിനെ പാടെ മറച്ചിരുന്നു. കണ്ണുകളിൽ ഒരു കുസൃതിപോലെ എന്തോ നിഴലിച്ചു കിടന്നു.

അതീവഹൃദ്യമായ ചിരിയോടെ അയാൾ ചോദിച്ചു.

“സുഖംതന്നെയല്ലേ..”

മരണവൃത്താന്തം

പുഴ. ഒരു ശരീരം അതിൽ പൊങ്ങിക്കിടന്നു. അതുകണ്ടു പേടിച്ച് ഒരു കുട്ടി തീരത്തുനിറഞ്ഞ ആറ്റുവഞ്ചിച്ചെടികൾക്കിടയിലൂടെ പാഞ്ഞു. അവന്റെ മുഖത്ത് ഒച്ചയില്ലാത്ത ഒരു നിലവിളി തിങ്ങിനില്പുണ്ടായിരുന്നു. ഊർന്നു വീഴാൻ തുടങ്ങുന്ന നിക്കർ ഒരു കൈകൊണ്ട് ഉയർത്തിപ്പിടിച്ച്, തന്റെ ശോഷിച്ച നിഴലുമേറ്റി നാട്ടുവഴിയിലൂടെ അവൻ അങ്ങാടികളുടെ നേർക്കോടി.

അങ്ങാടി തുടങ്ങുന്നത് കരുണന്റെ ഹെയർകട്ടിങ് സലൂണിൽനിന്നാണ്. ചില അന്താരാഷ്ട്ര പ്രശ്നങ്ങളിലുള്ള തന്റെ നിലപാടു വിശദീകരിച്ചുകൊണ്ട് കേൾവിക്കാരന്റെ മുടി നീക്കുകയായിരുന്നു കരുണൻ.

ഓർക്കാപ്പുറത്ത് നിരത്തിൽ ഒരു കുട്ടി വന്നുവീണപ്പോൾ കരുണന്റെ ശ്രദ്ധ പതറി.

എതിരെയുള്ള അങ്ങാടിയിൽനിന്ന് ഇമ്പിച്ചാമു ഹാജി വിളിച്ചു ചോദിച്ചു.

"എന്തായി ചെറിയോൻ?"

പത്രം വായിച്ചുകൊണ്ടിരുന്ന മുഹമ്മദ് മുസലിയാർ കടുത്ത നീരസത്തോടെ പറഞ്ഞു:

"കണ്ണും ചെവിടുംല്ലാതെ പായല്ലേ പന്നി പായുമ്പോലെ. നടന്നാപ്പോരേ ചെക്കനിക്ക്."

"ഇനി പറഞ്ഞിറ്റെന്താ മൊയ്‌ലാറേ, ബീണില്ലേ." ഇമ്പിച്ചാമുഹാജി പറഞ്ഞു. കരുണൻ നിരത്തിലേക്കിറങ്ങുന്നത് അയാൾ കണ്ടു.

"ങ്ഹാ. ഒന്നു കൈകൂട് കരുണാ ചാങ്ങായി എണീക്കട്ടെ." മുസലിയാർ കുലുങ്ങിച്ചിരിച്ചു.

"പെരുത്ത് ബേജാറ്ണ്ട് ചെക്കനിക്ക്."

"ണ്ടാവാണ്ടിരിക്ക്വോ."

അവൻ കരുണനെ സംഭ്രമത്തോടെ നോക്കുകയായിരുന്നു. കരുണന് അവനെ മുഖപരിചയം തോന്നി. പരിചയം കുറേക്കൂടി ഉറപ്പിക്കാനെന്നോണം, കവിളുകളിലും നെറ്റിയിലും പുരണ്ട ചെമ്മണ്ണു തുടച്ചുകളഞ്ഞു.

അവൻ കിതച്ചു.

വാക്കുകൾ ചിതറിവീണു:

"ഒരാള്... ഞാൻ കണ്ടു... പുഴയില്..."

അവന്റെ ശബ്ദത്തിലെ വിറയൽ ഒരു കാറ്റായി അങ്ങാടിയിൽ പടർന്നു. രാവിലെയായതുകാരണം അധികമാൾക്കാരുണ്ടായിരുന്നില്ല. ചന്തദിവസമാണെങ്കിൽ രാവിലെതന്നെ അങ്ങാടിയും നിരത്തും നിറഞ്ഞുകവിയും. ചന്ത ശനിയാഴ്ചയാണ്. നിരത്ത് ശൂന്യം. അങ്ങാടികളിൽ പതിവു സന്ദർശകർ മാത്രം. അവരാണ് നടുങ്ങിനിവർന്നത്. അവരാണ് ആദ്യമായി അങ്ങോട്ടോടിയത്. പിന്നെ, കേട്ടറിഞ്ഞവരെല്ലാം ഓടി.

ജലോപരിതലത്തിൽ ഒരു വിള്ളൽപോലെ ആ ഉടൽ വീണുകിടക്കുന്നത് അവരെല്ലാം കണ്ടു.

* * * *

ഒരാത്മാവ് താണുവന്നു തന്നെ തൊടുകയാണെന്നു ഗോപാലനു തോന്നി. ഉൾഞരമ്പുകൾ പോലും അതിന്റെ സ്പർശനമേറ്റു പിടച്ചു. ചേറുപിടിച്ച ബെഞ്ചിൽ ഞണ്ടിൻ കാലുകളും ഇറ്റുവീണ കള്ളും ഒഴിഞ്ഞ കുപ്പികളും. അവയിൽ കണ്ണുകളിടറി.

"ഇങ്ങോട്ട് നോക്ക്." ഗോപാലൻ പറഞ്ഞു.

ചോയുണ്ണിയും വേലായുധനും നോക്കി. ഗോപാലൻ അവരോടു ചോദിച്ചു:

"മേസ്ത്രി എന്തിനാ ചാകാൻ പോയത്?"

ഉത്തരമില്ല. ചോദ്യം മുനയൊടിഞ്ഞുവീണു. ചോയുണ്ണിയും വേലായുധനും പരസ്പരം നോക്കി. അവർക്കറിയില്ല.

"കഴകത്തിലെ ചെമ്പുപാത്രം കട്ടത് ആരാ?" ഗോപാലൻ ചോയുണ്ണിയോട് പതിഞ്ഞ, രഹസ്യത്തിന്റേതായ ശബ്ദത്തിൽ ചോദിച്ചു.

എനിക്കറിയോ ഗോപാലാ." ചോയുണ്ണി കൈമലർത്തി.

"നീയ്യറിയോ വേലായുധാ" ഗോപാലൻ വേലായുധന്റെ നേർക്കു തിരിഞ്ഞു.

"ആളുകള് പറയുന്നതല്ലാണ്ട് എനിക്കെന്താ അറിയ്വാ." വേലായുധൻ പറഞ്ഞു.

"ആളുകള് എന്താ പറഞ്ഞത്?"

"അതു നീയും കേട്ടുകാണും."

"ഇല്ല. വേലായുധൻ പറയ്."

"മേസ്ത്രീടെ മോൻ ഗോവിന്ദനെന്നല്ലേ ജനസംസാരം. അവനിപ്പോ ഒളിവിലാ. കിട്ടിയാല് കഴകക്കാര് വെറുതെയൊന്നും വിടൂല്ല്യാ. എല്ല്

എണ്ണിയെണ്ണി എടുക്കുംന്നാ കേൾക്കുന്നത്."

ഗോപാലൻ നടുങ്ങി.

"എന്നിട്ടാവ്വോ മേസ്ത്രി ചത്തത്?"

''ആയിരിക്കും.'' ചോയുണ്ണി പറഞ്ഞു: ''ആയുസ്സിനെടയ്ക്ക് ഇന്നോളം ഒരു ചീത്തപ്പേര് കേട്ടിട്ടില്ല മേസ്ത്രി. ഈ വയസ്സുകാലത്ത് മോൻ കള്ളനായെന്നു കേട്ടപ്പോ സമനില തെറ്റി പൊഴയില് ചാടിയ താവും."

ഗോപാലൻ കള്ള് ഒരു കുപ്പികൂടി ആവശ്യപ്പെട്ടു.

"ഇന്നിത് തോനെയായല്ലോ." വേലായുധൻ സംശയിച്ചു.

"ഒരു മനസ്സമാധാനത്തിനാ. നീയിങ്ങെടുക്ക്."

വേലായുധൻ അതനുസരിച്ച് കള്ളിനുനേരെ നടന്നു. ഗോപാലൻ കാത്തിരുന്നു. അതേ ഇരുപ്പിൽ ഉറങ്ങി. സ്വാസ്ഥ്യമില്ലാത്ത ഒരാളുടെ ഉറക്കമായിരുന്നു അത്. ജലം നിറഞ്ഞ് അതിർവരമ്പുകൾ നഷ്ടപ്പെട്ട ഒരു വയൽപ്പരപ്പിലേക്ക് ഒരു തൂവൽപോലെ താൻ വീണുകൊണ്ടിരിക്കുന്നതായും താൻ ഒരു പുഴയുടെ വിചാരണയെ നേരിടുന്നതായും പുഴയിലെ പാറകൾക്കിടയിൽ താൻ കുടങ്ങിക്കിടക്കുന്നതായും മറ്റുമുള്ള ദുഃസ്വപ്നങ്ങളുടെ ഒരു പരമ്പര ഗോപാലനെ ഏറെനേരം വേട്ടയാടി. അയാൾ ഉറക്കത്തിൽ കരയാൻ തുടങ്ങി.

* * * * *

നളിനി വാതിലടച്ച് മുറിക്കുള്ളിലിരിക്കുകയായിരുന്നു. കരഞ്ഞും ഓക്കാനിച്ചും അവളാകെ തളർന്നിരുന്നു. ചുമരുകൾ അവളെ പേടിപ്പിച്ചുകൊണ്ടിരുന്നു.

ചുവരുകൾക്കപ്പുറം അവളെ സംബന്ധിച്ചിടത്തോളം ഒന്നുമുണ്ടായിരുന്നില്ല. നിറംകെട്ട ഈ നാലു ചുവരുകൾ ഒരു ഒസ്യത്തിൽ നിന്നെന്നോണം അവൾക്കു കിട്ടിയിരിക്കുന്നു. അവയ്ക്കിടയിൽ ചാണകപ്പൊളിയുടെയും ഛർദ്ദിലിന്റെയും ഗന്ധത്തിൽ അനുനിമിഷം വളരുന്ന ഇരുട്ടിൽ കുരുന്നുജീവൻ സ്പന്ദിക്കുന്ന വയറുമായി അവളിരുന്നു. ഏതോ രാത്രിയിലെ തണുത്ത നിലാവ് അവളെ പൊതിഞ്ഞു. മണ്ണിലും ഇലകളിലും ആലസ്യത്തോടെ വീണുകിടന്ന് കണ്ണുചിമ്മി. അടഞ്ഞ കണ്ണുകൾക്കു മീതെ മഞ്ഞുപെയ്തു.

ആരുടെ ശാപമെന്നറിഞ്ഞുകൂടാ. അവൾക്കതെല്ലാം അടുത്ത മാത്രയിൽ കൈവിട്ടുപോയി. കുരുന്നുജീവൻ സ്പന്ദിക്കുന്ന വയറുമായി മുനയുള്ള കല്ലുകളിൽ അവൾ കിടന്നു. അച്ഛന്റെ കാല്പെരുമാറ്റം അവൾക്കു കേൾക്കാമായിരുന്നു. നിശ്ശബ്ദമായ കണ്ണുനീരും വിയർപ്പും കല്ലുകളെ നനച്ചു. അച്ഛൻ വരികയാണ്. അവൾ ഭീതിയോടെ ഓർത്തു. കല്ലിന്റെ നിറമുള്ള മുണ്ടും മുറിക്കൈയൻ പണിക്കുപ്പായവും കാറ്റിൽ ഉലയുന്നു. നളിനീ, നീ എന്തിനിത് എന്നോടുചെയ്തു. ഇത്രയും പാവമായ നിന്റെ അച്ഛനോട് - നാളെ എല്ലാവരും ഇതറിയുമ്പോൾ -മോളേ - നിനക്ക് ഈ ഗതി-

* * * * *

ഏറ്റുകാരൻ കണ്ണൻ അന്തിച്ചെത്തിനു തെങ്ങിൽ കയറിയപ്പോൾ ഒരു ആടിന്റെ കരച്ചിൽ കേട്ടു തളർന്നുപോയി.

ആട് മേസ്ത്രിയുടെ പറമ്പിലായിരുന്നു. കണ്ണൻ അന്തിച്ചെത്തിൽ ശ്രദ്ധ പതിപ്പിക്കാൻ ശ്രമിച്ചുവെങ്കിലും ആടിന്റെ തുടരെയുള്ള വിലാപം അത് അസാദ്ധ്യമാക്കി.

ആട് കരഞ്ഞുകൊണ്ടിരുന്നു. തെങ്ങോലകൾക്കിടയിൽ കണ്ണൻ ഒരു പ്രതിഷ്ഠപോലെ ഉറച്ചിരുന്നു.

മേസ്ത്രിയുടെ ആടിനെ താൻ പീഡിപ്പിച്ചത് എന്തിനായിരുന്നുവെന്ന് കണ്ണൻ ഓർത്തുനോക്കി. അതെ, ഓർമ്മവരുന്നു, താൻ കൊണ്ടുവന്നു നട്ട നാരകത്തിന്റെ ഇലകൾ അതു നിശ്ശേഷം തിന്നുതീർത്തു. കൈയിൽ കിട്ടിയ ഒരു നീണ്ടവടിയുമെടുത്ത് താൻ ആടിന്റെ പിറകെയോടി.

“എന്നാലും എന്റെ കണ്ണാ, ഒരു മിണ്ടാപ്രാണിയല്ലേ അത്. അതിന് അറിയുമായിരുന്നോ...” മേസ്ത്രിയുടെ ശബ്ദം ചിലമ്പി. കാലൊടിയുകയും മുറിവേല്ക്കുകയും ചെയ്തു. ആടിനെ കൈകളിലെടുത്ത്, ഏതു നിമിഷവും വീണേക്കുമെന്ന് തോന്നിച്ചുകൊണ്ട് വേച്ചുവേച്ച് മേസ്ത്രി നടന്നു നീങ്ങുമ്പോൾ മരവിച്ചതുപോലെ താൻ നിന്നു. പിന്നാലെ ഓടിച്ചെന്ന്, ചെയ്തതു തെറ്റായിപ്പോയെന്ന് ഒരു വാക്കു പറയാൻ തോന്നിയില്ല. ഇനിയതൊരിക്കലും പറയാനും കഴിയില്ല. മേസ്ത്രി പോയി.

കണ്ണന് തെങ്ങിൽനിന്ന് താഴെയിറങ്ങണമെന്നേ തോന്നയില്ല. അവിടെ അങ്ങനെയിരിക്കെ നെഞ്ചു കനത്തു. ആകാശം ഇരുണ്ടു.

ആരോടും യാത്ര പറയാതെ

ദേവരന്തയിലോ, ഹൺബാളുവിലോ, മുഡിഗരിയിലോ...

മുനി വെങ്കടപ്പ എവിടെയാണ് ദേവയ്യയെ അന്വേഷിക്കുക.

നാടെങ്ങും നടന്ന് അയാൾ തിരിച്ചുവന്നു. അയാളുടെ കൂടെ ദേവയ്യ യില്ലെന്നു കണ്ടപ്പോൾ കാന്തമ്മ നിലവിളി കൂട്ടി.

''നിങ്ങളിങ്ങനെ കരഞ്ഞിട്ടെന്താ?'' ഒപ്പമുണ്ടായിരുന്ന ശാമണ്ണ പറഞ്ഞു. "അവൻ ഇവിടെ അടുത്തെങ്ങാനും കാണും. നാടുവിട്ടതൊ ന്നുമാവില്ല."

"എവിടെ പോകുമ്പോഴും എന്നോടു പറഞ്ഞിട്ടേ അവൻ പോകാ റുള്ളൂ. ഇതിപ്പോ രാത്രിയില് ഒരക്ഷരം പറയാതെ... അവനവിടെ കിടന്നു റങ്ങുന്നതും കണ്ടാ ഞാനുറങ്ങാൻ പോയത്. രാവിലെ നോക്കുമ്പോ..." കാന്തമ്മ പിന്നെയും കരയുകയായി.

മുനി വെങ്കടപ്പ വിവശനായി തറയിൽ കുനിഞ്ഞിരുന്നു.

രാവിലെ മുതൽ നടക്കാൻ തുടങ്ങിയതാണ്. പുഴക്കരയും കുന്നും കാടും തീവണ്ടിയാപ്പീസുമെന്നുവേണ്ട ഇനി ഒരിടവും ബാക്കിയില്ല. ഒരു തുള്ളി വെള്ളംപോലും കുടിക്കാതെയാണിറങ്ങിയത്. സദാശിവ അക്കി ലിത്തായയുടെ വീട്ടിൽനിന്ന് അതിനിടയിൽ ഒരു പാത്രം ചായ കുടിച്ചു. വീണ്ടും ഒരേ നടപ്പ്. ശാമണ്ണ മാത്രമുണ്ടായിരുന്നു കൂട്ടിന്. ഇപ്പോഴിവിടെ എത്തിയതേ ഉള്ളൂ. വിശപ്പും ക്ഷീണവും മഥിക്കുന്നു. പിന്നെ കാന്തമ്മ യുടെ നിലവിളിയും.

അതൊരു ശല്യമായി തോന്നി അയാൾക്ക്.

"നീയൊന്നു മിണ്ടാതിരി." അയാൾ പറഞ്ഞു.

അതുകേട്ടപ്പോൾ കാന്തമ്മ പെട്ടെന്നു കരച്ചിലടക്കി.

"ഞാൻ മിണ്ടാതിരുന്നോളാം. നിങ്ങൾക്കു സന്തോഷമായല്ലോ."

അയാളെ ദയാരഹിതമായി നോക്കിക്കൊണ്ട് കാന്തമ്മ പറഞ്ഞു.

മുനി വെങ്കടപ്പയ്ക്കു മനസ്സിൽ തീ വീണതുപോലായി.

"എനിക്കു സന്തോഷമായെന്നോ?" അയാൾ ഉറക്കെ ചോദിച്ചു.

"ങ്ഹാ, അതുതന്നെ." കാന്തമ്മ ഒട്ടും പതറാതെ പറഞ്ഞു.

അയാൾ ക്ഷീണമൊക്കെ മറന്നു ചാടിയെണീറ്റ്, വിയർപ്പും പൊടിയുമുള്ള കാൽ നീട്ടി കാന്തമ്മയെ തൊഴിക്കാനാഞ്ഞു. പക്ഷേ, അത് അത്രയും കൊണ്ടു തീർന്നു. അയാൾ ഒരു വീണ്ടുവിചാരത്തിനു വഴങ്ങി എന്തോ പിറുപിറുത്തുകൊണ്ട് മുറ്റത്തേക്കിറങ്ങി.

"വാ. ശാമണ്ണാ."

ശാമണ്ണ മടിച്ചു.

"ഇനി എവിടെയെന്നു വിചാരിച്ചാ?"

"അതു നീ ഇവളോടു പറയ്. എന്റെ കുറ്റമാണെന്നും പറഞ്ഞിരിക്കുകയല്ലേ."

അയാൾ പിന്നീട് അവിടെ നിന്നില്ല. ധാരാളം പനകളും പനങ്കള്ളുമുള്ള ദിശയിലേക്കു നടന്നു.

* * * *

ജവുരി പുഴയിലായിരുന്നു. എന്നും പതിവുള്ളതുപോലെ, പുഴ അവളെ ചേർത്തുപിടിച്ച് കാതുകളിൽ എന്തെല്ലാമോ പറഞ്ഞു. അവൾ കുലുങ്ങിച്ചിരിച്ചുകൊണ്ട് മിനുത്ത കല്ലുകളിൽ നിവർന്നു നിന്നപ്പോൾ നീണ്ട മുടിയിൽനിന്നും മാറിൽനിന്നും ജലം വാർന്നൊഴുകി. കരയിലെ മരക്കൂട്ടത്തിൽ ഒളിച്ചുനിന്ന് ആരോ തന്നെ കാണുന്നുവെന്ന പരിഭ്രമത്തോടെ കൈകൾ മാറിൽ പിണച്ച് അവൾ പുഴയിൽ മുങ്ങി. അല്ലെങ്കിൽ ഈ നേരത്ത് മരക്കൂട്ടത്തിൽ ആരുണ്ടാകാനാണ്. അവൾ അതോർത്തു ചിരിച്ച് കഴുത്തോളം വെള്ളത്തിൽനിന്ന് കനംകുറഞ്ഞ വെയിലിലേക്കു കണ്ണുമിഴിച്ചു.

"ജവുരീ."

അവൾ ചെവിയോർത്തു ഗംഗവ്വയുടെ ശബ്ദം.

"ഓയ്". ജവുരി വിളികേട്ടു.

"നീയറിഞ്ഞില്ലേ? ദേവയ്യയെ കാണാനില്ലത്രേ." കൈതകൾക്കിടയിലൂടെ പുഴയിലേക്കോടുമ്പോൾ ഗംഗവ്വ വിളിച്ചു പറഞ്ഞു.

ജവുരി അതെങ്ങനെയാവും കേൾക്കുകയെന്നറിയാൻ കാത്തുനില്ക്കാതെ അവൾ പുഴയിലിറങ്ങി. ജവുരി ഇരുന്ന പാറയോളം നടന്നു. അവളോടൊപ്പം ഇരുന്നു.

"അപ്പോ നേരായിട്ടും നീയതറിഞ്ഞില്ലേ? രാവിലെ നോക്കുമ്പോ വീട്ടിൽ കാണാനില്ല. അവന്റെ അച്ഛൻ നാടൊട്ടുക്ക് തിരക്കി നടന്നു. എവിടെയും കണ്ടില്ല." ഗംഗവ്വ ജവുരിയുടെ ചുമലിൽ തൊട്ടു. ജവുരി മുഖമുയർത്തി അവളെ നോക്കി. അവളുടെ മുഖംനിറയെ വ്യഥകണ്ട് ഗംഗവ്വ പരുങ്ങി.

"ഞാൻ കേട്ടില്ല." ജവുരി മെല്ലെ പറഞ്ഞു.

"നിന്നോട് അവനെന്തെങ്കിലും പറഞ്ഞിരുന്നോ?"

"ഇല്ല."

"ഇതൊരതിശയം തന്നെ." ഗംഗവ്വ പറഞ്ഞു. ദേവയ്യയെക്കുറിച്ചുള്ള ഒരുപാട് ഓർമ്മകൾ അവളുടെ മനസ്സിലെത്തി. ഗണേശപൂജയ്ക്കു നൃത്തം വെച്ച ദേവയ്യ. ആരെങ്കിലും ആനകളെക്കുറിച്ചു പറയുമ്പോൾ ഒരു കുട്ടിയെപ്പോലെ കാതു കൂർപ്പിക്കുന്ന ദേവയ്യ. ഉള്ളു തുറന്നു ചിരിക്കുന്ന ദേവയ്യ. ആ ചിത്രങ്ങളൊക്കെ ജവുരിയുടെ ഓർമ്മയിലും തെളിഞ്ഞു. അതോടൊപ്പം അവൾക്കുമാത്രം അറിയാവുന്ന വേറെ ചിലതും... വിറയ്ക്കുന്ന വിരലുകളുടെയും നനഞ്ഞ ചുണ്ടിന്റെയും സ്പർശം. സ്നേഹം പുരണ്ട വാക്കുകൾ. ഒരു ചുരയ്ക്കാത്തൊണ്ടു നിറയെ ഞാവൽപ്പഴങ്ങൾ... അതെല്ലാം കുറേക്കൂടി വ്യക്തമായി കാണാൻവേണ്ടി അവൾ തെല്ലുനേരം കണ്ണുചിമ്മി. പുഴ തന്നെ നോവിക്കുകയാണെന്ന് അവൾക്ക് പൊടുന്നനെ തോന്നി. ഒരു തെറ്റും ചെയ്യാത്ത ജവുരിയെ പുഴ എന്തിനിങ്ങനെ വേദനിപ്പിക്കുന്നു. അവളുടെ കണ്ണുകൾ പിടഞ്ഞു. പുഴയിലൂടെ ഒഴുകിപ്പോയാലെന്തെന്ന് അവൾ ഒരു നിമിഷം ആലോചിച്ചു. ചായം തേച്ച ഗണേശവിഗ്രഹത്തെപ്പോലെ ഒഴുക്കിൽ മുങ്ങി അലിഞ്ഞലിഞ്ഞ്... അതോർത്തപ്പോൾ അവളുടെ മെലിഞ്ഞ ഉടലാകെ കിടുകിടുത്തു. ഗംഗവ്വ പറഞ്ഞു: "ഇനി നീ പുഴയില് നില്ക്കണ്ട. വീട്ടിലേക്കു പോ."

ജവുരിയെ തനിയെ പറഞ്ഞുവിടാൻ തോന്നിയില്ല. ഗംഗവ്വ അവളുടെ വീടുവരെ ചെന്നു.

"നീ ഒറ്റക്കിരിക്കോ?"

"പിന്നെ!"

"രാജുവും ഗായത്രിയും വരുവോളം ഞാനിവിടെ ഇരിക്കാം വേണമെങ്കില്."

"അതൊന്നും വേണ്ട. നീ പൊയ്ക്കോ."

അമ്മയും അച്ഛനും കുന്നിൽനിന്നു വരുമ്പോൾ സന്ധ്യയാകും. പക്ഷേ, അതിനുമുമ്പെത്തും രാജുവും ഗായത്രിയും. ചിലപ്പോൾ സ്കൂൾ നേരത്തെ വിടാനും മതി.

ജവുരി മുറ്റത്തു പനകൾക്കിടയിൽ നനഞ്ഞ തുണികൾ ഉണങ്ങാനിടുമ്പോൾ ദൂരെ പാറകൾക്കിടയിൽ ആരുടെയോ നിഴൽ. അതു ദേവയ്യയുടെ അമ്മയാണെന്നു അവൾ തിരിച്ചറിഞ്ഞു. അവളാകെ പകച്ചുപോയി. വീടിനുള്ളിലേക്ക് ഓടിക്കയറി മുറിയിലെ ഇരുട്ടിൽ നിന്നു കിതച്ചു. മൺചുവരോടു ചേർന്നുനിന്ന് പുകപിടിച്ച ജാലകത്തിലൂടെ വഴിയിലേക്ക് നോക്കി.

കാന്തമ്മ മുറ്റത്തു ഒട്ടുനേരം സംശയിച്ചുനിന്നു. ദൂരെ ഇരുണ്ട മലയിടുക്കുകളിൽ വെയിൽ തിളങ്ങി. എവിടെയോ പക്ഷികൾ കരഞ്ഞു. എല്ലാ മരങ്ങളും വിറങ്ങലിച്ചു നിന്നു.

ചേടിക്കല്ലിന്റെ അടയാളങ്ങളുള്ള വാതിൽ പകുതി തുറന്നിട്ടിരുന്നു. പക്ഷേ, ഒരു ശബ്ദവും കേൾക്കാനുണ്ടായിരുന്നില്ല. ഉള്ളിൽ ആരുമില്ലെന്നു തോന്നി കാന്തമ്മയ്ക്ക്. ആ പെണ്ണ് ഈ നേരത്ത് എവിടെപ്പോയതാവും.

കാന്തമ്മ ചേലത്തുമ്പുനീട്ടി മുഖം തുടച്ചു. ചുവരിലെ പഴയ ചിത്രങ്ങളിലൂടെ കണ്ണുകൾ നീങ്ങി.

അപ്പോൾ വാതിൽപ്പഴുതിലൂടെ ഒരു തേങ്ങൽ മുറ്റത്തേക്കു വന്നു. അതു കാന്തമ്മയെ ഒരു ചുഴലികണക്കെ പൊതിഞ്ഞു. ചോദിക്കാനും പറയാനുമോർത്തതെല്ലാം അതോടെ മറന്നു. ആ പാവം പെണ്ണ് എന്തു പിഴച്ചു... ദേവയ്യ ഓടിപ്പോകാൻ കാരണം അവളാണെന്നു എങ്ങനെ പറയും.... പിന്നെപ്പിന്നെ തന്റെയുള്ളിലും തേങ്ങലുയരുകയാണെന്നു കാന്തമ്മയറിഞ്ഞു. ജവുരിയെ കാണാതെയും തന്റെ വരവറിയിക്കാതെയും മടങ്ങിപ്പോകാമെന്നു നിശ്ചയിച്ചു. എങ്കിലും രണ്ടു ചുവടുനീങ്ങിക്കഴിഞ്ഞ് പിറകിൽ നിന്നാരോ വിലക്കിയതുപോലെ നിന്നു. അവളെ ഒറ്റയ്ക്കു കരയാൻവിട്ട് പോകുന്നതെങ്ങനെ... ഓ മനസ്സ്... കാന്തമ്മ തിരിഞ്ഞുനിന്ന് വാതിലിനു നേർക്കു നോക്കി. അകത്തു ഒരു നിഴൽ ഇളകിയതായി തോന്നി.

ഒരു നിമിഷത്തെ അമ്പരപ്പിൽ കാന്തമ്മ നടന്നുതുടങ്ങി. വിളറിയ നിഴലുകൾക്കിടയിലൂടെ പ്രാഞ്ചിക്കിതച്ചു നടന്നു. മനുഷ്യരുടെ സങ്കടങ്ങൾ ഏറെക്കാലമായി കണ്ടുനില്ക്കുന്ന കൂറ്റൻ കല്ലുകൾക്കിടയിലൂടെ തേങ്ങിത്തേങ്ങി നടന്നു.

വാതിലിലെ പടിക്കല്ലിന്റെ ഒരു വെളുത്ത പാടിൽ വെറുതെ വിരലുരച്ചുകൊണ്ട്, വഴിയിലൂടെ നീങ്ങിപ്പോകുന്ന കാന്തമ്മയെ നോക്കി ജവുരി നിന്നു. കണ്ണുകൾ നനഞ്ഞിരുന്നു. ചുണ്ട് വിറച്ചുകൊണ്ടിരുന്നു.

കാന്തമ്മ തിരിഞ്ഞുനടക്കുമ്പോൾ കൈനീട്ടി വിളിക്കാനോങ്ങിയതാണ്. പക്ഷേ, നാവനങ്ങിയില്ല. എങ്ങനെയാണ് ദേവയ്യയുടെ അമ്മയെ വിളിക്കേണ്ടതെന്ന് അറിഞ്ഞുകൂടായിരുന്നു.

ഒന്നും പറയാതെയുള്ള ആ തിരിച്ചുപോക്ക് ജവുരിയെ സ്തബ്ധയാക്കി. വരണ്ട്, ഒരു പച്ചിലപോലും കണ്ടെടുക്കാനാവാത്ത ശൂന്യതയായി ലോകം അവളുടെ ചുറ്റും നിറഞ്ഞുനിന്നു. അവിടെ അവൾ തനിച്ചായിരുന്നു. ഒരു മെലിഞ്ഞ പെണ്ണ്. എണ്ണമിനുപ്പും കണ്ണുനീർപ്പാടുകളുമുള്ള കവിളുകൾ. കൈതമുള്ള് പോറൽ വീഴ്ത്തിയ കൈത്തണ്ടകൾ. നനഞ്ഞ മുടി. കിതച്ചുയരുന്ന ചെറിയ മുലകൾ.

"പെണ്ണേ." ദേവയ്യ എവിടെനിന്നോ അവളെ വിളിച്ചു.

ഒരു നേർത്ത കാറ്റ് അവളുടെ മുഖം തടവുകയും കഴുത്തിൽ പതുക്കെ ചുണ്ടമർത്തുകയും ചെയ്തു.

* * * *

ദേവഗൗഡ പറഞ്ഞു: "നമ്മളവനെ കണക്കറ്റ് വേദനിപ്പിച്ചിരുന്നു. എന്റെ കാര്യം തന്നെ പറയുകയാണെങ്കിൽ വെച്ചുനീട്ടിയ കഞ്ചാവ് വേണ്ടെന്നു പറഞ്ഞപ്പോഴെല്ലാം ഞാനവനെ പരിഹസിച്ചു. ഒന്നിനും കൊള്ളാത്തവനെന്നും വിളിച്ചു. എനിക്കോർമ്മയുണ്ട്, ശാലയിൽവെച്ച് അവൻ മാസ്റ്ററോട് തനിക്ക് ഒരു ആനക്കാരനാവാനാണ് ഇഷ്ടമെന്നു പറഞ്ഞ ദിവസം. വളരെ ശങ്കിച്ചും പതുക്കെയും അവനതുപറഞ്ഞപ്പോൾ

ഞങ്ങളൊക്കെ കൂവി. അവന്റെ കണ്ണും മുഖവും ചുവന്നു. അവൻ കരയുക തന്നെ ചെയ്തു. അന്ന് ആരുമായും കൂട്ടുകൂടാതെ അവൻ നടന്നുപോയപ്പോൾ പിന്നിൽനിന്ന് ആനക്കാരനെന്നു ഉറക്കെ വിളിച്ചുപറഞ്ഞുകൊണ്ട് ഞങ്ങൾ കല്ലുകൾ പെറുക്കി എറിഞ്ഞു. അവനു വല്ലാതെ നൊന്തിരിക്കണം. കുന്നിൻപുറത്തുകൂടി അവൻ കരഞ്ഞുകൊണ്ട് ഓടിപ്പോയി. പാവം."

ദേവഗൗഡയുടെ മുഖം കനത്ത നീലപ്പുകയിൽ ഒരല്പനേരം പറഞ്ഞു. അവൻ വളരെ അകലെയാണെന്നും അവന്റെ ഒച്ച ദൂരെയെങ്ങോനിന്ന് വരികയാണെന്നും തോന്നി മറ്റുള്ളവർക്ക്.

ദേവഗൗഡ വെങ്കിടേശിന്റെ മുഖത്തേക്ക് തറപ്പിച്ചു നോക്കി.

"ഇന്നലെ നീ അവന്റെ പെണ്ണിനെപ്പറ്റി വേണ്ടാത്തതു പറഞ്ഞു. അവൾ ആ കിഴവൻ രാമലിംഗയ്യയുടെ കൂടെ ഉറങ്ങുന്നതു നീ കണ്ടുവെന്ന്."

"നിന്റെ തലയ്ക്കുപിടിച്ചു."

വെങ്കിടേശ് അസ്വസ്ഥതയോടെ മുഖം തിരിച്ചിരുന്നു.

ദേവഗൗഡ അതുകേട്ടു ഉച്ചത്തിൽ ചിരിച്ചു.

"അതെന്തായാലും നീയങ്ങനെ പറഞ്ഞിരുന്നില്ലേ. കാശിയും സീതാരാമയുമെല്ലാം കേട്ടതല്ലേ."

"അതെ." കാശി സമ്മതിച്ചു.

"അതവനെ എത്രത്തോളം നോവിക്കുമെന്ന് നീ അന്നേരമോ പിന്നീടോ ആലോചിച്ചോ?" ദേവഗൗഡയുടെ ശബ്ദം ഒരു മുഴക്കമായി ഉയർന്നു.

വെങ്കിടേശ് എഴുന്നേല്ക്കാൻ തുടങ്ങി. ദേവഗൗഡ അവനെ ബലമായി പിടിച്ചിരുത്തി. ക്ലാവു പിടിച്ചതും ചുളുങ്ങിയതുമായ ഒരു ലോഹപാത്രത്തെ ഓർമ്മിപ്പിക്കുന്നതായിരുന്നു. അപ്പോഴവന്റെ രൂപം. അവൻ അവർക്കിടയിൽതന്നെ തളർന്നിരുന്നു.

"നീ ഒന്നും പറയണമെന്നില്ല. എല്ലാം ഞങ്ങൾക്കൊക്കെ അറിയാവുന്നതുതന്നെ. ഒരുപക്ഷേ, നീ ജവുരിയെപ്പറ്റി പറഞ്ഞതുകേട്ടാവം അവൻ പോയിരിക്കുക. അവന്റെ മനസ്സ് നമ്മുടേതുപോലൊന്നുമല്ല. വളരെ ദുർബ്ബലമാണ്; കളങ്കമില്ലാത്തതും. നമ്മളവനെ ഈ മട്ടിലൊന്നും വേദനിപ്പിക്കരുതായിരുന്നു. സഹായിക്കാൻ കഴിയില്ലെങ്കിൽ പോട്ടെ. ഉപദ്രവിക്കാതിരിക്കയെങ്കിലും ചെയ്യാമായിരുന്നു."

ദേവഗൗഡ പറഞ്ഞവസാനിപ്പിച്ചപ്പോൾ സീതാരാമന് ഉള്ളിൽ തോന്നിയ ഒരു നടുക്കം മറ്റുള്ളവരിലും പകർന്നു. ദേവയ്യ ഇതിനകം മരിച്ചിരിക്കുമോ? കാടുകളിൽ എവിടെയെങ്കിലും ചെന്ന്?

അങ്ങനെയൊന്നും പറയരുതെന്ന് ചിലമ്പിച്ച ശബ്ദത്തിൽ ദേവഗൗഡ അവനെ വിലക്കി. ദേവയ്യ കുറച്ചു ദിവസത്തേക്ക് ഇവിടെനിന്ന് വിട്ടുനില്ക്കാമെന്നു കരുതി പോയതാവും. അവൻ തിരിച്ചുവരും. ഇനി, അഥവാ മരിച്ചിട്ടുണ്ടെങ്കിലും അവൻ ഇവിടെ കാണും ഇവിടെത്തന്നെ...

പൊടുന്നനെ വെങ്കിടേശ് കരഞ്ഞുകൊണ്ട് എഴുന്നേറ്റു. അവൻ കരയുമെന്ന് ആരും പ്രതീക്ഷിച്ചിരുന്നില്ല. നിവർന്നുനിന്നു മുഖംപൊത്തി. ഇരുളുന്ന മരങ്ങളുടെ നേർക്ക് അവൻ ഇടറിനടന്നു. കാശി ഒപ്പം പോകാൻ തുടങ്ങിയപ്പോൾ ദേവഗൗഡ അവന്റെ കൈപിടിച്ചു.

* * * *

ഇവിടെയൊരു സൂര്യകാന്തിപ്പാടമുണ്ടായിരുന്നു. ജവുരി ഓർമ്മിച്ചു. അതിന്റെ ഓരം ചേർന്നുള്ള ചരല്പാത ഇപ്പോഴുമുണ്ട്. ഉണക്കച്ചുള്ളികളുടെ ചുമടേറ്റിയവരും ആട്ടിൻപറ്റങ്ങളും അതിലൂടെ മടങ്ങിപ്പോയി. ഇടറിയ വാക്കുകളും നിഴലുകളും അകന്നു.

അവസാനത്തെ യാത്രക്കാരനും പോയ്ക്കഴിഞ്ഞു. വഴിയിലേക്കു മഞ്ഞും ഇരുട്ടും കടന്നുവരികയായി.

ജവുരിയുടെ കണ്ണുകൾ വഴിതെറ്റിയ പക്ഷികളെപ്പോലെ അങ്ങുമിങ്ങും അലഞ്ഞു. വരണ്ടുണങ്ങിയ മൺപരപ്പിൽ ചൂടാറിത്തുടങ്ങുന്ന കല്ലുകളിലും ചീവീടുകൾ ഉണർന്നു കഴിഞ്ഞ വിള്ളലുകളിലും അവ വേച്ചു വീണു.

തോരാമഴയത്ത്

പതിവിനു വിപരീതമായി നേരം വൈകിയതിനാൽ സ്കൂളിലേക്കുള്ള വഴിയിൽ ഒറ്റയ്ക്കായ ഒരു ചെറിയ പെൺകുട്ടി സ്കൂൾ സഞ്ചി മുതുകിൽ തൂക്കിയിട്ട് ചുവന്ന നിറമുള്ള കുട തുറന്നു പിടിച്ച് മഴയിലൂടെ ഓടിയും നടന്നും കുന്നുകയറുമ്പോൾ വഴിവക്കിലെ ഒരു മുൾപ്പടർപ്പിന്റെ മറവിൽനിന്ന് പ്രാകൃതനായ ഒരാൾ അവളുടെ മുന്നിലേക്ക് ചാടിവീണ്, ഒച്ചയെടുക്കുകയാണെങ്കിൽ അവളെ കൊന്നുകളയുമെന്ന് പറഞ്ഞു. പനി പിടിച്ചതുപോലെ അയാൾ വിറയ്ക്കുന്നുണ്ടായിരുന്നു. അയാളുടെ കൈയിൽ അറ്റം കൂർത്തൊരു കല്ല്.

പെൺകുട്ടി അന്ധാളിച്ച് നിന്നു. അയാൾ തന്റെ വലതുകൈ കല്ലുമായി അവളുടെ നേർക്കുയർത്തി. കല്ലിന്റെ കൂർത്ത മുനയിൽ അവളുടെ കണ്ണുകൾ ഉടക്കി.

അവർക്കിടയിൽ മഴ ചരിഞ്ഞ് പെയ്തു.

"നിന്റെ ചോറ്റുപാത്രമെവിടെ?" അയാൾ വ്യഗ്രതയോടെ ചോദിച്ചു.

പെൺകുട്ടി പറയാൻ ശബ്ദം കിട്ടാതെ വിങ്ങലോടെ തന്റെ മുതുകത്തുള്ള സഞ്ചി ചൂണ്ടിക്കാട്ടി.

''ഉം. എടുക്ക്.'' അയാൾ അവളെ ഭയപ്പെടുത്താനുദ്ദേശിച്ച് വലതുകൈ ചലിപ്പിച്ചുകൊണ്ട് പറഞ്ഞു.

കനലുകളെരിയുന്ന അയാളുടെ മുഖത്തുനിന്നും കണ്ണെടുക്കാൻ ധൈര്യപ്പെടാതെ അവൾ സഞ്ചി കൈയിലെടുത്തു. അതിനുള്ളിൽ ഒരു മഞ്ഞ പോളിത്തീൻ കവറിലായി പൊതിഞ്ഞുവെച്ചിരിക്കുകയായിരുന്നു ചോറ്റുപാത്രം. അതവൾ പുറത്തെടുത്തപ്പോൾ അയാൾ കണ്ണുകളിൽ ഒരു തിളക്കത്തോടെ ഇടതുകൈ നീട്ടി. അവൾ ഉറ്റുനോക്കിക്കൊണ്ട് പാത്രം അയാൾക്കു കൈമാറി.

"ഉം, പൊയ്ക്കോ. പക്ഷേ, ഒരു കാര്യമുണ്ട്. വഴിയിലാരോടും പറയരുത്." അയാൾ മുരളുന്ന മട്ടിൽ പറഞ്ഞു.

പെൺകുട്ടി ഇല്ലെന്ന് ശിരസ്സനക്കി. പിന്നെ അവൾ പതുക്കെ നടന്നുതുടങ്ങി. അയാൾ മുൾപ്പടർപ്പിനപ്പുറത്തേക്കു ധൃതിയിൽ നീങ്ങി. മഴ തുടർന്നു.

ഉണക്കമീൻ കറിയൊഴിച്ച ചോറ് തിന്നുതീരാറായപ്പോഴാണ് ആരോ തന്നെ ശ്രദ്ധിക്കുന്നുണ്ടെന്ന് കവർച്ചക്കാരൻ ഒരു ഞെട്ടലോടെ അറിഞ്ഞത്. കൗശലശാലിയായ ഒരു വന്യമൃഗത്തെപ്പോലെ അയാൾ തെല്ലു പിറകോട്ടു പതുങ്ങി.

"ഞാനാ" പെൺകുട്ടി മുൾപ്പടർപ്പിന്റെ ഒരരികിൽ നിന്നു പറഞ്ഞു.

വായിലിട്ട ചോറ് ചവയ്ക്കാനാവാതെ ഒട്ടൊരു സ്തബ്ധതയിൽ അയാൾ അവളെ നോക്കി.

"ചോറ്റുപാത്രത്തിനാ. അത് കൊണ്ടുപോയില്ലെങ്കിൽ തല്ലുകിട്ടും എനിക്ക്." പെൺകുട്ടി പറഞ്ഞു.

അയാൾ കുറച്ചു നേരത്തേക്ക് എന്താണ് ചെയ്യേണ്ടതെന്നറിയാതെ സന്ദിഗ്ദ്ധതയിലായി. അതിന്റെ ഒടുവിൽ അയാൾ പാത്രം അവൾക്ക് നീട്ടി.

അതു കൈയിൽവാങ്ങി നേർത്തൊരു ചിരിയോടെ അവൾ ചോദിച്ചു:

"ഇത്ര കൊറച്ച് ചോറ് തിന്നാ വയറ് നിറയ്യോ?"

അയാൾ അങ്ങനെയൊരു ചോദ്യം അപ്രതീക്ഷിതമാണെന്ന മട്ടിൽ കണ്ണിമയ്ക്കാതെ അവളെ നോക്കി. പൊടുന്നനെ അയാളുടെ ഉള്ളിൽ നിന്ന് മാരകമായി മുറിവേറ്റ ഒരു മൃഗത്തിന്റേതെന്നപോലെ അതിദീനമായ ഒരു ശബ്ദമുയർന്നു. അതൊരു നിലവിളിയായി അവിടെയെങ്ങും മുഴങ്ങി. പെൺകുട്ടി സ്തബ്ധയായി നിന്നു. അയാൾ ഇരുകൈകളും ശിരസ്സിൽ ചേർത്ത് തിരിഞ്ഞോടി നിലയ്ക്കാത്ത നിലവിളിയോടെ തോരാമഴയിലെങ്ങോ മറഞ്ഞു.

നോവലെറ്റ്

മനസ്സിലെ മഞ്ചാടി മരങ്ങൾ

ഇളയച്ഛന്റെ വീടിനു കിഴക്ക് പുഴയാണ്. ആ ചെറിയ പുഴ മറ്റെല്ലാ പുഴകളെയും പോലെ മഴക്കാലത്തു നിറഞ്ഞു കവിയാറുണ്ട്. ഒരു കൊല്ലം പാലത്തിന് മുകളിലോളം വെള്ളമെത്തി. നിരത്തും വയലുകളും വെള്ളത്തിനടിയിലായി. ഗോപുവും ഇളയച്ഛന്റെ മകൾ പപ്പിയും മച്ചിനുമുകളിലിരുന്ന് ചെറിയ ജനലിലൂടെ പുഴയെ നോക്കി. അടുക്കളപ്പടിയിലിരുന്ന് ഇറയത്തേക്ക് കാലുനീട്ടിയ കുഞ്ഞനന്തൻ ഒരു ഞണ്ടിന്റെ കടിയേറ്റ് നിലവിളിയായി. അമ്മ പാഞ്ഞുവന്ന് ഞണ്ടിനെ പിടിച്ചുമാറ്റിയിട്ടും കുറേ നേരത്തേക്ക് കുഞ്ഞനന്തൻ കരച്ചിൽ നിർത്തിയില്ല. അവൻ ഞണ്ടിനെ കാണുന്നത് ആദ്യമായിട്ടാണ്. പുഴയെ കാൽനീട്ടി തൊടുന്നതും ആദ്യമായിട്ടുതന്നെ. ആറു വയസ്സ് കഴിഞ്ഞെങ്കിലും അവന് ഇഴഞ്ഞു നീങ്ങാനേ പറ്റൂ. പോളിയോ പിടിപെട്ട് കൈയും കാലും ഉപകാരപ്പെടാതെ പോയി. മാത്രമല്ല, അവന് സംസാരിക്കാനും കഴിഞ്ഞില്ല. സാധാരണയിലേറെ വലിപ്പമുള്ള തല ഒരു വശത്തേക്ക് ചരിച്ചുവെച്ച് തളർന്ന നാവുകൊണ്ട് അവൻ പുറപ്പെടുവിക്കുമായിരുന്ന ശബ്ദങ്ങൾ അമ്മയ്ക്കു മാത്രമേ തികച്ചും മനസ്സിലായുള്ളൂ. കാലിൽ ഞണ്ടിറുക്കിയപ്പോൾ അവനുതിർത്ത ഒച്ച പക്ഷേ, അമ്മയ്ക്കു അപരിചിതമായി തോന്നി. പൂച്ചയെ കാണുമ്പോഴും പുറത്ത് നായ്ക്കളുടെ കുര കേൾക്കുമ്പോഴും അവൻ ഇത്തരത്തിലുള്ള ഒച്ചയല്ല ഉണ്ടാക്കാറ്. ഇപ്പോൾ വിചിത്രമായ മറ്റെന്തോ ആണ് അവനെ പേടിപ്പിച്ചിട്ടുള്ളതെന്ന് ആ ഒച്ച കേട്ട് അമ്മ മനസ്സിലാക്കി. നിറഞ്ഞ വയറുമായി ഓടിയെത്തിനോക്കുമ്പോൾ; ഞണ്ട്.

വീടിന്റെ മുൻവശം അങ്ങാടിയായിരുന്നു. വെള്ളമിറങ്ങുന്നതുവരെ അങ്ങാടി തുറന്നില്ല. കുഞ്ഞനന്തൻ നിലവിളിച്ചുകൊണ്ടിരുന്നു. ഞണ്ട് ഇറയത്തെ ജലപ്പരപ്പിലൂടെ നീങ്ങിക്കടന്നു. ഉപ്പുപത്തായവും

കൽത്തൂണും കടന്ന് പടിഞ്ഞാറ് പുഴവെള്ളം ഇരച്ചെത്തിയ സംഭ്രമത്തിൽ തകർന്നു വീണ ഓലപ്പുരയ്ക്ക് മുകളിലൂടെ പതുക്കെ സഞ്ചരിച്ചു. ഓലപ്പുരയിൽ ചായക്കച്ചവടം നടത്താറുണ്ടായിരുന്നു. ഒരു പുലർച്ചയ്ക്ക് നോക്കുമ്പോൾ ഇളയച്ഛൻ കണ്ടു; പുര വീണിരിക്കുന്നു.

കലങ്ങിയ പുഴവെള്ളം ഇറയത്തോളമെത്തിയിരുന്നു. മഴ നിലച്ചിരുന്നില്ല. തലേന്ന് മഴ തുടങ്ങുന്നതിനു മുമ്പാണ് ഗോപു അച്ഛന്റെ വീട്ടിൽ നിന്ന് ഇളയച്ഛന്റെ വീട്ടിലെത്തിയത്. ഇളയച്ഛന്റെ വീടിനു കിഴക്ക് പുഴയാണ്. പുഴയുടെ അങ്ങേക്കരയിൽ പള്ളിയുണ്ട്. പള്ളിയിൽനിന്ന് നേരം തെറ്റാതെ വാങ്കുവിളികൾ കേട്ടു. മഴ പെയ്തുകൊണ്ടിരുന്നു. ഗോപുവും പപ്പിയും (പത്മിനിയെ എല്ലാവരും പപ്പിയെന്ന് വിളിച്ചു.) മച്ചിനു മുകളിലിരുന്ന് ചെറിയ ജനലിലൂടെ പുഴയെ നോക്കി.

"പപ്പീ, പേട്യാവ്ന്നു" ഗോപു പറഞ്ഞു.

"നീയെന്ത്ന്യാ പേടിക്ക്ന്ന് ഗോപൂ. ഞാനില്ലേ." അവനെ ചേർത്തു പിടിച്ചുകൊണ്ട് പപ്പി പറഞ്ഞു. അവൾ കഴിഞ്ഞകൊല്ലം അഞ്ചാം ക്ലാസിൽ തോറ്റ് പഠിത്തം നിർത്തിയതാണ്. ഇനി ഏളകളെ നോക്കിയാൽ മതിയെന്ന് ഇളയച്ഛൻ പറഞ്ഞു. വയലുകൾക്കുമുകളിൽ ഏളകൾ പറന്നു. അവൾ കൈകൊട്ടി ഒച്ചയുണ്ടാക്കി. താഴെ കുഞ്ഞനന്തൻ പൊടുന്നനെ കരഞ്ഞു. മഴ പെയ്തുകൊണ്ടിരുന്നു. പാലത്തിന് കിഴക്കുള്ള കാവൂക്ക മയ്യത്തായത് ആ പെരുമഴയത്താണ്. പടിഞ്ഞാറുള്ള ശവപ്പറമ്പിലേക്ക് മയ്യത്ത് കൊണ്ടുപോകാൻ തോണി വന്നു. ഗോപു പപ്പിയോട് ചേർന്നിരുന്ന് ചെറിയ ജനലിലൂടെ പുഴയെ നോക്കി. പുഴയിലൂടെ മയ്യത്തു തോണി ഒഴുകി വരികയായിരുന്നു.

"പപ്പീ ചത്തോര് എങ്ങോട്ടാ പോവ്വാ?" ഗോപു ചോദിച്ചു.

പപ്പി ചെറിയ ജനലിലൂടെ ആകാശത്തേക്ക് വിരൽ ചൂണ്ടി.

തോണിയിൽ ഒരു പെട്ടിക്കുള്ളിൽ കാവൂക്ക ഉറങ്ങിക്കിടന്നു.

* * * * *

ഇറയത്തുനിന്ന് പുഴവെള്ളം ഇറങ്ങിപ്പോയി രണ്ടാഴ്ച കഴിഞ്ഞപ്പോൾ ഇളയമ്മ ഒരു പെൺകുട്ടിയെ പ്രസവിച്ചു. പേറ്റുനോവു തുടങ്ങിയപ്പോൾ പപ്പി ഗോപുവിന്റെ അമ്മയെ വിളിക്കാനോടി.

"എന്തിനാ പപ്പീ വന്നത്?" ഗോപു ചോദിച്ചു.

"നിനക്കറിയേണ്ട." അവൾ പറഞ്ഞു.

ഗോപുവിന്റെ മുഖം തുടുത്തു. എന്നാൽ പപ്പി പോകാൻ നേരത്ത് അവന്റെ കാതിൽ പറഞ്ഞു കേൾപ്പിച്ചു. ഗോപു അതിശയപ്പെട്ടു. അമ്മയും പപ്പിയും പൊയ്ക്കഴിഞ്ഞപ്പോൾ അവനും പിന്നാലെ പുറപ്പെട്ടു. മഴ ചാറുന്നുണ്ടായിരുന്നു. കൊവ്വലിലൂടെയാണ് പോകേണ്ടത്. വീട്ടുപറമ്പിൽനിന്ന് കാൽവെക്കുന്നത് കൊവ്വലിലേക്കാണ്. കൊവ്വലിൽ കാരപ്പൊന്തകൾക്കും നൊച്ചിൽക്കാടുകൾക്കുമിടയിൽ, മീസാൻകല്ലുകൾക്കു ചോട്ടിൽ തല ചായ്ച്ച് മരിച്ചവർ ഉറങ്ങിക്കിടന്നു. അനേകം കല്ലുകൾ. അവ എണ്ണിത്തിട്ടപ്പെടുത്താൻ ഗോപു ഒരിക്കൽ ശ്രമിച്ചു. അറിഞ്ഞപ്പോൾ അച്ഛമ്മ പറഞ്ഞു:

"പാടില്ല പാപമാണ്."

എന്താണ് പാപമെന്ന് അറിഞ്ഞുകൂടെങ്കിലും അന്നുതൊട്ട് ആ കല്ലുകളെ പേടിയായി. അടുക്കും ചിട്ടയുമില്ലാതെ ചാഞ്ഞും ചരിഞ്ഞും ആ കല്ലുകൾ ഉയർന്നുവന്നു. ഗോപു ആലോചിച്ചു. "കാവൂക്ക എന്തായിക്കാണും?" കാവൂക്കയുടെ മൺപുതപ്പിൽ മഴ ചാറുന്നു. കല്ലുകൾക്കും കാരപ്പൊന്തകൾക്കും ഇടയിലൂടെ കൂറ്റൻ അരയാലിനു ചോട്ടിലൂടെ ഗോപു ഒറ്റയ്ക്ക് നടന്നു. ശവപ്പറമ്പിന്റെ കിഴക്കേ അറ്റത്ത് അങ്ങിങ്ങായി പാറകളാണ്. വഴിയിലും പാറകളുണ്ട്. വഴിവക്കിൽ ചെക്കികൾ പൂത്തിട്ടുണ്ട്. ശവപ്പറമ്പുകഴിഞ്ഞാൽ തെങ്ങുകളും പറമ്പിമാവുകളുമുള്ള പറമ്പ് - അത് ഗോപുവിന്റെ അച്ഛന്റേത്. അതിനപ്പുറം ഇളയച്ഛന്റെ വയലുകൾ. വയലുകൾക്കുമുകളിൽ രാവിലെ ഏളകൾ പറന്നു താഴുമ്പോൾ പപ്പി കൈമുട്ടി ഒച്ചയുണ്ടാക്കി. ഡുർർർ... ഗോപു ചാറ്റൽ മഴയത്ത് നടന്നു. പറമ്പുകളിൽ നിന്ന് വെള്ളമിറങ്ങി. എന്നാൽ വയലുകൾ അപ്പോഴും വെള്ളത്തിനടിയിലായിരുന്നു. പറമ്പിലെ പുളിയൻ മാവുകൾ വയലിലേക്ക് ചാഞ്ഞു നിന്നു. അവർക്ക് കീഴിലൂടെയാണ് കാവൂക്ക കടന്നുപോയത്. തോണിയിൽ ഒരു പെട്ടിക്കുള്ളിൽ കാവുക്ക ഉറങ്ങിക്കിടന്നു. ഗോപുവും പപ്പിയും മച്ചിനു മുകളിലിരുന്ന് ചെറിയ ജനലിലൂടെ പുഴയെ നോക്കി.

"ഗോപൂ ഓടിവാ ഒരു കാര്യം പറയാം."

"എന്താ."

"അമ്മ പെറ്റു."

"അങ്ഹാ."

"ആൺകുഞ്ഞ്യാര്ന്ന് വേണ്ടത്, പറഞ്ഞിറ്റെന്താ."

"ഒരു പെണ്ണായാലെന്താ."

"നിനക്കൊന്നുമറീല ഗോപൂ."

"കുഞ്ഞനന്തന്ണ്ടല്ലോ."

"ഓനുണ്ടായിറ്റോ, നാവോണ്ട് വർത്താനം പറയ്യോങ്കില് എന്താര്ന്നു. നീ രുക്കൂനെ എട്ക്ക്. കുഞ്ഞനന്തൻ ആടെ നെരങ്ങി നെലോളിക്കാ. ഞാനെട്ത്തോണ്ടരട്ട്."

രണ്ടുവയസ്സായ രുക്കുവെന്ന് വിളിക്കുന്ന രുക്മിണിയെ പപ്പി ഗോപുവിന്റെ കൈയിൽ കൊടുത്തു. "നമുക്ക് ചീന* കാണാൻ പൂവാ."

"ചീന വന്നിറ്റ്ണ്ടാ?"

"ങ്ങാ ഹാ, കൊറച്ച് നേരായി."

പപ്പി അകത്തേക്കുപോയി കുഞ്ഞനന്തനെയെടുത്തു. പക്ഷേ, അവൻ പ്രതിഷേധം കാണിച്ചു. അവളുടെ ചുമലിൽ കടിക്കുകയും തുപ്പുകയും ചെയ്തു. ഇളയച്ഛൻ കണ്ണുരുട്ടിയപ്പോൾ അവൻ വലിയ തല ഒരു വശത്തേക്ക് ചരിച്ച് ഭയന്ന് കരയുകയായി. അച്ഛനെ അത്രയ്ക്ക് പേടിയായിരുന്നു അവന്. അവൻ ഒരു നനഞ്ഞ കാക്കക്കുഞ്ഞിനെപ്പോലെ വിറയ്ക്കു

---

* ചീന = വലിയ വള്ളം

ന്നതുകണ്ടപ്പോൾ ഗോപുവിന് സങ്കടമായി. "കരയണ്ട ട്ടോ. ചീന കാണിച്ചുതരാം ചീന."

* * * * *

എല്ലാ കൊല്ലവും പുഴയിൽ വെള്ളം കയറുമ്പോൾ തേങ്ങ കൊണ്ടുപോകാൻ വളരെ വളരെ തെക്കുനിന്ന് മാപ്പിളമാരുടെ ചീനകൾ വരാറുള്ളതാണ്. പറമ്പിന്റെ അരികു ചേർത്തുനിർത്തി, മരങ്ങളിൽ ചീനകൾ കെട്ടിയിടും. പണിക്കാർ ചീനയ്ക്കുള്ളിൽ തന്നെ ചോറും കറിയും വെച്ചുതിന്ന്, രണ്ടും മൂന്നും ദിവസം തങ്ങി, ചീനയിൽ തേങ്ങനിറച്ച്, ഒഴുക്കിലൂടെ ഏതെങ്കിലും പാട്ടു മൂളിക്കൊണ്ട്, തണ്ടുവലിച്ചുനീങ്ങും. പിന്നെ ആ സ്ഥാനത്ത് മറ്റൊരു ചീന. കരയിൽ കൗതുകംപൂണ്ടു നില്ക്കുന്ന കുട്ടികൾ, തണ്ടുവലിച്ച് വിയർത്ത പണിക്കാരെ കാണുന്നു. തീർത്തും അപരിചിതരായ ആൾക്കാർ. ആദ്യത്തെ ഏതാനും നിമിഷത്തേക്കുള്ള അറച്ചുനില്ക്കലിനുശേഷം കുട്ടികൾ അവരുമായി പരിചയപ്പെടുന്നു.

"ന്താ കുട്ടീ പേര്."

"ഗോപാലകൃഷ്ണൻ. ഗോപൂന്നാ വിളിക്ക്വാ."

"അതോ?"

"പത്മിനി പപ്പീന്നാ വിളിക്ക്വാ."

"ഇക്കുട്ടിക്കെന്താ?"

"ഓന് മിണ്ടാനും എണീറ്റ് നടക്കാനും ആവൂല്ല."

പണിക്കാരിലൊരാൾ കൈനീട്ടി കുട്ടികളെ ചീനയിലേക്കിറക്കുന്നു. അവരെ പാട്ടുകേൾപ്പിക്കുന്നു. ചൂണ്ടയിട്ട് മീൻപിടിക്കുന്നത് കാണിക്കുന്നു. ചൂണ്ട അവരുടെ കൈയിൽ കൊടുക്കുന്നു. ചൂണ്ടയിൽ മീൻ കൊത്തിവലിക്കുമ്പോൾ അവർ പേടിയോടെ തിരികെ ഏല്പിക്കുന്നു. ഒറ്റവലി ചീനയ്ക്കുള്ളിൽ മീനിന്റെ പിടച്ചിൽ, മരണം. അപ്പോൾ തന്നെ മുറിച്ച് കറിവെക്കുന്നു. വേണോ എന്ന് ചോദിക്കുമ്പോൾ കുട്ടികൾ അച്ഛമ്മയെയോ അമ്മമ്മയെയോ ഓർത്തു പേടിക്കുന്നു. വേണ്ടെന്നു പറയുന്നു.

പപ്പി കരയിൽ നിന്നതേ ഉള്ളൂ. രുക്കുവിനെ പപ്പിയുടെ കൈയിൽ കൊടുത്ത് ഗോപു ചീനയ്ക്കുള്ളിലേക്ക് കയറി. കുഞ്ഞനന്തൻ നിലത്തിരുന്ന് മിഴിച്ചു നോക്കി. പണിക്കാരൻ കൊടുത്ത ചൂണ്ട നീട്ടി ഗോപു കുഞ്ഞനന്തനോട് ചോദിച്ചു: "വേണോ?" കുഞ്ഞനന്തൻ വിചിത്രമായ ഒച്ചയുണ്ടാക്കി. "മിണ്ടില്ല." പപ്പി പറഞ്ഞു.

പുഴയ്ക്കക്കരെ തല മൊട്ടയടിച്ച മൂന്നുനാല് മാപ്പിളക്കുട്ടികൾ, തട്ടമിട്ട പെൺകുട്ടികൾ, പച്ചത്തഴപ്പുകൾ.

പാലത്തിലൂടെ ഒരു ബസ് വടക്കോട്ടുപോയി. ഒന്നു തെക്കോട്ടും.

മഴ പെയ്യുമെന്ന് തോന്നി പപ്പി ഗോപുവിനെ വിളിച്ചു. അവൻ ഒരഭ്യാസിയെപ്പോലെ ചീനയുടെ വക്കിൽ ചവിട്ടി കരയിലേക്ക് ചാടി രുക്കുവിനെ കൈയിൽ വാങ്ങി. പപ്പി നിലത്തുനിന്ന് കുഞ്ഞനന്തനെ എടുത്തു. മഴത്തുള്ളികൾ വീഴാൻ തുടങ്ങി.

"നീ അവരുടെ മീൻ തിന്നു അല്ലേ?" പപ്പി ചോദിച്ചു.

ഗോപു പരുങ്ങി. ഒരു പണിക്കാരൻ പൊരിച്ച മീൻകഷണം നീട്ടിയപ്പോൾ വേണ്ടെന്ന് തലകൊണ്ട് കാണിച്ചതാണ്. ഒരിക്കൽക്കൂടി പറഞ്ഞപ്പോൾ, ചീനയുടെ പുരയ്ക്കുള്ളിലേക്കു നീങ്ങിനിന്നു വാങ്ങിത്തിന്നു. പപ്പി കണ്ടിട്ടുണ്ടാവില്ലല്ലോ. അവൻ കൈ മണത്തുനോക്കുകയും ചുണ്ട് തുടയ്ക്കുകയും ചെയ്തു.

"ഞാൻ അച്ഛമ്മയോട് പറയും." പപ്പി പറഞ്ഞു.

അവനൊരു വാശി തോന്നി.

"പറഞ്ഞോ."

"പറയും."

പെട്ടെന്ന് പടിഞ്ഞാറു വഴിയിലേക്ക് കണ്ണുപോയപ്പോൾ അവന്റെ ധൈര്യം ചോർന്നു. അച്ഛമ്മ കുഞ്ഞിനെ കാണാൻ വരികയാണ്. അലക്കിയ പുടവയുടുത്ത്, മേൽമുണ്ട് പുതച്ച്, ഓലക്കുടയുമെടുത്ത് തെല്ല് കൂനി നടന്ന്, അച്ഛമ്മ വരുന്നു.

അവൻ പപ്പിയോട് കെഞ്ചി പറഞ്ഞു

"പറയല്ലേ പറയല്ലേ."

പപ്പി ചോദിച്ചു.

"നീ എനിക്കെന്താ തെരും?"

എന്താണ് കൊടുക്കുകയെന്ന് പറയാൻ നേരം കിട്ടിയില്ല. മഴ തുടങ്ങിയതുകൊണ്ട് ഓടേണ്ടിവന്നു. വീട്ടിലെത്തിയ പാടെ അവൻ ഇളയമ്മ പെറ്റ കുഞ്ഞിനെ കണ്ടു. ചെറിയ ചോരക്കുഞ്ഞ്. പപ്പി കുഞ്ഞിനോട് ചിരിച്ചു. അതിന്റെ കവിളിൽ തൊട്ടു. കുഞ്ഞനന്തൻ ഇറയത്തിരുന്ന് മടുത്ത് നിരങ്ങി അകത്തേക്ക് ചെന്നു. അവിടെ അവന്റെ അമ്മ കിടക്കുന്നുണ്ടായിരുന്നു. അവനെ കണ്ടപ്പോൾ അമ്മയുടെ കണ്ണുകൾ നിറഞ്ഞൊഴുകി. വാതിൽ ചാരി നിന്ന് ഗോപു ഇളയമ്മയുടെ നിറഞ്ഞ കണ്ണുകൾ കണ്ടു. പുറത്തേക്ക് വന്ന് അമ്മയോട് പറഞ്ഞു. "എളേമ്മ വെയ്‌രം കൊട്ക്കാ."*

കുഞ്ഞനന്തൻ അമ്മയുടെ അടുത്തുനിന്ന് മാറിയില്ല. അച്ഛമ്മ വിളിച്ചിട്ടും അനങ്ങിയില്ല. എന്നാൽ അച്ഛനെ കാണേണ്ട താമസം അവൻ ഭയന്ന്, തന്റെ വലിയ തല ചരിച്ച് പുറത്തേക്ക് നിരങ്ങി.

* * * * *

ഇളയമ്മ പെൺകുഞ്ഞിനെ പ്രസവിച്ച ദിവസം കരയ്ക്കടുത്ത ചീന രണ്ട് നാൾ കഴിഞ്ഞ് മടങ്ങിപ്പോയി. മടങ്ങിപ്പോക്കു കാണാൻ ഗോപു തനിച്ചേ ഉണ്ടായിരുന്നുള്ളൂ. രാവിലെ അവൻ സ്കൂളിലേക്കിറങ്ങിയതായിരുന്നു. ഇളയച്ഛന്റെ വീടിന് പിന്നിലൂടെ അവൻ പുഴവക്കത്തേക്കോടി.

അവർ പുറപ്പെടാൻ തുടങ്ങുകയായിരുന്നു. ചീനയിൽ തേങ്ങ നിറച്ചിരുന്നു. അതിനു പുറമെ, പുഴയിൽ ഒരുപാട് തേങ്ങ ഒരുമിച്ച് വട്ടത്തിലിട്ട് തിരപ്പം പോലെ ആക്കി ഒരാൾ മുളംകോലുമായി അതിനു മുകളിൽ നില്ക്കുന്നുണ്ടായിരുന്നു. അയാളാണ് ആദ്യം തുഴഞ്ഞത്. ചീന പിന്നിൽ

---

* വെയ്‌രം = കരച്ചിൽ

പതുക്കെ നീങ്ങി. ചീനയിലുണ്ടായിരുന്ന കറുത്തുതടിച്ച പണിക്കാരൻ ചിരിച്ചുകൊണ്ട് ഗോപുവിനോട് ചോദിച്ചു: "വരുന്നോ?"

അവൻ ഇല്ലെന്ന് തലയാട്ടി. പക്ഷേ, അവന് പോകണമെന്നുണ്ടായിരുന്നു. അവൻ കുറച്ചുദൂരം കരയിലൂടെ ചീനയ്ക്കൊപ്പം നടന്നു. പിന്നെ കൈതത്തഴപ്പുകൾ വഴി തടഞ്ഞു. പുഴയുടെ വളവിൽ ചീനയും ആൾക്കാരും മറഞ്ഞു.

ഗോപുവിന്റെ കുരുന്നു മനസ്സ് പുഴയിലൂടെ അറിയാത്ത ദൂരങ്ങളിലേക്ക് സഞ്ചരിച്ചു. തണ്ടുവലിക്കുന്നവരുടെ പാട്ട് കാതിൽ മുഴങ്ങി. ആരുടെയോ ഓർമ്മയ്ക്ക് പണിത എൽ പി സ്കൂളിൽ, നാലാം തരത്തിൽ നാണുമാഷ് അവന്റെ ചെവി പിടിച്ച് തിരുമ്മി. പുഴയിലെ പാട്ട് അതോടെ അകന്നുപോയി.

നാണുമാഷ് രാജകുമാരന്റെയും രാജകുമാരിയുടെയും കഥ പറയുകയായിരുന്നു. രാജകുമാരി കാട്ടിൽ, യക്ഷിയുടെ കൊട്ടാരത്തിൽ തടവിലാക്കപ്പെട്ടിരുന്നു. കൊട്ടാരത്തിന് തീ തുപ്പുന്ന നാഗത്താന്മാരും എണ്ണമറ്റ ഭൂതങ്ങളും കാവൽ. രാജകുമാരൻ വാളൂരിപ്പിടിച്ചു കുതിരപ്പുറത്ത് പാഞ്ഞുകയറി യക്ഷിയുടെ കൊട്ടാരത്തിലേക്ക് യാത്ര പുറപ്പെട്ടിരുന്നു. അപ്പോൾ ബെല്ലടിച്ചു. "ബാക്കി നാളെ പറയാം."

നാണുമാഷ് പറഞ്ഞു. പക്ഷേ, ആ കഥ പറഞ്ഞ് മുഴുമിച്ചില്ല.

പിറ്റേന്ന് നാണുമാഷ് മരിച്ചു.

നാണുമാഷ് തൂങ്ങി മരിക്കുകയാണുണ്ടായത്. കാണാൻ ഗോപുവും ചെന്നു. മരക്കൊമ്പത്ത് അവന്റെ മാഷ് തൂങ്ങിക്കിടന്നു. ഒന്നേ നോക്കിയുള്ളൂ. ആ മരണത്തിന്റെ നിഗൂഢത അവനെ വല്ലാതെ ഭയപ്പെടുത്തി.

സന്ധ്യകളിൽ അച്ഛമ്മ അവനെ പാട്ടും കഥകളും കേൾപ്പിച്ചു. അച്ഛമ്മയുടെ നെറ്റിയിലെ ഭസ്മക്കുറിയിലേക്ക് നോക്കിക്കൊണ്ട് അവൻ കിടന്നു. കിഴക്ക്, ശവപ്പറമ്പിൽ, മരിച്ചവരുടെ മണ്ണിൽ, കുറുക്കന്മാർ ഓരിയിട്ടു.

മഴച്ചാറലേറ്റുകൊണ്ട് മാഷ് തൂങ്ങിക്കിടന്നു. മരക്കൊമ്പുകൾ പിണഞ്ഞുനിന്നു. താഴെ ആളുകൾ കൂട്ടംകൂടി നിന്നു. പൊലീസുകാരന്റെ തൊപ്പി ഉയർന്നുകണ്ടു. അച്ഛമ്മ ഇരുട്ടിൽ ആളുകളെ വഴിതെറ്റിക്കുന്ന കൂളികളെക്കുറിച്ചു പറഞ്ഞു. പുലർച്ചെ നോക്കിയാൽ കാശിത്തുമ്പകളിലും കുറുന്തോട്ടികളിലും കൂളികളുടെ തുപ്പൽപ്പത കാണാം. "കുട്ടികളെന്ത് കാണാനാ.ഈടെ നില്ക്കുന്ന്? പൊയ്ക്കോ പൊയ്ക്കോ." പൊലീസുകാരൻ പറഞ്ഞു. സന്ധ്യകളിൽ അച്ഛമ്മ ഗോപുവിനെ പാട്ടും കഥകളും കേൾപ്പിച്ചു. മുറ്റത്തു നായ മുരണ്ടു. മരക്കൊമ്പിൽ മാഷ് തൂങ്ങിക്കിടന്നു. "പൊയ്ക്കോ പൊയ്ക്കോ" പൊലീസുകാരൻ പറഞ്ഞു. "മോൻ പേടിക്കണ്ട. അച്ഛമ്മയില്ലേ" അച്ഛമ്മ അവന്റെ നെഞ്ചിൽ വിരലോടിച്ചു. ചുവരിൽ പല്ലികൾ പ്രാണികളെ പിടിക്കാൻ പതുങ്ങിനിന്നു. നെല്ലുണങ്ങാനിടുന്ന ഇരുണ്ട മച്ചിൽ എലികൾ കരഞ്ഞു.

മരുന്നുഷാപ്പടച്ച് അച്ഛൻ വരുമ്പോഴേക്കും ഗോപു ഉറങ്ങിയിരിക്കും.

അച്ഛൻ വന്ന് ചൂടുവെള്ളത്തിൽ കുളിച്ച്, ഊണുകഴിച്ച്, കുറേനേരം പുസ്തകം വായിക്കും. *നാരായണീയം, മഹാഭാരതം, ഭാഗവതം, രാമായണം* അങ്ങനെ എന്തെങ്കിലും. അല്ലെങ്കിൽ *അഷ്ടാംഗഹൃദയം* നോക്കി സംശയങ്ങൾ തീർക്കും. ചികിത്സയുടെ വിവരങ്ങൾ അമ്മയെ പറഞ്ഞു കേൾപ്പിക്കും. അച്ഛനുറങ്ങാറ് പത്തായത്തിനു മുകളിൽ കിടക്കവിരിച്ചാണ്. തലയിണയ്ക്ക് അസനഏലാദി എണ്ണയുടെ മണമായിരിക്കും.

ഗോപുവിന്റെ അച്ഛനും പപ്പിയുടെ അച്ഛനും ഒരേ അമ്മയ്ക്ക് പിറന്നു എങ്കിലും അച്ഛൻ വേറെവേറെയാണ്. ഗോപുവിന്റെ മുത്തച്ഛൻ സംസ്കൃത പണ്ഡിതനായ ഒരു എഴുത്തച്ഛൻ. ഗോപു കണ്ടിട്ടില്ല. പപ്പിയുടെ മുത്തച്ഛൻ ദൂരെ ഏതോ ഇല്ലത്തിലെ നമ്പൂതിരി. അവളും തന്റെ മുത്തച്ഛനെ കണ്ടിട്ടില്ല. മുത്തച്ഛനെ നഷ്ടപ്പെട്ട രണ്ടു പേരക്കിടാങ്ങളായിരുന്നു അവർ. എന്നാൽ മുത്തച്ഛന്റെ സ്ഥാനത്ത് അവർ മറ്റൊരു വൃദ്ധനെ പ്രതിഷ്ഠിച്ചു. - അച്ഛമ്മയുടെ ഏട്ടനെ.

അച്ഛമ്മയുടെ ഏട്ടന് എഴുപത് വയസ്സ് കഴിഞ്ഞിരുന്നു. പല്ലുകളില്ല. നരച്ച കുറ്റിമുടി. വാർദ്ധക്യം വെളുപ്പിച്ച കണ്ണുകൾ. വെളുത്ത മുറികൈയൻ കുപ്പായം. കഷ്ടിച്ച് മുട്ടു കടന്ന് നില്ക്കുന്ന മുണ്ട്. നരച്ച പുരികങ്ങൾ. ചുളിവു വീണ കൈകൾ.

വടക്കുള്ള വീട്ടിൽനിന്ന് എന്നും പകൽ പത്തുമണിനേരത്ത് ഒരു വടിയും കുത്തി അനിയത്തിയെ കാണാൻ പുറപ്പെടും. കാവുകടന്ന് ശവപ്പറമ്പിലൂടെ, പതുക്കെ പതുക്കെ, ഒടുവിൽ മുറ്റത്തെത്തി വിളിക്കുന്നു.

"പാർതീ"

പാർവ്വതി- അതായിരുന്നു അച്ഛമ്മയുടെ പേര്.

"ഏട്ടൻ വന്നോ" അച്ഛമ്മ തിരക്കുന്നു.

"വന്നുണേ* വന്നു." ഇറയത്തേക്ക് കയറി വടി ചേടിക്കല്ലിന്റെ ഇരുത്തിയിൽ ചാരിവെച്ച്, കസേരയിൽ ഇരിപ്പുറപ്പിക്കുന്നു. പിന്നെ കുറേനേരം നാട്ടുവർത്തമാനമാണ്. തലേന്ന് അവിടെ വന്ന് പോയതിനുശേഷം എന്തെല്ലാം കാര്യങ്ങൾ. മുത്തച്ഛൻ പറഞ്ഞുതുടങ്ങുന്നു, അച്ഛമ്മ കേൾക്കുന്നു. തെക്കേലെ കുഞ്ഞപ്പൂവോ കുഞ്ഞാതയോ പടിഞ്ഞാറെ വീട്ടുകാരോ പറഞ്ഞറിഞ്ഞ കാര്യങ്ങൾ അച്ഛമ്മ ഏട്ടനെ കേൾപ്പിക്കുന്നു. അങ്ങനെ നേരം കൂടുന്നു. അച്ഛമ്മ, വെള്ളമൊഴിച്ച പഴഞ്ചോറും തലേ രാത്രിയിലെ കൂട്ടാനും വിളമ്പി ഏട്ടനെ വിളിക്കുന്നു. അതുകഴിച്ച്, ഏമ്പക്കമിട്ട്, ഒരു ബീഡി കത്തിക്കുന്നു. ഗോപുവുമുണ്ടെങ്കിൽ അവൻ ബീഡി വാങ്ങി അടുപ്പിൽനിന്ന് കത്തിച്ച്, ഒന്നോ രണ്ടോ പുകയൂതി മുത്തച്ഛന് കൊടുക്കും. ബീഡി വലിച്ചുകഴിഞ്ഞാൽ പിന്നെ മുത്തച്ഛൻ അധികം നില്ക്കില്ല. വീട്ടിലേക്ക് മടങ്ങും. പതുക്കെ, പതുക്കെ ഏതെങ്കിലും പഴയ സ്തോത്രം മൂളിക്കൊണ്ട്.

വളരെക്കാലമായി തുടർന്നുപോരുന്ന ഈ പതിവു സന്ദർശനം മഴ

---

* എണേ-എടീ എന്നതിനു തുല്യമായ വടക്കൻ പ്രയോഗം

ക്കാലത്തിന്റെ ഒടുവിലൊരു ദിവസം തൊട്ട് മുടങ്ങി. എന്താണ് പറ്റാതിരുന്നതെന്ന് ഒരാൾ വന്നുപറഞ്ഞപ്പോൾ, അച്ഛമ്മ നെഞ്ചുപൊട്ടി കരയാൻ തുടങ്ങി.

* * * *

ശനിയാഴ്ച, പപ്പി ചന്തയ്ക്കുപോവുകയാണ്. ഗോപുവിനെയും വിളിച്ചു. അവന് ഉത്സാഹമായി. ഉണക്കമീൻ വാങ്ങാൻ പറഞ്ഞ് അച്ഛൻ രണ്ടുറുപ്പിക കൊടുത്തു. അവൻ ചാക്കുസഞ്ചി പരതിയെടുത്ത് ഇറങ്ങാൻ നോക്കുമ്പോൾ, അച്ഛമ്മ പപ്പിക്കു മുടി കോതി കൊടുക്കുകയാണ്.

"മതി പപ്പീ, വാ" അവൻ പറഞ്ഞു.

"നിന്നെക്കാളും രണ്ടുവയസ്സ് മൂപ്പല്ലേ ഇവള്. നിനക്ക് എട്ടീന്ന് വിളിച്ചൂടെ ഇവളെ?" അച്ഛമ്മ ചോദിച്ചു.

അവൻ പപ്പിയുടെ മുഖത്തേക്കു നോക്കി. അവൾ ചിരിച്ചുകൊണ്ടെണീറ്റു. വിലകുറഞ്ഞ ചീട്ടിത്തുണിയുടെ പാവാടയും ബ്ലൗസുമായിരുന്നു അവളുടെ വേഷം. ബ്ലൗസിൽ ചെറിയ നീലപ്പുള്ളികൾ. കൈത്തണ്ടയിൽ മൂന്നോ നാലോ കരിവളകൾ. വലിപ്പമേറിയ കണ്ണുകളിൽ കരിമഷിയെഴുതിയിരുന്നു. കറുത്തിട്ടാണെങ്കിലും പപ്പിയെ കാണാൻ നല്ല ചന്തമാണ്. നീണ്ടുചുരുണ്ട മുടിയാണ് അവളുടെ വിടർന്ന ചിരി, തെളിഞ്ഞ കണ്ണുകളിലേക്കു നോക്കി ഏട്ടിയെന്നു വിളിക്കാൻ ഗോപു ആഗ്രഹിച്ചു. എന്നാൽ നാണംകൊണ്ട് വിളിച്ചില്ല.

രണ്ടുപേരും കൊവ്വലിലൂടെ നടന്നു. കൊവ്വലു കടന്ന് കാവിന് വടക്കെത്തിയപ്പോൾ പപ്പി അവന് മുത്തച്ഛനെ ദഹിപ്പിച്ച സ്ഥലം കാണിച്ചു കൊടുത്തു. കരിഞ്ഞ വിറകുകൊള്ളികൾ, വെണ്ണീർ, കീറിയ കാറ്റോല. ദിവസവും വീട്ടിലേക്കു വരുമായിരുന്ന മുത്തച്ഛനെ ആരെല്ലാമോ ചേർന്ന് അവിടെ ചുട്ടുകരിച്ചു..!

"എല്ലാരും ചാവും ഗോപൂ." പപ്പി പറഞ്ഞു. "ഞാനും നീയും എല്ലാവരും."

കുറച്ചുനേരം അവരൊന്നും സംസാരിച്ചില്ല. മരണത്തിന്റെ അനിവാര്യതയിൽ ദുഃഖം പൂണ്ട് നടന്നു. മനസ്സ് നൊന്തു. വയലുകൾക്കപ്പുറം കുന്നായിരുന്നു കിഴക്ക് നിരത്തിൽനിന്ന് കയറ്റത്തിൽ ലോറിയുടെയോ ബസിന്റെയോ ഞരക്കം. ചരൽമണ്ണിലൂടെ അവർ നടന്നു. ചെറിയ അറയും പറങ്കിമാവുകളുടെ തണൽ വീണുകിടക്കുന്ന നീണ്ട ഇടവഴിയും കടന്ന് അവർ ചന്തയിലെത്തി. നിരത്തിനു കിഴക്കായിരുന്നു ചന്ത. ഒരുപാട് ആളുകളുണ്ടായിരുന്നു. കച്ചവടസാധനങ്ങൾ മരങ്ങൾക്കുകീഴെ നിരത്തിയിരുന്നു. ആൾക്കൂട്ടത്തിലൂടെ ആ കുട്ടികൾ നടന്നു. പപ്പി അഞ്ചരയണയ്ക്ക് ഒരു വാച്ചുവാങ്ങി ഗോപുവിന്റെ കൈയിൽ കെട്ടി. ഗോപു രണ്ടു മുക്കാലിന് ചാന്തുവാങ്ങി പപ്പിക്ക് കൊടുത്തു.

* * * *

ഗോപുവിന്റെ കളിക്കൂട്ടുകാരൻ കാരിയനായിരുന്നു. കാരിയന്റെ പാളത്തൊപ്പി ഗോപുവിന്റെ തലയ്ക്കും പാകം തന്നെ. പക്ഷേ, അച്ഛമ്മ അത് ഇഷ്ടപ്പെട്ടില്ല.

ഇളയച്ഛന്റെ വീടിനോടും പപ്പിയോടും പുഴയോടുമുള്ള അടുപ്പം ഗോപുവിന് കാരിയനോടും ഉണ്ടായിരുന്നു. പക്ഷേ, അച്ഛമ്മ അതിഷ്ടപ്പെട്ടില്ല. വൈകുന്നേരം ശവപ്പറമ്പിൽ കളിക്കാനെത്തുന്നവരിൽ ഏറ്റവും കരുത്തും സാമർത്ഥ്യവും കാരിയനായിരുന്നു. കാരിയന്റെ അമ്മയുടെ പേര് അമ്മാളു എന്ന്. അമ്മാളുവിന്റെ അമ്മ പൃക്കാച്ചി.

പൃക്കാച്ചിക്ക് വയസ്സായി. മുടിയും കൺപുരികങ്ങളും വെളുവെളെയായി. മെയ്യാകെ ചുളിവുവീണു. ശരിക്ക് കണ്ണുകാണില്ല. നടക്കാൻ വടി വേണം. പണ്ട് ഇങ്ങനെയൊന്നുമായിരുന്നില്ല. പണ്ടുമുതലേ ഈ വീടുമായി ബന്ധപ്പെടുന്നതാണ്. വീട്ടിലെ പായകളും കുരിയകളും തടുപ്പകളും* നെല്ലുണക്കാനായി അടുപ്പിനു മുകളിൽ കെട്ടിയ മുളംതട്ടും പൃക്കാച്ചി നെയ്തുണ്ടാക്കിയതാണ്.

പാളത്തൊപ്പി തലയിൽവെച്ച് പൃക്കാച്ചി മാഞ്ചോട്ടിൽനിന്ന് വിളിക്കുന്നു.

"അമ്മമ്പ്രാക്കളേ."

അച്ഛമ്മ ഇറയത്തുനിന്ന് നോക്കുന്നു.

"ആരാദ്, പൃക്കാച്ച്യാ, ന്താ?"

പൃക്കാച്ചി കരഞ്ഞുകൊണ്ട് പായ്യാരം പറഞ്ഞു തുടങ്ങുന്നു.

"അടിയങ്ങക്ക് രണ്ടുമണി നെല്ല് താ അമ്മമ്പ്രാക്കളെ, ഇപ്പടിക്കലല്ലാണ്ട് ഏട്യാ അടിയങ്ങ പോയി ചോദിക്കാ?"

ഇതെന്താണിങ്ങനെ?

ദൈവത്തെ കണ്ടാൽ ചോദിക്കാമായിരുന്നു.

ഒരു ദിവസം പ്രത്യക്ഷപ്പെടും. അച്ഛമ്മ പറഞ്ഞുവല്ലോ. നാലുകൈകൾ, ശംഖ്, ചക്രം, ഗദ, പത്മം, തലയ്ക്കുപിന്നിൽ ഒരു പ്രകാശ വൃത്തം.

മാഞ്ചോട്ടിൽനിന്ന് കണ്ണുതുടയ്ക്കുന്ന പൃക്കാച്ചിയെ ഗോപു ഉള്ളാലെ ആശ്വസിപ്പിക്കുന്നു; ഞാൻ ദൈവത്തെ കാണും. എന്റെ കളിക്കൂട്ടുകാരനായ കാരിയന്റെ...

കാരിയന് പന്ത്രണ്ടുവയസ്സുകഴിഞ്ഞു. അവൻ സ്കൂളിൽ പഠിച്ചില്ല. അവൻ മിഥുനത്തിലെ വയലുകളിൽനിന്ന് നെല്ലോല അരിഞ്ഞു. പുഴയുടെ തീരങ്ങളിലും വരമ്പുകളിലും തേടിനടന്നു തെങ്ങോലക്കൊട്ടയിൽ പുല്ലരിഞ്ഞ് നിറച്ചു. കൊവ്വലിൽ പൈക്കളെ നോക്കി.

അവൻ കൊവ്വലിലെ കൂറ്റൻ അരയാലിന്റെ തുഞ്ചത്തോളം കയറും. കണ്ണടച്ചുതുറക്കുമ്പോൾ, കവരങ്ങളിൽ പിടിച്ചു പിടിച്ച് അവൻ ഉയരത്തിലെത്തിക്കഴിഞ്ഞിരിക്കും. "ഇവിടെ നിന്നാൽ എന്തെല്ലാം കാണാംന്നോ, വാ" അവൻ വിളിക്കുന്നു. പക്ഷേ, ഗോപു ധൈര്യപ്പെടുന്നില്ല. ഒരിക്കൽ വീണതാണ്. കൈയൊടിഞ്ഞ് കുറേനാൾ കുഴമ്പ് തടവേണ്ടിവന്നു. ഉയരത്തിൽ നില്ക്കുന്ന കാരിയനെ മതിപ്പോടെ നോക്കിനില്ക്കുന്നു. എന്തു വേഗത്തിലാണ് അവൻ പുഴയിൽ നീന്തുകയെന്നോ! വാഴത്തടി കെട്ടിയു

* തടുപ്പ - മുറം

ണ്ടാക്കിയ തിരപ്പത്തിന് അവൻ തുഴയുമ്പോൾ എന്തു വേഗമാണെന്നോ!

പക്ഷേ, അച്ഛമ്മ ഗോപു അവന്റെ ചുമലിൽ കൈവച്ചു നടക്കുന്നത് ഇഷ്ടപ്പെട്ടില്ല.

അവൻ ചെമ്മീൻ പിടിക്കുന്നതും കുരുടൻ മീനുകളെ പിടിക്കുന്നതും അച്ഛമ്മ കാണാത്തതുകൊണ്ടാണ്....

അച്ഛമ്മയ്ക്കറിയാത്തതുകൊണ്ടാണ്....

* * * *

അച്ഛമ്മയോട് സമ്മതം ചോദിച്ച് അടിയാത്തികൾ കൊയ്യാൻ പോയി. അരിവാളുകൾ അണച്ച് മൂർച്ചകൂട്ടിയിരുന്നു. അടിയാത്തികൾ മാത്രമല്ല, തീയത്തികളുമുണ്ട്. പൃക്കാച്ചിയുണ്ട്. അമ്മാളുവുണ്ട്, കുഞ്ഞാതയും കല്യാണിയും കുഞ്ഞിപ്പാർവ്വതിയുമുണ്ട്.

കൊയ്ത്തുവയലുകൾക്കുമീതെ വട്ടമിട്ട് പറക്കുന്ന വെള്ളക്കൊക്കുകളെ നോക്കിക്കൊണ്ട് പുഴക്കരയിൽ, മരത്തണലിൽ, അവൻ - ഗോപു.

പുഴയിൽ അക്കരെയിക്കരെ കടക്കാൻ മുളകൾ ചേർത്ത് കെട്ടിയുണ്ടാക്കിയ "പാണ്ടി"യുണ്ടായിരുന്നു. ഇരുകരയിലും തറപ്പിച്ച കുറ്റികളിലും പാണ്ടിയുടെ രണ്ടറ്റങ്ങളിലുമായി ഓരോ കയർ. അക്കരെ ഇക്കരെ പോകാൻ ആ കയർ പിടിച്ചാണ് പാണ്ടി നീക്കുക. അക്കരെ പോകുമ്പോൾ ഇക്കരെ നിന്നുള്ള കയർ വെള്ളത്തിൽ നീളും. അക്കരെ കുറ്റിയിൽ കെട്ടിയ കയർ വലിച്ചുവലിച്ച് പാണ്ടി മുന്നോട്ടു നീക്കും.

ഇതിനകം ഗോപു വെറുതെ പലവട്ടം അക്കരെ ഇക്കരെ കടന്നിരിക്കുന്നു. പിന്നെ മടുത്ത് മരച്ചോട്ടിൽ കൊയ്ത്തുകാരെയും പക്ഷികളെയും നോക്കി ഇരിപ്പായി.

രാവിലെ അവൻ പപ്പിയെ പോയി വിളിച്ചതാണ്. അവൾക്ക് വരാൻ നേരമില്ല. അവിടെയും കൊയ്ത്താണ്. പിടിപ്പത് പണിയുണ്ട്. ഗോപു ബസിന്റെ ഒച്ചയുണ്ടാക്കി. ചക്രം തിരിച്ചുകൊണ്ട് തിരികെ ഓടി.

ഞായറാഴ്ച സ്കൂളില്ല.

പൃക്കാച്ചിയുടെ കുടിലിൽ പോയി നോക്കി. കാരിയൻ പനിച്ചുകിടക്കുന്നു. അരയ്ക്ക് ഉരുണ്ടുകൂടിയിട്ടുള്ളതുകൊണ്ട് എണീറ്റ് നടക്കാൻ പറ്റില്ല. വർത്തമാനം പറയുന്നതുതന്നെ വിഷമിച്ചാണ്. തൊണ്ടവേദന, ചുമ.

പൂഴിപ്പറമ്പിലൂടെ ഗോപു ഒറ്റയ്ക്ക് പുഴവക്കത്തേക്ക് നടന്നു.

അരിവാൾത്തിളക്കങ്ങളിലേക്ക് നടന്നു.

"വേണ്ട" അച്ഛൻ പറഞ്ഞു. "വെയ്ല്കൊള്ളണ്ട. ആ തണലത്തു നിന്നോ."

തണലിലേക്ക് നടന്നു.

തെങ്ങിൻതോപ്പുകളുടെ ഉയരങ്ങളിൽ മേഘങ്ങൾ ചിറകുവീശി. പുന്നെല്ലിന്റെ മണമുള്ള കാറ്റ് വീശി. കുറത്തികൾ പാടിയലഞ്ഞു. കറ്റകൾ മുറ്റത്തെത്തി.

വീട്ടിൽ അമ്മ ഉണ്ടായിരുന്നില്ല കൊയ്ത്തിന്റെ ന്യായം പറഞ്ഞ്

സ്വന്തം വീട്ടിലേക്ക് പോയിരുന്നു. കുറേ തെക്ക്, അമ്മയുടെ ഗ്രാമത്തിൽ ഗോപു ഒരു വിരുന്നുകാരൻ മാത്രമായിരുന്നു. അവിടെ നിന്ന് അതേ പോലെ ജാനുവേട്ടിയും ഭാനുവേട്ടിയും വിരുന്നുകാരായി അച്ഛന്റെ ഗ്രാമത്തിലെത്തും. വെറും സന്ദർശനങ്ങൾ..

പടിഞ്ഞാറേതിലെ ചന്ദ്രിയാണ് അച്ഛമ്മയെ സഹായിച്ചത്. അവൾക്ക് പപ്പിയേക്കാളും പ്രായമുണ്ട്. നെയ്ത്തുകാരനായ അച്ഛന് നല്ലി ചുറ്റികൊടുക്കുന്നത് അവളാണ്.

"ഇവള് കല്യാണം കഴിഞ്ഞ് പോയാപ്പിന്നെ മുട്ട്യാ വിളിക്കാനും കൂടി ഒരാളില്ലാണ്ടാകും." അച്ഛമ്മ ചന്ദ്രിയെ നോക്കി പറഞ്ഞു.

ചന്ദ്രി വീട്ടിലേക്കു പോകുമ്പോൾ മഞ്ചാടിമരത്തിന് ചോട്ടിൽവച്ച് ഗോപു ചോദിച്ചു.

"എപ്പഴാ കല്യാണം?"

ചന്ദ്രി നിന്നു.

ഒന്നും പറഞ്ഞില്ല.

അവന്റെ മുഖത്തേക്ക് നിർന്നിമേഷയായി നോക്കി.

കുറച്ചുകഴിഞ്ഞപ്പോൾ ഗോപു കണ്ടു. കൺകോണുകളിൽ കണ്ണുനീര് ഊറിക്കൂടുന്നു. ചന്ദ്രി കരയുന്നു. കരഞ്ഞുകൊണ്ട് അവളോടിപ്പോയി. എന്തിനാണ് ചന്ദ്രി കരഞ്ഞത്? എന്തിനാണ്? ആരോടാണ് ചോദിക്കുക അവൻ കൈയിലെ മഞ്ചാടി മണികൾ വീഴുന്നതറിഞ്ഞില്ല.

* * * * *

ഓണത്താർ മണിമുഴക്കുമ്പോൾ ഗോപു പനിച്ചു കിടക്കുകയായിരുന്നു. ഓണത്തിന് അച്ഛൻ അവന് പുതിയ ഷർട്ടും ട്രൗസറും വാങ്ങി അമ്മ വന്നിരുന്നില്ല. പകരം ജാനുവേട്ടി വന്നു. ഗോപുവിനേക്കാൾ ആറു വയസ്സ് മൂപ്പുണ്ട് ജാനുവിന്. ജാനുവിന് മൂന്ന് വയസ്സ് ഇളയതാണ് ഭാനു. ഗോപു പനിച്ചുകിടക്കുകയായിരുന്നു. ജാനു തനിച്ചാണ് വന്നത്. ഗോപു വല്ലാതെ മെലിഞ്ഞിരുന്നു. കുളിക്കാതെ മുടി ചെമ്പിച്ചിരുന്നു. "ഗോപു" ജാനു വിളിച്ചു. അവൻ കണ്ണുതുറന്നു. അവന്റെ ജാനുവേട്ടി. ഓണത്താർ മുറ്റത്ത് മണിമുഴക്കുമ്പോൾ ഗോപു പനിച്ചു കിടക്കുകയായിരുന്നു.

ജാനുവിനെ കണ്ട് അച്ഛമ്മ ചിരിച്ചു. അച്ഛമ്മയുടെ വായിൽ ഒരു പല്ലു മാത്രമേ ഉണ്ടായിരുന്നുള്ളൂ. മുൻവശത്ത് മുകൾനിരയിൽ. ചിരിക്കുമ്പോൾ ആ പല്ല് തെളിയും.

"ഓണസദ്യണ്ടാക്കാൻ അമ്മ പറഞ്ഞേച്ചതാ അല്ലേ?" അച്ഛമ്മ ചോദിച്ചു.

ജാനു തലകുലുക്കി.

അച്ഛമ്മ ചിരിച്ചപ്പോൾ അവളുംകൂടെ ചിരിച്ചു.

"മോളേ ഈടെ ഇരിക്ക്" അച്ഛമ്മ പറഞ്ഞു. അവൾ അച്ഛമ്മയെ തൊട്ട് ഇരുന്നു. അച്ഛമ്മ അവളുടെ മുടിയിൽ തടവിക്കൊണ്ടിരുന്നു. "നിനിക്ക് തെരാൻ ഒന്ന്ണ്ട് ന്റെ ഉടുപ്പുപെട്ടീല്. ഞാഞ്ചത്താല് മോളത് എട്ക്കണം." ഉടുപ്പുപെട്ടിയിൽ അലക്കിവെച്ച പുടവകൾക്കിടയിൽ ഒരു തുണിക്കീറിൽ

പൊതിഞ്ഞ് അച്ഛമ്മയുടെ മാല. അച്ഛമ്മ മരിച്ചാൽ അത് ജാനുവിന് എടുക്കാം. അച്ഛമ്മ മരിക്കുമോ? ജാനുവിന്റെ മുഖം കൂമ്പി. “കരയാതെ മോളേ” അച്ഛമ്മ സമാധാനിപ്പിച്ചു. “ഗോപു പനിച്ച് കെടക്ക്വാ.” അച്ഛമ്മ പറഞ്ഞു. ഗോപുവിന്റെ കിടക്കയ്ക്കരികെ ചെന്ന് ജാനു വിളിച്ചു. “ഗോപൂ.” അവൻ കണ്ണുതുറന്നു. അവന്റെ ജാനുവേട്ടി. അവൻ ചിരിച്ചു.

അപ്പോൾ രുക്കുവിനെയുമെടുത്ത് പപ്പി വന്നു. പപ്പിക്ക് ജാനുവേട്ടിയെക്കണ്ട് വലിയ സന്തോഷമായി. ജാനു അവളോടൊപ്പം ഇളയമ്മയുടെ കുഞ്ഞിനെ കാണാൻ പോയി.

ഓണത്തിന് ചോറും കറികളുമുണ്ടാക്കിയത് ജാനുവാണ്. അച്ഛമ്മയെ വീട്ടിലേക്കു വിളിക്കാൻ ഇളയച്ഛൻ വന്നു. അച്ഛമ്മ പോയില്ല.

“എനിക്കിവള് വെച്ച് തെർന്നത് മതി.”

തെക്കേലെ കുഞ്ഞപ്പുവിനും അലക്കുകാരൻ കേളുവിനും അച്ഛമ്മ ചോറു വിളമ്പിക്കൊടുത്തു.

“ജാമ്പാ വെച്ചത്, എങ്ങനീണ്ട്.”

“നല്ലതന്നെ.” അവർ പറഞ്ഞു.

ജാനു ചിരിച്ചു.

അച്ഛമ്മ പുതിയ പുടവയുടുത്തിരുന്നു. ഉടുപ്പു പെട്ടിയിൽ സൂക്ഷിച്ച മാലയെടുത്തണിഞ്ഞിരുന്നു. നെറ്റിയിൽ ചന്ദനക്കുറി വരഞ്ഞിരുന്നു. ജാനുവിന് അച്ഛൻ പുതിയ പാവാടയും ബ്ലൗസും തലേന്ന് വാങ്ങിക്കൊണ്ടുവന്നു. അന്ന് അതുതന്നെ വേണം ധരിക്കാനെന്ന് അച്ഛമ്മ വാശിപിടിച്ചു.

ഗോപു അന്ന് കഴിച്ചതും ഉപ്പിലിട്ട മാങ്ങയും കഞ്ഞിയും തന്നെ. പനി മാറി എഴുന്നേല്ക്കുമ്പോഴേക്കും ഓണം കടന്നുപോയിരുന്നു. ഓണക്കിളികളില്ല. ഓണത്തുമ്പികളില്ല. ജാനുവേട്ടി യാത്ര പറഞ്ഞുപോയി. പുഴവരെ അവൻ കൂടെ ചെന്നു.

* * * *

വീട്ടുവളപ്പിൽ ഉയരം കൂടിയ ഒരു വെങ്കണമരമുണ്ടായിരുന്നു.

പടിഞ്ഞാറ്. അതിന്റെ കീഴെ താളും ചേമ്പും മഞ്ഞളും വളർന്നു.

അച്ഛനൊരു രാത്രിയിൽ തിരിച്ചുവരുമ്പോൾ കൈയിലൊരു പച്ച ബ്രഷ്. പല്ലുതേക്കാനുള്ളത്. സിംഗപ്പൂരിൽനിന്ന് കൊണ്ടുവന്നതാണ്. അബ്ബാസാണ് അച്ഛന് കൊടുത്തത്. അച്ഛൻ മാവിലയോ ചകിരിക്കഷണമോ എടുത്താണ് പല്ല് തേച്ചിരുന്നത്. അച്ഛന് സിംഗപ്പൂരിലുണ്ടാക്കിയ ബ്രഷ് ആവശ്യമില്ല. പിന്നെ, അബ്ബാസ് തന്നു, വാങ്ങി. അത്രയേയുള്ളൂ. ഗോപു അതു തിരിച്ചും മറിച്ചും നോക്കി. അലമാരിയിൽ വച്ചു. രാത്രിയിൽ ഏതാനും കൂറകൾ ആ അപരിചിതമായ വസ്തുവിനെ പകച്ചുനോക്കി. അതിന്റെ മുകളിലൂടെ ഇഴഞ്ഞുനീങ്ങി.

പിറ്റേന്ന്, അബ്ബാസ് മാപ്ലയ്ക്കുവേണ്ടി വെങ്കണ മുറിക്കാൻ ആളു വന്നു.

നാലുപേരുണ്ടായിരുന്നു. ഒരാൾ വലിയൊരു കയറുമായി വെങ്കണയുടെ ഉയരത്തിലേക്കു കയറി. കയർ മരത്തിന്റെ അറ്റത്തുകെട്ടി. മൂന്നു

കൊമ്പുകൾ മുറിച്ചു നിലത്തിട്ടു. കയർ കുറേ തെക്കുള്ള പ്ലാവിനു കെട്ടി. വേറൊരാൾ മഴുവുമെടുത്ത് വെങ്കണയുടെ അടുത്തേക്ക് നീങ്ങി. മഴു ആഞ്ഞു പതിച്ചപ്പോൾ മരപ്പൊളുക്കകൾ ചിതറി.

"ദൂരെ നില്ക്ക്." അച്ഛൻ ഗോപുവിനോട് പറഞ്ഞു.

ഗോപു മാറിനിന്നു.

മഴു ആഞ്ഞാഞ്ഞ് പതിച്ചുകൊണ്ടിരുന്നു.

"ആയോ?"

പ്ലാവിൽനിന്ന് കയറഴിച്ച് മൂന്നുപേരും വലിച്ചു നീക്കി.

ആയില്ല.

"ദാ, ഇപ്രത്ത് കൊത്ത്" അബ്ബാസ് മാപ്ല ചുരുട്ടു വലിച്ചുകൊണ്ട് പറഞ്ഞു.

അയാൾ ചൂണ്ടിക്കാണിച്ച സ്ഥലത്ത് മഴു വീണ്ടും വീണ്ടും ഉയർന്നു താണു.

മൂന്നുപേരും ബലം പിടിച്ച് കയർ വലിച്ചു. ഒടുവിൽ, ഒടുവിൽ, മരം വെട്ടുകാരൻ അവസാനത്തെ കൊത്തും കൊടുത്ത് മഴുവുമായി തെല്ലകലത്തിലേക്ക് മാറിനിന്നപ്പോൾ ആ കൂറ്റൻമരം ഒടുങ്ങാത്ത വേദനയുടെ അലർച്ചയോടെ ചാഞ്ഞുവീണു. മരം വീണപ്പോൾ വളപ്പാകെ കുലുങ്ങുന്നതുപോലെ ഗോപുവിന് തോന്നി. ഒരു മരണം കാണുകയാണെന്നു തോന്നി. എത്രയോ കൊല്ലമായി ഈ വളപ്പിലുണ്ടായിരുന്ന ഒരു മരം മരിച്ചുവീണിരിക്കുന്നു. അല്ല, അതിനെ കൊന്നുവീഴ്ത്തിയിരിക്കുന്നു. മറ്റു മരങ്ങൾ തേങ്ങിക്കരയുന്നത് അവനു കേൾക്കാം. അവയോടൊപ്പം കരയാൻ അവനും കൊതിച്ചു.

രാത്രി. ഗോപു ഉറക്കത്തിൽ കരഞ്ഞപ്പോൾ അച്ഛമ്മ വിളിച്ചുണർത്തി. പക്ഷേ, എന്തിനാണ് കരഞ്ഞതെന്ന് അവന് ഓർമ്മിക്കാൻ കഴിഞ്ഞില്ല.

* * * *

ഒരു ദിവസം ഗോപു സ്കൂൾവിട്ട് വരുമ്പോൾ, ഇളയച്ഛൻ ഇളയമ്മയോട് കലമ്പുകയായിരുന്നു.

ഇളയച്ഛന്റെ ഉച്ചത്തിലുള്ള ശബ്ദം പാലത്തിനുമുകളിൽ നിന്നുതന്നെ ഗോപു കേട്ടു. അവനോടിയെത്തുമ്പോൾ ഇളയച്ഛൻ നിന്ന് വിറയ്ക്കുകയായിരുന്നു. ഒരു തോർത്തുമുണ്ട് മാത്രമാണ് ഇളയച്ഛൻ ഉടുത്തിരുന്നത്. മുഖം ചുവന്നിരുന്നു. ഇളയച്ഛന്റെ ദേഹത്ത് അവിടവിടെ കരിയാറ്റകളും പാലുണ്ണികളുമുണ്ടായിരുന്നു. മുടിക്ക് നീളം നന്നെ കുറവായിരുന്നു. കഴുത്തിന് വാതം പിടിച്ച് മുഖം നേരെ ഉയർത്താൻ കഴിഞ്ഞിരുന്നില്ല.

"എറങ്ങിപ്പോ ഈടന്ന്, എറങ്ങിപ്പോ ഈടന്ന്" ഇളയച്ഛൻ അലറി.

ഇളയമ്മ വാതിലിനുമുന്നിൽ ഇറയത്തുതന്നെയുണ്ടായിരുന്നു. അറ്റത്ത് ഞൊറിവും ഉള്ളിൽ ഉയർന്നു നില്ക്കുന്നതുമായ കൈകളുള്ള ഒരു ചീട്ടിക്കുപ്പായമാണ് ഇളയമ്മ ഇട്ടിരുന്നത്. ഇളയമ്മ ഇടയ്ക്ക് വല്ലപ്പോഴും വെറ്റില മുറുക്കുമായിരുന്നു. കൈയിൽ വളകളുണ്ടായിരുന്നില്ല. ഇളയമ്മ കരയുകയായിരുന്നു.

"കള്ളി, ഇപ്പോ എറങ്ങണം ഈടന്ന്."

കുഞ്ഞനന്തൻ അമ്മയുടെ കാല്ക്കലായിരുന്നു. അവൻ സാധാരണ പോലെ ഒന്നും ഉടുത്തിട്ടില്ല. മുടികുറഞ്ഞ വലിയ തലയുയർത്തി അമ്മയുടെ നേർക്ക് നോക്കി അവൻ കുഴഞ്ഞ ശബ്ദങ്ങൾ പുറപ്പെടുവിച്ചു. അവന്റെ ചിറിയിൽനിന്ന് തുപ്പൽ ഒലിച്ച് താഴുന്നുണ്ടായിരുന്നു. അവന്റെ ദേഹത്തപ്പിടി വൃത്തികേടായിരുന്നു. അവനെ ഇന്ന് കുളിപ്പിച്ചില്ല. അവനും കരയുന്നുണ്ടായിരുന്നു.

"നീ എന്റെ നെല്ല് കട്ട് നിന്റെ വീട്ടിലേക്ക് കൊടുത്തേച്ചില്ലേ?"

"ഇല്ല."

"കള്ളീ, നീ കൊടുത്തേച്ചില്ലേ?"

ഇളയമ്മയുടെ കവിളത്ത് ഒരടി വീണു. ഗോപു ഞെട്ടിപ്പോയി.

അടുക്കളയോട് ചേർന്നുള്ള മുറിയിൽ, പത്തായത്തിൽ ചാരി നില്ക്കുകയായിരുന്നു പപ്പി. രുക്കുവിനെ പത്തായത്തിനു മുകളിൽ ഇരുത്തിയിരിക്കുകയായിരുന്നു. ചെറിയ കുഞ്ഞ് തൊട്ടിലിൽ കിടന്ന് കരഞ്ഞു. തൊട്ടിലിനടുത്തായി തിരിയില്ലാത്ത നിലവിളക്ക്. അച്ഛൻ അമ്മയെ തല്ലിയ ഒച്ച കേട്ട് പപ്പിയും ഞെട്ടി. ഓടിച്ചെന്ന് അച്ഛന്റെ കൈപിടിച്ച് കരഞ്ഞു:

"തല്ലല്ലേ അച്ഛാ, തല്ലല്ലേ."

അച്ഛൻ അവളെ പിടിച്ച് ഉന്തി. അവളുടെ തല കട്ടിളയിൽ ചെന്നടിച്ചു. നൊന്തിട്ടും നോവറിഞ്ഞില്ല.

"എന്റെ പീടീന്ന്* സാധനം കട്ടിറ്റ് നീ വീട്ടിലേക്ക് കൊടക്കലില്ലേ. മേശ തൊറന്ന് പണെടുത്ത് കൊട്ക്കലില്ലേ. പറയ് പുലിയാട്ച്ചീ. ഇന്ന് തീർക്കണം കണക്ക്."

"ഒന്ന് നിർത്ത്വോ ഇത്. പാവങ്ങളാന്ന്ച്ചിറ്റ്.."

"എറങ്ങ് ഈടന്ന്. ചവിട്ടി ഞാന്."

"അച്ഛാ."

"പോ."

ഇളയമ്മ നിശ്ശബ്ദം അകത്തേക്ക് ചെന്ന് തൊട്ടിലിൽനിന്ന് പഴന്തുണിക്കീറുകളിൽ കിടന്നു കരയുന്ന കുഞ്ഞിനെയെടുത്തു. പപ്പിയോട് പറഞ്ഞു:

"വാ മോളേ."

പപ്പി അന്തംവിട്ടു നിന്നു.

"രുക്കൂനെ എട്ക്ക്"

പപ്പി ഒന്നും പറയാതെ രുക്കുവിനെ ഒക്കത്തെടുത്തു.

ഇളയമ്മ കുഞ്ഞിനെ രണ്ടുകൈകൊണ്ടും വാരിപ്പിടിച്ച്, പതുക്കെ മുറ്റത്തേക്കിറങ്ങുമ്പോൾ, കുഞ്ഞനന്തൻ ഉറക്കെ കരഞ്ഞു. ഇളയമ്മ അവന്റെ മുഖത്തേക്കു നോക്കി. അവൻ അമ്മയുടെ നേർക്ക് കരഞ്ഞുകൊണ്ട് നിരങ്ങി. പക്ഷേ, അമ്മ നിന്നില്ല. തേങ്ങിക്കൊണ്ട് മുറ്റത്തേക്കിറങ്ങി പിന്നാലെ പപ്പിയും. തൂണിൽ ചാരിനില്ക്കുന്ന ഗോപുവിനെ കണ്ട്

---

* പീടികയിൽനിന്ന്

പപ്പി പൊട്ടിക്കരഞ്ഞു: "ഗോപു."

ആ വിളികേട്ട് ഗോപു പിടഞ്ഞു. അവന്റെ നെഞ്ച് തെരുതെരെ മിടിക്കുകയും കണ്ണ് നിറയുകയും ചെയ്തു. അവന് ഒരക്ഷരം പറയാൻ കഴിഞ്ഞില്ല. കൈയിൽ പുസ്തകങ്ങളുമായി തൂണിൽ പിടിച്ച് അവൻ വിറങ്ങലിച്ചുനിന്നു. അവന്റെ ഇളയമ്മയും അവന്റെ പ്രിയപ്പെട്ട പപ്പിയും കരഞ്ഞുകൊണ്ട് പടിയിറങ്ങിപ്പോകുന്നു. അവൻ വിറങ്ങലിച്ച് നോക്കി നില്ക്കുന്നു.

സംസാരിക്കാൻ കഴിയാത്ത കുഞ്ഞനന്തൻ ആയിരം നാവുകൊണ്ട് അമ്മയെ വിളിക്കുന്നു.

ഗോപു ഇറയത്തുനിന്ന് കളത്തിലിറങ്ങുമ്പോൾ ഇളയമ്മയും പപ്പിയും ചരൽവഴിയിലെത്തിയിരുന്നു. ഗോപു വഴിയിലെത്തുമ്പോൾ അവർ ടാറിട്ട നിരത്തിലേക്ക് കയറിയിരുന്നു. ഗോപു ചരൽ വഴിയിൽ നിന്ന് നിരത്തിലേക്ക് കയറുമ്പോൾ, അവൻ പാലത്തിനപ്പുറമെത്തിയിരുന്നു. ഗോപു പാലത്തിനപ്പുറമെത്തുമ്പോൾ അവർ വളവിൽ മറഞ്ഞുകഴിഞ്ഞിരുന്നു. ഏതോ ശക്തി അവരെ തന്നിൽനിന്ന് എന്നെന്നേക്കുമായി പിടിച്ചകറ്റുകയാണെന്ന് ഗോപുവിന് തോന്നി.

അവൻ വീട്ടിലേക്ക് നടന്നു. അവൻ പറഞ്ഞാണ് അച്ഛമ്മ വിവരമറിയുന്നത്. അറിഞ്ഞപാടെ കൂനിക്കൂനി അവന്റെ പിന്നാലെ പുറപ്പെട്ടു. ഓലക്കുട എടുത്തില്ല. പുടവ മാറ്റുകപോലും ചെയ്തില്ല.

ഇളയച്ഛൻ മേശയ്ക്കടുത്തിരിക്കുകയായിരുന്നു. അങ്ങാടിയിൽ വേറെ യാരുമുണ്ടായിരുന്നില്ല. ഇറയത്തിരുന്നു കുഞ്ഞനന്തൻ കരഞ്ഞു.

"എന്താ ഇത്, എന്താ ഇത്?" അച്ഛമ്മ വഴിക്കുനിന്നുതന്നെ വിളിച്ചു ചോദിച്ചു.

ഇളയച്ഛൻ മിണ്ടിയില്ല.

"നീ ഓളേം മക്കളേം തച്ച് പറഞ്ഞേച്ചു അല്ലേ? ഈടെനി ആരാ?"

ഇളയച്ഛൻ മുഖമുയർത്തി

"വേറെ പെണ്ണിനെ കിട്ടൂലെ?"

അച്ഛമ്മ കുഞ്ഞനന്തന്റെ അടുത്തേക്ക് നടന്നു. അവന്റെ മുഖത്താകെ കണ്ണുനീരും കരിയും പുരണ്ടിരുന്നു. അച്ഛമ്മ അവന്റെ അടുത്തിരുന്ന് പുടവത്തുമ്പുകൊണ്ട് കണ്ണുനീരും കരിയും തുടച്ചു. അവൻ വിടർന്ന വലിയ കണ്ണുകൾകൊണ്ട് അച്ഛമ്മയെ ഉറ്റുനോക്കി. അവൻ കുഴഞ്ഞ നാവിൽ നിന്ന് ഉമിനീരിറ്റു വീണുകൊണ്ടിരുന്നു. അവനെന്താണ് പറയാൻ വിചാരിക്കുന്നതെന്ന് അച്ഛമ്മയ്ക്കോ ഗോപുവിനോ ഊഹിച്ചറിയാനാവില്ല. അവന്റെ സങ്കടത്തിന്റെ ആഴമെത്രയെന്ന് അവരറിഞ്ഞില്ല. അവന്റെ കണ്ണുകളിൽ വളരെ വളരെ ആഴത്തിൽ വേദനയുടെ നിഴലുകളിളകി. അച്ഛമ്മ പുടവത്തുമ്പുകൊണ്ട് അവന്റെ കവിളത്തെ കണ്ണുനീരും കരിയും തുടയ്ക്കുന്നുതുകണ്ടപ്പോൾ ഗോപുവിന് കരച്ചിൽവന്നു. അച്ഛമ്മ മെലിഞ്ഞ്, ചുളിവു പതിഞ്ഞ കൈകൾ അവന്റെ ചുമലിൽവെച്ച്, വേദനയുടെ നിഴലുകളിളകുന്ന കണ്ണിലേക്കു നോക്കി ഇരിക്കുന്നതുകണ്ടപ്പോൾ ഗോപു

വിന് കരച്ചിൽ വന്നു. കുഞ്ഞനന്തന്റെ വലിയ കണ്ണുകൾ നിറഞ്ഞൊഴുകുന്നത് കണ്ടപ്പോൾ ഗോപുവിന് കരച്ചിൽ വന്നു.

കുറേദൂരം നടന്നിരിക്കണം. ഇളയമ്മ പിന്നിൽനിന്നാരോ പിടിച്ചുവലിച്ചതുപോലെ നിന്നു. ചെറിയ കുഞ്ഞിനെ പഴന്തുണിക്കീറുകളിൽ നിലത്തുകിടത്തി. "ന്റെ കുഞ്ഞനന്ത"നെന്ന് കരഞ്ഞുകൊണ്ട് ഇളയമ്മ തിരിച്ചു നടന്നു. നടക്കുകയായിരുന്നില്ല. ഓടുകതന്നെയായിരുന്നു. രണ്ടു കുഞ്ഞുങ്ങളുടെ മുന്നിൽ കണ്ണുനീരുണങ്ങാത്ത കവിളുകളോടെ പപ്പി നിന്നു. ഇളയമ്മ പിടയുന്ന നെഞ്ചുമായി ഓടി. സന്ധ്യ പരന്നിരുന്നു.

ഗോപുവും അച്ഛമ്മയും മിഴിച്ചുനിന്നു.

ഇളയമ്മ "ന്റെ കുഞ്ഞനന്താ" എന്നു വിളിച്ചുകൊണ്ട് ഇറയത്തേക്കോടിക്കയറി. കുഞ്ഞനന്തൻ തളർന്ന നാവുകൊണ്ട് എന്തൊക്കെയോ പറയാൻ ശ്രമിച്ച് ഒന്നും പറയാനാകാതെ വിങ്ങിക്കരഞ്ഞുകൊണ്ട്, അമ്മയുടെ നേരെ കൈകളുയർത്തി. അമ്മ അവനെ വാരിയെടുത്ത്, ആരോടുമൊന്നും പറയാതെ, ആരുടേയും മുഖത്തുനോക്കാതെ, ഇരുൾ പരക്കുന്ന മണ്ണിലേക്കിറങ്ങിനടന്നു.

* * * *

പപ്പിയേയും കുഞ്ഞനന്തനേയുമോർത്ത് ദുഃഖിക്കാൻ ഗോപുവും അച്ഛമ്മയും മാത്രമേ ഉണ്ടായിരുന്നുള്ളൂ. ഇളയച്ഛൻ വേറെ കല്യാണമാലോചിക്കുകയായിരുന്നു. സന്ധ്യയ്ക്ക് നാമം ചൊല്ലുന്ന അച്ഛമ്മയുടെ അടുത്ത് മലർന്നു കിടന്ന് ഗോപു ചെറിയ നിലവിളക്കിന്റെ വെളിച്ചത്തിൽ ചുവരിലെ പല്ലികളെ നോക്കി. അച്ഛമ്മയുടെ ഭംഗിയുള്ള ഓലക്കുട മുകളിൽ തൂങ്ങിക്കിടക്കുന്നു. ശവപ്പറമ്പിൽ ചൂട്ടുവെളിച്ചങ്ങൾ നീങ്ങി. ഇളയച്ഛൻ ഊണുകഴിക്കാൻ വന്നു. ഊണുകഴിഞ്ഞ് അധികം നില്ക്കാതെ മടങ്ങിപ്പോയി. പപ്പിയേയും കുഞ്ഞനന്തനേയുമോർത്ത് ഗോപു ദുഃഖിച്ചു. ഇരുട്ടിലെവിടെയോ നിന്ന് പപ്പി തന്നെ വിളിക്കുന്നു: "ഗോപൂ, ഗോപൂ."

അവൾ എവിടെയാണുള്ളതെന്നറിയാതെ ഓരോ ദിശയിലേക്കും ഓടി പകച്ചുനില്ക്കുന്നു. അപ്പോൾ കുഞ്ഞനന്തന്റെ കരച്ചിൽ കേൾക്കുന്നു. ഇരുട്ടിൽ അവന്റെ കണ്ണുകൾ നിറഞ്ഞൊഴുകുന്നതു കാണുന്നു.

പിന്നെ ഇളയമ്മയുടെ കരച്ചിൽ. രുക്കുവിന്റെയും ചെറിയ കുഞ്ഞിന്റെയും നിലവിളികൾ.

അവൻ അച്ഛമ്മയുടെ മടിയിൽ തലവെച്ചു കിടന്നു. അച്ഛമ്മയുടെ സാന്ത്വനത്തിൽ അവനുറങ്ങി.

ഉണരുമ്പോൾ അച്ഛമ്മ നിലവിളക്കിന്റെ മുന്നിൽ കണ്ണടച്ച് കിടക്കുകയായിരുന്നു ചുറ്റും ആരെല്ലാമോ നിന്നു. ആരൊക്കെയോ കരഞ്ഞു.

"കാല്ക്കൽ നമസ്കരിക്ക് മോനെ."

ഏങ്ങലടിച്ചുകൊണ്ട് അവൻ അച്ഛമ്മയുടെ കാല്ക്കൽ നമസ്കരിച്ചു.

"മോനേ, അച്ഛമ്മ പോവ്വായി. ട്ടോ."

എങ്ങട്ട്?

ചുവന്ന പട്ടു പുതച്ചുകിടക്കുന്ന അച്ഛമ്മയെ ചുമലിലെടുത്ത്

ആൾക്കാർ നടന്നു.

"മോനേ, അച്ഛമ്മ പോവ്വായിട്ട്വോ."

എനിക്കിനി ആരാ?

മണലിൽ പലരുടെ കാലടികളമരുന്ന പതിഞ്ഞ ശബ്ദങ്ങൾ. പെട്രോമാക്സിന്റെ വെളിച്ചം. പാലം. നിരത്ത്, വയൽവരമ്പുകൾ. വയലുകളുടെ കരയിൽ മുറ്റത്ത് ബദാംമരമുള്ള വീട്. കൊട്ടിലിന്റെ വാതിൽപ്പടിക്കുമേൽ ഒരു മാനിന്റെ തല. തറവാട് ബന്ധുക്കൾ, മുറിഞ്ഞുവീഴുന്ന മാവ്, കത്തുന്ന ചിത.

ചിതയിൽ നിന്നല്പം വിട്ടുമാറി കാൽമുട്ടുകളിൽ മുഖം ചേർത്തിരുന്ന് ഗോപു കാണുന്നു. വിറകുകൾക്കൊപ്പം അച്ഛമ്മ കത്തുകയാണ്.

രണ്ടുപേർ കാറ്റോല വീശി.

എത്രനേരം അങ്ങനെ ഇരുന്നുവെന്നറിയില്ല. അവന്റെ കാൽമുട്ടുകളിലൂടെ കണ്ണുനീരൊഴുകി. ആരോ ഒരാൾ ഒരു മുളങ്കമ്പുകൊണ്ട് ചിതയിൽനിന്ന് കരിഞ്ഞ എന്തോ കുത്തി ഉയർത്തി. "ഇനീം മുക്കാൽ മണിക്കൂർ വേണ്ടിവരും." അതുനോക്കി പറഞ്ഞു. അതു ഗോപുവിന്റെ അച്ഛമ്മയായിരുന്നു. ഒരു കരിഞ്ഞ... ഗോപു കണ്ണടച്ചു.

ബലിക്കാക്കകൾ വരികയായി.

* * * *

ഇളയച്ഛന്റെ വീടിനു കിഴക്ക് പുഴയാണ്. ഇറയത്തുനിന്ന് പുഴവെള്ളമിറങ്ങിപ്പോയി രണ്ടാഴ്ച കഴിഞ്ഞപ്പോൾ ഇളയമ്മ ഒരു പെൺകുട്ടിയെ പ്രസവിച്ചു. എല്ലാക്കൊല്ലവും പുഴയിൽ വെള്ളം കയറുമ്പോൾ തേങ്ങ കൊണ്ടുപോകാൻ വളരെവളരെ തെക്കുനിന്ന് ചീനകൾ വരാറുണ്ട്. ഇളയമ്മ പെൺകുഞ്ഞിനെ പ്രസവിച്ച ദിവസം കരയ്ക്കടുത്ത ചീന രണ്ടുനാൾ കഴിഞ്ഞ് മടങ്ങിപ്പോയി. കാട്ടിൽ യക്ഷിയുടെ കൊട്ടാരത്തിലകപ്പെട്ട സുന്ദരിയായ രാജകുമാരിക്കെന്തുപറ്റിക്കാണും? രാജകുമാരൻ നേരത്തിന് എത്തിയോ? നാണുമാഷ് കഥ പറഞ്ഞു മുഴുമിച്ചില്ല. "എല്ലാരും ചാവും. ഗോപു" പപ്പി പറഞ്ഞു: "ഞാനും നീയും എല്ലാരും" മാഞ്ചോട്ടിൽനിന്ന് കണ്ണുതുറയ്ക്കുന്ന പൃക്കാച്ചിയെ ഉള്ളാലെ ആശ്വസിപ്പിക്കുന്നു: ഞാൻ ദൈവത്തെ കാണും, എന്തിനാണ് ചന്ദ്രി കരഞ്ഞത്? ഓണത്താർ മുറ്റത്ത് മണിമുഴക്കുമ്പോൾ പനിച്ചുകിടക്കുകയായിരുന്നു. ആ കൂറ്റൻ വെങ്കണമരം ഒടുങ്ങാത്ത വേദനയുടെ അലർച്ചയോടെ ചാഞ്ഞുവീണു. പക്ഷേ, എന്തിനാണ് കരഞ്ഞതെന്ന് ഓർമ്മിക്കാൻ കഴിഞ്ഞില്ല. സംസാരിക്കാൻ കഴിയാത്ത കുഞ്ഞനന്തൻ ആയിരം നാവുകൊണ്ട് അമ്മയെ വിളിച്ചു. ആരോ ഒരാൾ മുളംകമ്പുകൊണ്ട് ചിതയിൽനിന്ന കരിഞ്ഞ എന്തോ കുത്തിയുയർത്തി.

ഗോപു വിങ്ങിക്കരയുന്നു. ചുറ്റും ആരുമില്ല. എല്ലാവരും എവിടേക്കാണ് പോയിരിക്കുന്നതെന്ന് അവൻ പകയ്ക്കുന്നു. കണ്ണുനീരൊതുക്കാനാവാതെ ഏങ്ങലടിച്ച് കരഞ്ഞുകൊണ്ട് അവൻ ശവപ്പറമ്പിലൂടെ, പൂഴിപ്പരപ്പിലൂടെ പുഴവക്കത്തെത്തുന്നു.

പുഴ, മറ്റെല്ലാ പുഴകളെയും പോലെ ഇതും സമുദ്രത്തിലേക്ക് തന്നെ യൊഴുകുന്നു. മഴക്കാലത്ത് നിറഞ്ഞുകവിയുകയും വേനല്ക്കാലത്ത് തളർന്നുതേങ്ങുകയും ചെയ്യുന്നു. പുഴയുടെ തീരത്തെ തരിമണലിൽ ഉപേ ക്ഷിക്കപ്പെട്ട കളിവീടുകൾ, ഓലപ്പന്തുകൾ പാളക്കിരീടങ്ങൾ കളികണ്ണി പ്പൂവുകൾ, കുന്നിക്കുരുക്കൾ, മഞ്ചാടിമണികൾ..

വർഷങ്ങൾക്കുശേഷം ഗോപു ഇങ്ങനെയാവാം ഓർത്തു തുടങ്ങു ന്നത്:

നിഷ്കളങ്കതയുടെ പ്രായത്തിൽ എന്റെ മനസ്സിൽ മഞ്ചാടിമരങ്ങൾ വളർന്നു നിന്നിരുന്നു.

നോവൽ ഖണ്ഡങ്ങൾ

(*തടവറകളിൽ കലാപം* എന്ന ആദ്യനോവലിൽനിന്ന്)

മണ്ണ്; മനുഷ്യൻ

ഉച്ച തെറ്റിയിരുന്നു. പാടിക്കൊണ്ടൊഴുകുന്ന നീർച്ചാലിന്റെ കരയിൽ കൈതപ്പൊന്തകളിൽ കുളക്കോഴികൾ ചിറകടിച്ചു.

വേശുവമ്മ ഇറയത്ത് തെരിയ*മേലിരുന്ന് അകലേക്ക് നോക്കി.

മൈലംപെട്ടിക്കു മുകളിൽ ഇടി മുഴങ്ങി

വേശുവമ്മ ഒന്നു ഞെട്ടി.

"വേശൂന് കേക്കണോ എങ്ങന്യാ ഇടിവെട്ടുന്നത്ന്ന്."

മമ്മുക്ക തളിർവെറ്റിലയുടെ ഞരമ്പുകൾ പിഴുതുമാറ്റി.

"നിങ്ങ പറഞ്ഞുതാപ്പാ." വേശുവമ്മ പറഞ്ഞു.

അയാൾ വെറ്റിലയിൽ നൂറുതേച്ച് വേശുവമ്മയ്ക്ക് നീട്ടി.

"വെള്ളം കേറ്റിപ്പിടിച്ച മേഘങ്ങളോട് മലക്കുകൾ പറയും ഇന്നിന്ന സ്ഥലത്തു പോയി മഴ പെയ്യണംന്ന്."

പിച്ചാത്തിയെടുത്ത് അടക്ക കഷണിച്ചു കൊണ്ട്:

"വേശു കേക്ക്ന്നില്ലേ?"

"നിങ്ങ പറഞ്ഞോപ്പാ. ഞാങ്കേക്കും."

അണപ്പല്ലിൽ അടക്കാക്കഷണം ഞെരിഞ്ഞമർന്നു.

"മനുഷ്യരെപ്പോലെ മേഘങ്ങളിലുംണ്ടാവാല്ലോ കുരുത്തം കെട്ടേയ്റ്റിങ്ങ. അയ്റ്റിങ്ങളു മടിച്ചു നിക്കുമ്പോ മലക്കുകള് ദണ്ഡു കൊണ്ടിടിക്കും ആ ഒച്ച്യാ ഇടി."

ജാപ്പാണം പുകയില നുറുങ്ങി

"മാപ്പള തെയ്യം കെട്ട്യ കഥ എനിക്ക് നല്ലോണം പിടിച്ചൂട്ട്വാ" വേശുവമ്മ പറഞ്ഞു.

അതു തലേന്നു പറഞ്ഞതാണ്. മാപ്പിളയും തെയ്യം കെട്ടുന്ന മല

---

* വാഴനാരിന്റെ ഇരിപ്പിടം

യന്റെ ഭാര്യയും ഇത്തിരി അടുപ്പത്തിലായിരുന്നു. ഒരു തവണ കാവിൽ തെയ്യമടുത്തപ്പോൾ മലയന് കടുത്ത പനി. അയാൾക്കു തെയ്യം കെട്ടിയാടാൻ പറ്റില്ല. തെയ്യത്തിന്റെ മുടി താങ്ങാൻ ശേഷിയില്ല. തെയ്യം കെട്ടിയില്ലെങ്കിലോ കാവിലെ അവകാശങ്ങളെല്ലാം പോയ്പ്പോകും.

"ഇങ്ങള് തെയ്യം കെട്ടി സഹായിക്ക്" മലി മാപ്പിളയോട് പറഞ്ഞു.

"അയ്യോ." മാപ്പിള നടുങ്ങി

"ന്നോട് സ്നേഹംണ്ടോ?"

"നിനക്കയ്ല് സംശ്യോ എന്നും!"

"എന്നാ ഞാമ്പറഞ്ഞത് കേക്കണം. മോത്തെയ് തീറ്റ് മുടീംവെച്ചിറ്റ് അങ്ങോട്ടും ഇങ്ങോട്ടും വെറുതെ നടന്നാമതി. ആളുള് പൈസ തരുമ്പോ കുറി* വാരിക്കൊടുക്കേം വേണം. ഒരാക്കും തിര്യാൻ പാട്ല്ല."

ഒടുക്കം മാപ്പിള സമ്മതിച്ചു. അയാൾ സാഹസം ഏറ്റുവാങ്ങി.

മലിതന്നെ അയാളെ മടിയിൽ കിടത്തി ചായക്കൂട്ടുകൾ കൊണ്ട് മുഖത്തെഴുതി. വലിയ മുടി കെട്ടിക്കൊടുത്തു. ഒന്നും പറഞ്ഞുപോകരുതെന്നു കർശനമായി താക്കീതു ചെയ്തു. ആർത്തുകൊണ്ട് വെറുതെ നടക്കുകയേ വേണ്ടൂ.

അയാൾ കനമേറിയ മുടിയും പേറി ആർത്തു വിളിച്ചുകൊണ്ട് കാവിനു ചുറ്റും നടന്നു. മുളകൾ കൊണ്ടു കെട്ടിപ്പൊക്കി ചുവന്ന പട്ടു ചുറ്റിയ മുടി കാറ്റിലിളകി. അയാൾക്ക് വിയർത്തു. മുടി ഒടിഞ്ഞുവീഴാൻ പോവുകയാണ്. അള്ളോ വീഴുകയാണ്.

"മുടി വീണ് മോലോം പൊളിയുന്നേന് മുപ്പട്ട് മഞ്ഞേം കിഞ്ഞേം മേങ്ങിക്കോളിൻ" മുടി ഇരുകൈകൾ കൊണ്ടും താങ്ങിനിർത്തി ആവുന്നത്ര ഉച്ചത്തിൽ അയാൾ പറഞ്ഞു.

വിശ്വാസികൾ അതുകേട്ട് ക്ഷോഭിച്ചിളകി.

അയാൾ മുടി വലിച്ചെറിഞ്ഞ്, മുഖത്തെഴുതിയ ചായം മായ്ക്കാതെ, ചുവന്ന പട്ടുടുത്ത് ചിലമ്പു കുലുക്കിക്കൊണ്ട് എങ്ങോട്ടെന്നില്ലാതെ പാഞ്ഞു. കുറ്റിക്കാട്ടിൽ ഒളിച്ചിരുന്നപ്പോൾ "കാഫ്റീങ്ങടെ ചെലമ്പ്" ഉറക്കെ കിലുങ്ങി പോലും.

വേശുവമ്മ അതോർത്തു ചിരിച്ചു. മുറുക്കാൻ നീര് ചിറിയിലൂടെ ഒലിച്ചിറങ്ങി. കണ്ണിൽ നനവു പടർന്നു.

"എന്തേ വേശ്വേ ചിരിക്ക്ന്ന്" മമ്മുക്ക ചോദിച്ചു.

"ഒന്നൂല്ലപ്പാ. നിങ്ങ ഓരോ കഥീം പറഞ്ഞിറ്റ്.."

വേശുവമ്മ ചിരി നിർത്തിയില്ല.

വാതില്പ്പാളിയുടെ പിന്നിൽ വീർത്ത വയറുമായി ഇയ്യാത്തുട്ടിഉമ്മ നില്ക്കുന്നുണ്ടായിരുന്നു. കാച്ചിത്തുണിയിൽ മുറുകെ പിടിച്ച് കുഞ്ഞാമിനാത്തയും.

ഇയ്യാത്തുട്ടിഉമ്മ മമ്മൂക്കയുടെ രണ്ടാമത്തെ ഭാര്യയായിരുന്നു. ആദ്യം കെട്ടിയത് ബീയുമ്മയെയാണ്. ബീയുമ്മ ഇബ്രാഹിംകുട്ടിയെ പെറ്റു. ഒടു

---

* മഞ്ഞൾപ്പൊടി

വിലൊരു ദിവസം എന്തോ അപ്രതീതി തോന്നി മമ്മുക്ക ബീയുമ്മയെ പറഞ്ഞയച്ചു. വീട് അകലെയല്ല. ഇബ്രാഹിംകുട്ടി അവിടെ വളർന്നു. അവന്റെ സ്വഭാവം ഉപ്പയുടേതുപോലെയല്ലെന്ന് മൈലംപെട്ടിക്കാർ പറഞ്ഞിരുന്നു. മുഖവും വീർപ്പിച്ച് അവനങ്ങനെ നടക്കും. ഉപ്പയെ വഴിയിലെങ്ങാനും കണ്ടാൽ മുഖം കറുക്കും.

"നിങ്ങളെ മോനതല്ലേ പോന്ന്" വേശുവമ്മ വഴിയിലൂടെ കനത്ത കാൽവെപ്പുകളോടെ നടന്നു പോകുന്ന ഇബ്രാഹിംകുട്ടിയെ കണ്ടു.

"ഞാനാദ്യം മോനേന്നും വിളിച്ച് ഉമ്മം കൊടുത്തത് ഓന്യാ" മമ്മുക്ക ദുഃഖത്തോടെ പറഞ്ഞു.

"ഇനൃത്തേത് ആണന്ന്യാരിക്കും മമ്മ്വാപ്ലേ" വേശുവമ്മ സാന്ത്വനപ്പെടുത്തി.

അത് ശരിയായി. ഇയ്യാത്തുട്ടിഉമ്മ ഒരാൺകുഞ്ഞിനെ പെറ്റു. എങ്കിലും ആ പിറവി കൊണ്ടാടപ്പെട്ടില്ല.

അന്നു കുഞ്ഞമ്പാടിയുടെ അച്ഛനെ വേശുവമ്മയ്ക്ക് നഷ്ടപ്പെട്ടു. പനങ്കള്ളു കുടിച്ചു വീർത്ത വയറോടെ മുറുക്കിച്ചുവപ്പിച്ച ചുണ്ടുകളോടെ, അഴിഞ്ഞു ചിതറിയ കുടുമയോടെ വെള്ളിക്കടുക്കനോടെ അയാൾ ശാന്തമായി സമുദ്രത്തിലേക്കൊഴുകിപ്പോയി. ഇയ്യാത്തുക്കുട്ടി ഉമ്മയുടെ കുഞ്ഞിനോടൊപ്പം വേശുവമ്മയും കരഞ്ഞു. അമ്മ കരയുന്നതും നോക്കി ഒന്നും ചെയ്യാനാവാതെ നിന്ന് കുഞ്ഞമ്പാടി ഏങ്ങലടിച്ചു.

* * * *

മൈലംപെട്ടിക്കാർ അതിശയം കണ്ണുകളിൽ നിറച്ച് നോക്കിനിന്നു.

ചൂടിക്കട്ടിലുകളും കരിപിടിച്ച മൺപാത്രങ്ങളും ചുമന്ന് മലയിറങ്ങി വരുന്നതാരൊക്കെയാണ്?

ചൂടിക്കട്ടിലുകളും, മൺപാത്രങ്ങളും മാത്രമല്ല; വേദപുസ്തകങ്ങളും വെള്ളിക്കുരിശുകളും കൂടിയുണ്ടായിരുന്നു. പിടക്കോഴികളും പൂവൻകോഴികളും ചിലരുടെ കൈകളിൽ പിടഞ്ഞു. അവർ കൗതുകത്തോടെ നാലുപാടും നോക്കി. ഈ വഴി എങ്ങോട്ടാണ് നീളുന്നത്. ഇല്ലേ, ഇവിടെ സ്ഥലമില്ലേ? നിങ്ങളുടെ വീടുകളെല്ലാം വിരുന്നുകാരെക്കൊണ്ട് നിറഞ്ഞുവോ?

"ഈശോയേ, ഇനിയും എന്തോരം പോകണം. കാല് തളർന്നു വല്ലോ?"

"നോവുന്നെങ്കി ഇച്ചിരിനേരം ഈ തണലിലോട്ടിരുന്നോടീ"

"ഇതെന്നാ മരമാ."

"ആഞ്ഹാ, വെണ്ടേക്കാന്നാ തോന്നുന്നേ."

"ഇവിടെയത്രയും മരങ്ങളാണല്ലോ ഒള്ളത്."

"നേരാ."

"എനിക്ക് തീരെ വയ്യ. കേട്ടോ."

"അച്ചാമ്മേ നീ ധൈര്യമായിരിക്ക്. കർത്താവ് നമ്മെ കഷ്ടപ്പെടുത്തില്ലെടീ."

വേശുവമ്മയും മറ്റും എത്തിവലിഞ്ഞ് നോക്കി. അവരുടെ നെറ്റികളിൽ

നെടുകെയും വിലങ്ങനെയും ചോരനിറം പരന്നിരിക്കുന്നു.

"ഇതെന്ത് പ്രാന്താ ഇവരീ കാട്ട്ന്നത്? വേശുവമ്മ അന്തംവിട്ട് ചോദിച്ചുപോയി.

മമ്മുക്ക ചിരിയടക്കി.

"കുരിശുവരയ്ക്കുകയാ."

വേശുവമ്മ ഞെട്ടി.

"ങ്ഹേ, കുരിശോ."

"ങ്ഹാ, അതന്നെ. കുരിശ്."

"അതെന്ത്ന്നാപ്പാ."

വേശുവമ്മ പിറുപിറുത്തു! കുരിശ്. കുരിശ്...

സന്മനസ്സുള്ള മൈലംപെട്ടിക്കാർ കുരിശുകളുമായി വന്ന അപരിചിതരോട് പറഞ്ഞു.

"നിങ്ങ ആടീം ഈടിം* ഇങ്ങനെ ഇര്ന്നിട്ടൊര് കാര്യമില്ല. ഈട ഒരു നുള്ളു മണ്ണുകിട്ടണെങ്കില് കോട്ട വീട്ടിലെ എശമാനനോട് ചോദിക്കണം. ഒരോ ഈട്ത്തെ ദൈവും ഗവണ്മേണ്ടും."

"എന്തെങ്കിലും കാഴ്ചവെക്കാനില്ലാണ്ട് കോട്ടവീട്ടിലേക്ക് കേറിക്കൂടാന്നാ."

അപരിചിതർ അതനുസരിച്ചു. കോഴികളും പണപ്പൊതികളുമായി അവർ കോട്ടവീട്ടിലെത്തി. മാൻതല കണ്ട് അമ്പരന്നു. വിനയപൂർവ്വം തൊഴുതു നിന്നു.

എശമാനൻ പ്രീതനായി.

"ഇവർക്ക് സ്ഥലം കാണിച്ചുകൊടുക്ക്." കാര്യസ്ഥനെ വിളിച്ച് കല്പിച്ചു.

അങ്ങനെ മലയോരങ്ങളിൽ പുതിയ പുല്ലുമാടങ്ങളുയർന്നു.

കുടിയേറ്റക്കാർ കാടുകൾ വെട്ടിത്തെളിച്ചു. പാമ്പിൻ മുട്ടകൾ ഉടച്ചു.

"അപ്പറത്ത് റവറു വെക്കാം. ഇവിടെയൊക്കെ കപ്പയിടാം. ആ ചെരുവില് മൊളക്. അതിലെ താഴെ ശകലം ഇഞ്ചീം ശകലം ചേനയും. കർത്താവേ തരുവ** എവിടെയാണ് മുളപ്പിക്കേണ്ടത്?"

അവർ അദ്ധ്വാനത്തിൽ ആഹ്ലാദമനുഭവിച്ചു. അവരുടെ രക്തത്തിന് ലഹരിപിടിച്ചിരുന്നു. വിയർപ്പൊഴുക്കി അവർ മണ്ണ് നനച്ചു. വിയർപ്പുതുള്ളികളല്ലാതെ മറ്റൊന്നും മണ്ണിനു കൊടുക്കാൻ അവർക്കുണ്ടായിരുന്നില്ല.

അവർക്ക് സ്വന്തം തത്ത്വശാസ്ത്രമുണ്ടായിരുന്നു.

"കേട്ടോടീ അച്ചാമ്മേ, നമ്മളങ്ങോട്ടു കൊടുക്കുന്ന ഓരോ വെയർപ്പുതുള്ളീം എണ്ണിത്തിട്ടപ്പെടുത്തിയേ മണ്ണ് നമുക്കിങ്ങോട്ട് അനുഭവം തരത്തുള്ളൂ. നമ്മളു പിശുക്കുകാട്ടിയാ മണ്ണും ആ സൊഭാവം കാണിക്കുമെടീ."

---

* അവിടെയും ഇവിടെയും

** പുൽത്തൈലച്ചെടി

മണ്ണ് കുടിക്കുംമുമ്പേ സൂര്യൻ അവരുടെ വിയർപ്പു തുള്ളികൾക്കായി നാവുനീട്ടി.

മലങ്കാറ്റ് വീശിയപ്പോൾ വിടർന്നുചിരിച്ച പൂക്കളെല്ലാം വീണുചിതറി.

മലമടക്കുകൾക്കു മുകളിലൂടെ വെള്ളമേഘങ്ങൾ, തീർത്ഥാടകരെപ്പോലെ നീങ്ങി. അവ കാവേരിതീർത്ഥത്തിൽ മുങ്ങിക്കുളിക്കാൻ പോവുകയാണ്. കാവേരിയിലെ പ്രസാദവുമായി അവ വീണ്ടും മൈലംപെട്ടിയിൽ തിരിച്ചെത്തും. സുഗന്ധം ചൊരിയും സാന്ത്വനം തൂകും.

* * * *

ഇട്ടിയവിര തന്റെ പുല്ലുമാടത്തിൽനിന്ന് പുറപ്പെട്ടത് മൈലംപെട്ടിക്കു വടക്കായി തലയുയർത്തി നില്ക്കുന്ന കുന്നിന്റെ മറ്റേച്ചെരിവിൽ കുടിയേറിപ്പാർത്ത ചാക്കോച്ചനെ കാണാനായിരുന്നു. ചാക്കോയും മണിമലക്കാരനായിരുന്നു. ഒന്നിച്ചാണിറങ്ങിയത്. ചാക്കോ ഇത്തിരികൂടി മുമ്പേ മലയിലെത്തി. ഇട്ടിയവിരയ്ക്ക് കാശുവേണമായിരുന്നു. ചാക്കോവിന്റെ കൈയിലുണ്ടെങ്കിൽ വാങ്ങാമല്ലോ എന്നോർത്തു അയാൾ നടന്നു.

മുകളിൽ ഇരുവശത്തുമായി പക്ഷികൾ ചിറകടിച്ചു നീങ്ങുന്നത് കണ്ടപ്പോൾ ഇട്ടിയവിരയ്ക്ക് മനം കുളിർത്തു. പരിഘങ്ങൾ നല്ല ശകുനമാണ് നിരൂപിച്ചത് നടക്കാതിരിക്കില്ല.

മലയുടെ മാറിലെവിടെയാണ് ചാക്കോ കൂടുവെച്ചത്. അയാളാലോചിച്ചു.

കശുമാവുകൾക്കിടയിൽ ആളുകളെ കണ്ടപ്പോൾ അയാൾ വേദപുസ്തകത്തിലെ മൊഴികൾ അയവിറക്കി.

-ആമേൻ, ആമേൻ, ഞാൻ നിങ്ങളോട് പറയുന്നു: ആട്ടിൻതൊഴുത്തിൽ വാതിലിലൂടെ കടക്കാതെ വേറെ വഴിയായി കയറുന്നവൻ കള്ളനും കവർച്ചക്കാരനും ആകുന്നു. വാതിലിലൂടെ കടക്കുന്നവനോ, ആടുകളുടെ ഇടയൻ ആകുന്നു. അവന് കാവല്ക്കാരൻ വാതിൽ തുറന്നു കൊടുക്കുന്നു; ആടുകൾ അവന്റെ ശബ്ദം കേൾക്കുന്നു. തന്റെ ആടുകളെ അവൻ പേർചൊല്ലി വിളിച്ച് പുറത്തുകൊണ്ടുപോകുന്നു. തനിക്കുള്ളവയെ ഒക്കെയും പുറത്തുകൊണ്ടുപോയശേഷം അവൻ അവയ്ക്കു മുമ്പായി നടക്കുന്നു. ആടുകൾ അവന്റെ ശബ്ദം അറിയാശ് അവനെ അനുഗമിക്കുന്നു.

ആടുകളുടെ വാതിൽ ഞാനാകുന്നു. ഞാൻ നല്ല ഇടയനാകുന്നു. നല്ല ഇടയൻ ആടുകൾക്കുവേണ്ടി തന്റെ ജീവനെ കൊടുക്കുന്നു.

കഴുതപ്പുറത്ത് കയറി, അതിന്റെ ചെവികളിൽ പിടിച്ച് യരുശലേമിലേക്ക് പോകുന്ന ദൈവപുത്രനെ ഇട്ടിയവിര കാണുകയായിരുന്നു. സീയോൻപുത്രി, ഭയപ്പെടേണ്ട, നിന്റെ രാജാവെഴുന്നള്ളുന്നു. ഹോശന്നാ ദാവീദുപുത്രന് ഹോശന്നാ.

മരങ്ങൾ തമ്മിലെന്തൊക്കെയോ പിറുപിറുത്തു. പടിഞ്ഞാറൻ മലകളുടെ പച്ചത്തലപ്പാവിൽനിന്ന് കറുത്ത പക്ഷികൾ ഇളകിപ്പറന്നു. നേർത്ത നാട്ടുവഴിയുടെ വലത്തുവശത്തു മരക്കൂട്ടങ്ങൾക്കിടയിൽ ചെറവന്മാരുടെ

പാടികൾ* മുളന്തൂണുകളിൽ ഉറങ്ങുന്ന ദൈവപ്പുരകൾ.

വഴി മലയിലേക്ക് ശാഠ്യക്കാരനായ ഒരു കുട്ടിയെപ്പോലെ അള്ളിപ്പിടിച്ച് കയറുന്നു. അയാൾ കാലുകൾ നീട്ടിനീട്ടിവെച്ചു. അയാൾ മലകയറി. പടിഞ്ഞാറ് വെളിച്ചം കേറാത്ത പെരുങ്കാട്. അയാൾക്ക് തളർച്ച തോന്നി. മലയുടെ ശിഖരത്തിൽ ചെത്തിമിനുക്കിയ ഒരു പാറ കണ്ടപ്പോൾ ആശ്വാസമായി. അല്പം ഇരിക്കാം.

അയാളിരുന്നു.

അയാൾക്ക് താഴെ പച്ചപുതച്ച മൈലംപെട്ടി. വടക്കു ഗാഢനിദ്രയിൽ മുഴുകിയ നീലമലകൾ. താഴ്‌വാരങ്ങളിൽ വെള്ളിയരഞ്ഞാണം പോലുള്ള നീർച്ചാലുകൾ. അസ്തമയസൂര്യനെ കിരീടമാക്കിയ മലയിൽ നിന്നു കാറ്റു വരുന്നു. മൂളിക്കുതിച്ചെത്തിയ കാറ്റ് അവളെ തഴുകിക്കടന്നുപോയി.

അയാൾക്ക് എന്തെന്നില്ലാത്ത സന്തോഷമനുഭവപ്പെട്ടു.

ഭൂമി എത്ര സുന്ദരമാണ്. മനുഷ്യനായി പിറവിയെടുക്കുക എന്നുള്ളത് എന്തൊരു ഭാഗ്യമാണ്. ഇവിടെ ജീവജാലത്തിന്റെ നദികളൊഴുക്കുന്ന കർത്താവേ, സ്തുതി, സ്തുതി.

അയാൾ ആകാശത്തിലേക്ക് മിഴികളുയർത്തി. കാറും കറുപ്പുമില്ല. അയാൾ ഭക്തിപൂർവ്വം കുരിശുവരച്ചു.

"ഉഗ്രാണി** തേവനിരിക്കുന്നിടത്ത് ഏതവനാ ഇരിക്കുന്നത്?"

അയാളതു കേട്ട് അടിമുടി വിറച്ചു

ഒരു ചെറവൻ മലയടിവാരത്തിൽനിന്ന് അതിവേഗത്തിൽ ഓടിക്കയറി. നാലു മരത്തോലുകൾ അരയ്ക്കുചുറ്റും കെട്ടിയുറപ്പിച്ച് ചെറവൻ നാണം മറച്ചിരുന്നു. ചെറവന്റെ കണ്ണുകൾ അരിശംകൊണ്ട് തീക്കനലുകളായിത്തീർന്നിരുന്നു.

ഇട്ടിയവിര എന്തെങ്കിലും പറയുന്നതിനുമുമ്പ്, കരുത്തനായ ആ ചെറവൻ ഇട്ടിയവിരയെ പിടിച്ചെഴുന്നേല്പിച്ചു.

"ഇത് ഉഗ്രാണിത്തേവന്റെ ഇരിപ്പിടാ" ഒരു മലമുഴക്കിപ്പക്ഷിയുടേതുപോലെ പരുഷമായിരുന്നു ചെറവന്റെ ഒച്ച.

"ഇനി ഇവിടെ ഇരിക്കോടാ. ചെറവൻ കൈ ചുരുട്ടി അയാളുടെ വയറ്റിന് ഇടിച്ചു.

ഇട്ടിയവിര തൊഴുതു പറഞ്ഞു.

"എന്നെ തല്ലല്ലേ എന്നെ തല്ലല്ലേ?"

ചെറവൻ അയാളെ വഴിയിലേക്ക് തള്ളിയിട്ടു. അയാളന്ന് ചാക്കോവിനെ കാണാൻ പോയില്ല. കുറേക്കഴിഞ്ഞപ്പോൾ പതുക്കെ എണീറ്റ് മൈലംപെട്ടിയിലേക്കിറങ്ങി.

* * * *

ഇഞ്ചിയും മഞ്ഞളും മൈലംപെട്ടിയിൽ പൊടിച്ചുവളർന്നു. മലയോരങ്ങളിൽ കപ്പച്ചെടികൾ തലനീട്ടി. മുരിക്കിൻകാലുകളിൽ കുരുമുളക്

---

* കുടിലുകൾ

** കരംപിരിക്കുന്നയാൾ

വള്ളികൾ പടർന്നു കയറി. ശിരസ്സ് മുണ്ഡനം ചെയ്യപ്പെട്ട വള്ളിക്കാലുകളുടെ തലപ്പിൽ, ഏറെനേരം പറന്നുതളർന്ന പറവകൾ ചിറകൊതുക്കി ഇരുന്നു. മലയത്തികളും മലന്തുടലികളും ഇരുവൂൾ മരങ്ങളും മലവേപ്പുകളും പുതുതായി മണ്ണിലുയർന്ന അപരിചിത സസ്യങ്ങളെ കണ്ണെടുക്കാതെ നോക്കി. അവയുടെ വേരുകളോടു ചേർന്ന് വളർന്ന മലഞ്ചേമ്പുകൾ കുടിയേറ്റക്കാരുടെ അടുപ്പുകളിൽ വെന്തു.

ഒരു ദിവസം ഇട്ടിയവിര ഒരു ചേന കിളച്ചു. ചേന പിഴുതെടുത്ത് മുറ്റത്തുവെച്ചപ്പോൾ തെയ്യാമ്മ തലയ്ക്ക് അതിശയപൂർവ്വം കൈവച്ചു.

"ഓ എന്തോര് വലിപ്പമാ കർത്താവേ."

"മിണ്ടാതെടീ ഇങ്ങനെ ഒരുകൂട്ടം പറഞ്ഞാല് ഇനിയൊന്നും ഇവടെ ഉണ്ടാകത്തില്ല?" അച്ചാമ്മ മകളെ വഴക്കുപറഞ്ഞു.

ഇട്ടിയവിര അഭിമാനം തികട്ടുന്ന മുഖത്തൊരു ബീഡി നട്ടു.

"നീ ഇച്ചിരി കട്ടനനത്തെടി" അയാൾക്ക് വല്ലാതെ ദാഹിക്കുന്നുണ്ടായിരുന്നു.

"തെയ്യാമ്മേ, നീ കേട്ടില്ലേ?" അച്ചാമ്മ കട്ടനനത്തുന്ന പണി മകൾക്ക് കൊടുത്തു.

കെറുവ് തോന്നിയെങ്കിലും തെയ്യാമ്മ അടുപ്പിനടുത്തേക്ക് പോയി.

ഇട്ടിയവിര ചിരിച്ചു

"നല്ല മണ്ണാ. ആർത്തിപിടിച്ചതല്ല."

അച്ചാമ്മ തലകുലുക്കി.

"എന്നിട്ടെന്താകാനാ?"

"നമ്മളു നേടുമെടീ. മലബാറിലെ മണ്ണില് സ്വർണ്ണം വെളയിക്കും. നീ കണ്ടോ."

"ഇതിയാന് തലയ്ക്ക് പിടിച്ചോ?"

"ആണ്. ശകലം. നിന്റെ കണ്ണിലോട്ട് നോക്കിയപ്പഴാ."

കണ്ണുകൾ പതുക്കെ താഴോട്ടേക്ക് നീങ്ങുകയാണെന്ന് മനസ്സിലായപ്പോൾ അച്ചാമ്മയ്ക്ക് നാണമായി.

"ശ്ശോ. എന്തോന്നാ...."

"എന്റെ മോനേ നീ ഒളിച്ചുവെക്കുവല്ലേ."

"ചുമ്മാതെ ഓരോ..."

തെയ്യാമ്മ കട്ടൻകാപ്പിയും കൊണ്ടുവന്നു. അവളുടെ ചുണ്ടുകളിൽ നിലാവിന്റെ ഒരിതൾപോലെ ചിരി. പറഞ്ഞതെല്ലാം പെണ്ണ് കേട്ടിരിക്കുമെന്ന് അച്ചാമ്മ മനസ്സിലാക്കി.

"എന്തോന്നാടീ ചുമ്മാ ചിരിക്കുന്നെ?"

"പിന്നെ ഞാനെന്താ ചെയ്യണം അമ്മച്ചി." തെയ്യാമ്മ ചോദിച്ചു.

"എന്റെ മോള് കട്ടനിങ്ങ് തന്നേര്." ഇട്ടിയവിര കൈനീട്ടി.

കട്ടൻ ഊതിയാറ്റിക്കുടിച്ചുകൊണ്ടിരിക്കുമ്പോൾ ഒരു ചെറവൻ കയറിവന്നു. ഇട്ടിയവിര പേടിച്ചു. കുന്നിന്റെ മുകളിൽ വെച്ചുണ്ടായ സംഭവത്തിനുശേഷം അയാൾക്ക് ചെറവന്മാരെ കടുത്ത പേടിയായിരുന്നു. അണ

ലിയുടെ സന്താനങ്ങൾ. നശിച്ച കാടന്മാർ.

ചെറവൻ കൈയിലുണ്ടായിരുന്ന തോലും ഇലയും ചേനയുടെ മീതെ വെച്ചു.

"ഇത് ഒടയോന്റെയാ ഇനി ആരും തൊടരുത്. ഞാമ്പരുമ്പളക്കും അതിവിടുണ്ടാവണം."

ഇട്ടിയവിര എണീറ്റു.

"ഇതെന്റതാ."

"അല്ല ഇതാടയോന്റതാ!" ചൊറവൻ തറപ്പിച്ചു പറഞ്ഞു.

ഇട്ടിയവിരക്കൊന്നും മനസ്സിലായില്ല. ഗദ്ഗദം കൊണ്ട് നെഞ്ച് വിറയ്ക്കുന്നുണ്ടായിരുന്നു. അയാൾക്കു കരയണമെന്ന് ആഗ്രഹമുണ്ടായി.

* * * *

ഒരു ദിവസം മമ്മുക്ക ഗ്രാമത്തിലെ മുക്തിയാറായി നിയമിക്കപ്പെട്ടു.

എന്തിനാണ് തന്നെ വിളിപ്പിച്ചതെന്നറിയാതെ അയാൾ തെങ്ങു ചാരി നിന്നു. ഗോമാവിന്റെ നിലംതൊടുന്ന കൊമ്പിൽ ഒരു വണ്ണാത്തിപ്പുള്ളു കരഞ്ഞു.

കൊട്ടിലിന്റെ വാതിൽ തുറന്ന് എശമാൻ പുറത്തുവന്നു. അയാൾ താണുതൊഴുതു.

ഉയരത്തിൽ തൂക്കിയിട്ട ഭസ്മക്കൊട്ടയാടി.

"മമ്മു വന്നിട്ട് കുറേ നേരമായോ?"

"ഇപ്പോ വന്നതേ ഉള്ളൂ." ഏറെനേരം നിന്ന് കാല് കടയുന്നുണ്ടായിരുന്നുവെങ്കിലും അയാളങ്ങനെ പറഞ്ഞു.

"ഞാൻ കുളിക്കുകയായിരുന്നു."

"ഓ"

ഭസ്മമിട്ട് നെറ്റി വെളുപ്പിച്ച് എശമാനൻ കസേരയിലിരുന്നു. കാലുകൾ കസേരയിൽ ഉയർത്തിവെച്ച് പതുക്കെ വയറുഴിഞ്ഞു.

"കാര്യങ്ങളൊക്കെ അറിയാലോ. വാരം ഇവിടെ വന്ന് അളന്നുതരാൻ കുറച്ചുപേരേ ഉള്ളൂ. പിരിപ്പിക്കാനാള് ചെന്നില്ലെങ്കിൽ ബാക്കി കിട്ടില്ല. ചാപ്പുണ്ണി വാതായിട്ട് ചാവാൻ കെടക്കാണല്ലോ. അപ്പോ ഇവിടത്തെ കാര്യങ്ങള് നോക്കി നടത്താനൊരാളു വേണം. മമ്മൂനെ ഇവിടത്തെ മുക്തിയാറായി നിശ്ചയിക്കാൻ തീരുമാനിച്ചു."

അയാൾ എന്തോ പറയാനോങ്ങി. പക്ഷേ, മോതിരമണിഞ്ഞ വിരലുകൾ ഉയർന്നു.

"വേണ്ട ഒന്നും പറയണംന്നില്ല. വേറൊരാളെ കാണുന്നില്ല. നോട്ടീസ്, ഉണ്ണിയോടെഴുതാൻ പറഞ്ഞിട്ടുണ്ട്."

മരുമകൻ ഉണ്ണി നിയമന നോട്ടീസുമായി വന്നു.

"അത് താഴെ വെച്ചുകൊടുത്തേക്ക്."

നോട്ടീസ് ചിത്രത്തൂണിന്നരികെ വെച്ച് ഉണ്ണി മാറി നിന്നു. മമ്മുക്ക അതെടുത്തു. വായിച്ചില്ല.

"ഈ തെക്കന്മാർക്ക് സ്ഥലം കൊടുത്തത് ബുദ്ധിമോശായി."

ആത്മഗതം പോലെ എശമാൻ പറഞ്ഞു.

"എന്നാലു മമ്മു പൊയ്ക്കോ. നീലേശ്വരത്തോ മറ്റും പോയി രശീതു പുസ്തകം അച്ചടിപ്പിച്ചോ. ആരെയും വാരം തരുന്നതിൽ നിന്ന് ഒഴിവാക്കരുത്."

* * * * *

പിന്നീട് മമ്മുക്ക മൈലംപെട്ടിയിലെ വഴക്കുകളെല്ലാം പറഞ്ഞൊതുക്കി. കുടുംബവഴക്കുകളും അതിർത്തിത്തർക്കങ്ങളുമായി മൈലം പെട്ടിക്കാർ നേരം വെളുക്കും മുമ്പെത്തി.

"മമ്മൂസായ്‌വില്ലേ?"

അയാൾ മമ്മുസായ്‌വായിത്തീർന്നു.

വാതില്പാളിയുടെ പിന്നിൽ മറഞ്ഞുനിന്ന് ചുവന്നതട്ടം മുഖത്തേക്കു വലിച്ചിട്ട് ഇയ്യാത്തുട്ടി ഉമ്മ പറഞ്ഞു

"ഉറങ്ങ്വാ. വിളിക്കണോ?"

"അയ്യോ. വേണ്ടാന്ന്. ഒറങ്ങട്ട്. ഞാങ്ങ എത്രീം കാത്തുനിക്കാലോ!"

സത്യത്തിന്റെ വിളക്കുമാടമായാ മമ്മൂസായ്‌വുണരുന്നതും കാത്ത് അവർ വന്ന കാലിൽ നിന്നു. മമ്മുസായ്‌വിന്റെ തീർപ്പ് അവർ അംഗീകരിച്ചു.

"ന്യായം മാത്രേ മമ്മുസായ്‌വ് നോക്കുള്ളൂ." അവർ പറഞ്ഞു.

കുഞ്ഞമ്പാടിയുടെ മംഗലം* നടത്തിക്കൊടുത്തത് മമ്മുസായ്‌വാണ്. ഭീമനടിക്കാരിയായ അമ്മാളു കരഞ്ഞുകലങ്ങിയ കണ്ണുകളുമായി വേശുവമ്മയുടെ മാറിൽ തലചായ്ച്ചു. അവൾ ഉറച്ച ഭാവത്തോടെ നടന്നുവരുന്ന കുഞ്ഞമ്പാടിയെ കണ്ണുയർത്താതെ നോക്കി. കവിളിലെ കണ്ണുനീർ കുഞ്ഞമ്പാടി ചുണ്ടമർത്തി ഒപ്പിയെടുത്തു. ചന്ദനപ്പൊട്ട് വിയർപ്പിലലിഞ്ഞു. പാർവ്വതിപ്പൂക്കളോടൊപ്പം തുളുമ്പുന്ന മാറിടവും ഞെരിഞ്ഞമർന്നു. മേലാസകലം കുളിരുകൊണ്ട് വിറച്ചു. കൺപീലികൾക്ക് കനംവെച്ചു.

"അമ്മാളു എന്താ നീ ഒന്നും പറയാത്തെ? നിനിക്കെന്നെ പേടിയാണോ?" കുഞ്ഞമ്പാടി ചോദിച്ചു.

ലജ്ജയുടെ ശൂലം തുളച്ചിറങ്ങിയതു കാരണം അമ്മാളുവിന്റെ നാവു ചലിച്ചില്ല.

കുഞ്ഞമ്പാടി മൈലംപെട്ടിയിൽ എസെൻസ്സ് വിറ്റിരുന്നു. മദ്യനിരോധനത്തെത്തുടർന്ന് നാട്ടിലുടനീളം പ്രചരിച്ച എസെൻസ്സ് മൈലംപെട്ടിയിലെത്തിച്ചത് കുഞ്ഞമ്പാടിയാണ്. രണ്ടായിരം കുപ്പി എസെൻസ്സായിരുന്നു മൈലംപെട്ടിയിലെ സ്റ്റോക്ക്.

എന്നാൽ എസെൻസ്സിന് വിപുലമായ പ്രചാരം സിദ്ധിച്ചത് അഹമ്മദുകണ്ണുറാവുത്തരുടെ വരവോടെയാണ്.

അഹമ്മദുകണ്ണുറാവുത്തർ പാലക്കാട്ടുകാരനായിരുന്നു. വയക്കരയിൽനിന്ന് കുത്തനെ കുന്നിറങ്ങി നടന്ന് അയാൾ മൈലംപെട്ടിയിലെത്തിച്ചേർന്നു.

---

* വിവാഹം

അയാൾ ദേശാന്തരഗമനം ചെയ്യുന്ന ഒരു പക്ഷിയായിരുന്നു.

ആരോ അയാളെ മമ്മുസായ്‌വിന്റെ വീട്ടിലെത്തിച്ചു.

“ഇവ്ടെ ഒര് ചെറിയ കച്ചോടം തൊടങ്ങിയാക്കൊള്ളാംന്നുണ്ട്.” അയാൾ പറഞ്ഞു.

“പേരെന്താ” മമ്മുസായ്‌വ് ചോദിച്ചു.

“അഹമ്മദ്കണ്ണുറാവുത്തറ്. ഞാൻ പാലക്കാട്ടുനിന്ന് പുറപ്പെട്ടിട്ട് കാലം കുറേയായി. ഇങ്ങനെ നടക്വാണ്. കുറച്ച് വിശ്രമിക്കണം. അതൊരു ചായക്കച്ചോടം നടത്തിക്കൊണ്ടായാൽ ജീവിക്ക്യേം ചെയ്യാലോ.”

മമ്മുസായ്‌വിന് ആലോചിക്കാതെ തീരുമാനമെടുക്കാൻ പറ്റില്ല. അങ്ങനെയുള്ള കാര്യമാണ്.

“എശമാനനോട് സമ്മതം വാങ്ങണം.” ഒടുവിൽ പറഞ്ഞു.

“എനിക്കറിഞ്ഞൂടാ.”

മമ്മുസായ്‌വ് റാവുത്തരെ സൂക്ഷിച്ചുനോക്കി. ചെമ്മണ്ണുപുരണ്ട ഉടുമുണ്ടും വിയർപ്പുമണമുള്ള ശരീരവും കണ്ട് അയാളുടെ മനമലിഞ്ഞു.

“ശരി. ഒരു പീടികേണ്ടാക്കിക്കൊള്ളൂ.” അയാൾ അറിയിച്ചു.

“എശമാനനോട് ഞാൻ പറഞ്ഞോളാം.” സ്ഥലത്തിന് എന്തെങ്കിലും കൊടുക്കണം. പണ്ടാണെങ്കില് ഇവിടെ മണ്ണിന് വെലയിണ്ടാര്ന്നില്ല. തെക്ക്ന്നു ആള് വന്നേപ്പിന്ന്യാ വെലയായത്.”

റാവുത്തരുടെ കൈയിൽ പണമുണ്ടായിരുന്നു. അയാൾ സ്ഥലം പതിച്ചുവാങ്ങി. പെട്ടിക്കട മുറിച്ചു രണ്ടു മുറിപ്പീടിക കെട്ടി. മുൻവശത്തെ മുറിയിൽ ചായക്കട പിന്നിൽ താമസം.

റാവുത്തരെ മൈലംപെട്ടിക്കാർ താല്പര്യത്തോടെ വീക്ഷിച്ചു.

റാവുത്തർ ആദ്യം ചായ കൂട്ടിക്കൊടുത്തത് മമ്മൂസായ്‌വിനാണ്. അന്ന് ചായയ്ക്ക് കടിയൊന്നുമുണ്ടാക്കിയില്ല. പിറ്റേന്നുമുതൽ പരിപ്പുവടകളുണ്ടാക്കിവെച്ചു. കറിവേപ്പിലയും ഉള്ളിയും ചതച്ചിട്ട് ജാസ്തി എരിവു ചേർത്ത് തയ്യാറാക്കിയ വടകൾ എസെൻസ് കുടിക്കുന്നവർക്ക് വളരെ പ്രയോജനപ്പെട്ടു.

“റാവുത്തരുടെ വടേം കുഞ്ഞമ്പാടീടെ എസെൻസും! അവർ തൃപ്തരായി.

അതോടെ എസെൻസിന് പ്രിയം വർദ്ധിച്ചു.

എസെൻസ്സും പരിപ്പുവടയും നിത്യേന കോട്ടവീട്ടിൽ എത്തിച്ചുകൊള്ളണമെന്ന് മമ്മുസായ്‌വ് നിഷ്കർഷിച്ചിരുന്നു. കുഞ്ഞമ്പാടിയും റാവുത്തരും അക്ഷരംപ്രതി അനുസരിച്ചു. അങ്ങനെ അവർ സുഹൃത്തുക്കളായി.

ഒരു ദിവസം കുഞ്ഞമ്പാടി പറഞ്ഞു:

“നിങ്ങള് എത്ര വെഷമിച്ചിറ്റാ ചോറുവെക്കുന്നത്. ഇതങ്ങ് നിർത്തിക്കൂടെ. വെപ്പൊക്കെ പെണ്ണുങ്ങളുടെ പണിയാ.”

റാവുത്തർക്കതുകേട്ട് ചിരിവന്നു.

“അങ്ങന്യൊക്കെണ്ടോ?”

"പിന്നില്ലാതെ."

"ഞാനെന്താ ചെയ്യേണ്ടത്?"

"മംഗലം കയിച്ചൂടെ?"

"അതു വേണ്ടാന്നൊറപ്പിച്ചു മാറ്റൂല്ല."

"എന്നാലൊര് കാര്യം ചെയ്യ്. അമ്മ നിങ്ങൾക്കും ചോറുവെക്കും. അയ്ന് വിരോധണ്ടോ?"

റാവുത്തർ ആലോചിച്ചു.

"അത് വെഷമായിരിക്കൂലേ?"

"എന്ത് വെഷമം. നിങ്ങൾക്ക് വീട്ടിലേക്ക് വരാൻ മടീണ്ടെങ്കില് അമ്മേ്യാട് ചോറിങ്ങോട്ട് കൊണ്ടരാൻ പറയാം."

റാവുത്തർ ആ നിർബ്ബന്ധത്തിന് വഴങ്ങി. സ്നേഹത്തിന് കീഴടങ്ങാത്ത ശിഖരങ്ങളില്ല.

വേശുവമ്മ അന്നുതൊട്ടു ഓട്ടുകിണ്ണത്തിൽ ചോറും പിഞ്ഞാണത്തിൽ കറിയുമായി റാവുത്തരുടെ അങ്ങാടിയിലേക്ക് പോകുന്നത് മൈലം പെട്ടിക്കാർ കണ്ടു

*   *   *   *   *

അങ്ങാടിയുടെ മുറ്റത്തുള്ള ചെടിമുളകൾ കാറ്റത്ത് പൊട്ടിച്ചീറി.

കാറ്റ് വീശുമ്പോഴെല്ലാം ചെടിമുളകൾ പൊട്ടിച്ചീറും. ഉച്ചക്കാറ്റ് വീശിയടങ്ങിയാൽ ചെടിമുളകളിൽ പോക്കുവെയിലാളിപ്പടരും.

പ്രഭാതങ്ങളും സന്ധ്യകളും ചെടിമുളകളിലൂടെയാണ് റാവുത്തരുടെ കണ്ണിലേക്കിറങ്ങിവന്നത്. രാവിലെ അവയിൽ ഉദയസൂര്യൻ കുരുങ്ങിക്കിടക്കും. പിന്നെ അമ്പിളിയുടെയും നക്ഷത്രങ്ങളുടെയും ഊഴമായി. അവ റാവുത്തരുടെ സ്വപ്നങ്ങൾക്ക് കാവൽ നില്ക്കും.

വേശുവമ്മ മരിയിൽ* കഞ്ഞിയുമെടുത്ത് വരുമ്പോൾ റാവുത്തർ ചന്തൂട്ടിവൈദ്യരുമായി എന്തിനെക്കുറിച്ചോ തർക്കിക്കുകയായിരുന്നു.

"നിങ്ങൾക്ക് ഞാൻ പറയുന്നതൊന്നും മനസ്സിലാവ്ന്നില്ല വൈദ്യരേ" റാവുത്തർ പറഞ്ഞു.

"ഞാൻ ചോയ്ക്കട്ടെ. ഒരു മരം നശിപ്പിക്കണെങ്കില് അയ്ന്റെ എല നുള്ളിക്കളഞ്ഞാ മത്യോ റാവുത്തരേ. വേരു പൊരിക്കണം. അതാ വേണ്ടത്. എല പോയാല് പിന്നീം വെരും. വേരു പോയാല് മരാകെ പോവും. ഈ ചികിത്സേടെ കാര്യം അങ്ങന്ന്യാ റാവുത്തരേ. ഇംഗ്ലീഷു മര്ന്ന് എലനുള്ളിക്കളയലാന്ന്. ദരസന്മാർക്ക്** അതേ അറിഞ്ഞൂടു. ഞാങ്ങ്യാന്നെങ്കില് വേരുപറിക്കാൻ മണ്ണുമാന്തും. അയ്നിച്ചിരി താമസം പിടിക്കുംന്ന്ള്ളത് നേരാ. എന്നാലും പോവല്ലോ തീരെ വിട്ടിറ്റ്." ചന്തൂട്ടി വൈദ്യർ വീറോടെ പറഞ്ഞുനിർത്തി.

ആയുർവ്വേദ ചികിത്സാവിധികളെ അപഹസിക്കുന്നത് കേട്ടാൽ ചന്തൂട്ടി വൈദ്യർക്ക് സഹിക്കില്ല. മറ്റെന്തും അയാൾ സഹിക്കും.

---

* ഒരുതരം മൺപാത്രം

** അലോപ്പതി ഡോക്ടർ

"അത്രേ ഞാനും പറഞ്ഞൊള്ളൂ. ഇംഗ്ലീഷുമരുന്നോണ്ട് പെട്ടെന്ന്..."

റാവുത്തർ പറഞ്ഞു മുഴുമിച്ചില്ല.

"അതൊന്തൊരൂട്ടം സാധനാ?" ചന്തുട്ടി വൈദ്യർ വഴിയിലേക്ക് വിരൽ ചൂണ്ടി.

പറ്റെ വെട്ടിയ തല. കൂട്ടുപുരികങ്ങൾ തള്ളിനില്ക്കുന്ന ചോരച്ചകണ്ണുകൾ. കഴുത്തിൽ നീല ഞരമ്പുകൾ. തോളിൽ ഒരു ചുവന്ന സഞ്ചി. നടക്കുന്നത് കുളക്കോഴിയെപ്പോലെ.

മലന്തുടലിയുടെ വേരിൽ തട്ടി അയാൾ വീണു. സഞ്ചി ദൂരെ തെറിച്ചുപോയി. തിരക്കില്ലാതെ എഴുന്നേല്ക്കുമ്പോൾ അയാൾ നീട്ടിപ്പാടി.

-അവിടെയും തോറ്റു പൊറിഞ്ചു. ഇവിടെയും തോറ്റു പൊറിഞ്ചു.

"ഇന്നലെ രാത്രീം ഞാനിതുകേട്ടു. ഇന്ന് പൊലച്ചക്ക് ഞാൻ കൊറേ ആളോട് ചോയ്ച്ച് മനസ്സിലാക്കി. ഓൻ സർവ്വെയറാത്രെ." റാവുത്തർ പറഞ്ഞു.

"പിരാന്തനാ.." ചന്തൂട്ടി വൈദ്യർക്ക് രോഗം മനസ്സിലായി. "തലയ്ക്ക് മരുന്നുവാർക്കണം. മാറും. ഇല്ലേല് ഞാൻ മാറ്റും."

പൊറിഞ്ചു വാറ്റുചാരായത്തിന്റെ ചുഴിയിൽ കൈകാലുകളിട്ടടിച്ചു നാവു നീട്ടി. തെയ്യത്തെപ്പോലെ ആർത്തു. കൂഹോയ്... ഹോയ്.. കൂഹോയ്... ഹോയ്..

വേശുവമ്മ അതുകേട്ട് ഞെട്ടി വഴിയിലേക്ക് എത്തിനോക്കിയപ്പോഴാണ് റാവുത്തർ അവരെ കണ്ടത്.

"വേശമ്മ വന്നിറ്റ് നേരം തൊപ്പനായോ?"

"ഇല്ലപ്പാ. ഇപ്പം വന്നിന്യത്രേ."

"എന്ന വൈദ്യരെ, കഞ്ഞിക്ക് കൂട്ന്നോ?"

"ഹേയ്, ഞാനോ? ഞാൻ പോവ്വാ" അയാൾ കുടയെടുത്ത് തോളിൽ വെച്ചു.

പൊറിഞ്ചുവിന്റെ പാദമുദ്രകൾ മായ്ച്ചുകൊണ്ട് അയാൾ നടന്നു.

"എന്നാലും ഈ നട്ടുച്ചയ്ക്ക് ഇങ്ങനെ കുടിച്ചിറ്റ് പോന്നല്ലോ പെരുമാളേ" വേശുവമ്മ പറഞ്ഞു. റാവുത്തർ ചിരിച്ചു.

അയാളെഴുന്നേല്ക്കാൻ ഓങ്ങിയപ്പോൾ ഇട്ടിയവിര കയറിവന്നു.

"എനിക്കൊര് രണ്ടുരൂപാ വേണം."

"എന്തിനാ"

"കെട്ടിയോള് പെറ്റു. ഒത്തിരി അയമോദക ദ്രാവകം വാങ്ങിക്കൊടുക്കാനാ. രണ്ടുദിവസം കഴിഞ്ഞു തന്നേക്കാം."

റാവുത്തർ പണപ്പെട്ടി തുറന്നു. അയാൾ ഉദാരമതിയെന്ന് വാഴ്ത്തപ്പെട്ടിരുന്നു. പലരും കടം വാങ്ങാൻ വന്നു. ചിലർ മാത്രം തിരിച്ചുകൊടുത്തു.

റാവുത്തർ പെട്ടിയിൽനിന്ന് രണ്ട് ഒറ്റ നോട്ടുകൾ പൊറുക്കിയെടുത്തു. അവയിൽ എണ്ണപുരണ്ടിരുന്നു.

"ഇതെത്രാമത്തെ പേറാ?" വേശുവമ്മ ചോദിച്ചു.

“മൂന്നാമത്തതാ. ഇവിടെ വന്നതിനുശേഷം രണ്ടാമത്തത്. മൂന്ന് പെണ്ണായിപ്പോയി.”

“അതിനെന്താപ്പാ” വേശുവമ്മയ്ക്ക് ചൊടിവന്നു.

“കൊഴപ്പമൊന്നുമില്ല. എന്നാലും ഒരാൺ ചെറുക്കൻ വേണല്ലോ.”

“അതു നേരാ. ഒരു പച്ചിക്കൊടീം വേണം.”

“ഞാൻ പോട്ടെ റാവുത്തരെ” ഇട്ടിയവിര അപ്പുട്ടിനായരുടെ കടയിലേക്ക് വെച്ചടിച്ചു. അവിടെ അയമോദകദ്രാവകവും ദശമൂലാരിഷ്ടവുമുണ്ട്. വായു ഗുളികകളുണ്ട്. കസ്തൂരിഗുളികകളുണ്ട്.

റാവുത്തർ കൈകഴുകി പിന്നിലത്തെ മുറിയിലെ കട്ടിലിൽ ഇരുന്നു. വേശുവമ്മ മടിയോടെ കഞ്ഞി എടുത്തുവെച്ചു. മോരൊഴിച്ച പച്ചടിയും കായുപ്പേരിയും പിഞ്ഞാണങ്ങളിലാക്കി കഞ്ഞിയിൽ വെച്ചിരുന്നു. റാവുത്തർ പ്ലാവില കോട്ടിവെച്ചിരുന്നു.

വേശുവമ്മ വാതിൽപ്പടി മേൽനിന്നു.

“ഇന്നെന്റെ അമ്മാളുണ്ടല്ലോ രാവിലെ തയ്യീന്റെ മൊരട്ടില് കൊറേ കാറി.” വേശുവമ്മ ഒരു രഹസ്യത്തിന്റെ ചുരുൾ നിവർത്തി.

റാവുത്തർക്ക് കാര്യം മനസ്സിലായില്ല. ചോദ്യരൂപത്തിൽ വേശുവമ്മയെ നോക്കി.

“തിരിഞ്ഞിറ്റ്ല്ലേ? ഓക്ക് കെർപ്പാ?”* വേശുവമ്മയുടെ ചുണ്ടിൽ ഒരു പൂമൊട്ട് വിരിഞ്ഞു.

“പെരുമാളെന്റെ വിളി കേട്ടു.”

അത്രമേൽ വേശുവമ്മ ആശിച്ചിരുന്നു. ഒരു കുഞ്ഞിനെ ഓമനിക്കാൻ. ആ മോഹം പൂവണിയുകയാണ്. വിടവുകളില്ലാത്ത ആഹ്ലാദം നെഞ്ചിൽ തളംകെട്ടി. വേശുവമ്മ ഓർത്തോർത്തു ചിരിച്ചു. ചിത്രശലഭങ്ങളോടും പതിറ്റിടിപ്പൂക്കളോടും കുശലം പറഞ്ഞു. കാറ്റ് ഓലച്ചുരുളുകളിൽ തൂങ്ങിക്കിടന്നു. പത്താക്ക് വെയിലേറ്റു തിളങ്ങി.

കുഞ്ഞമ്പാടി അമ്മാളുവിന്റെ കവിൾ നുള്ളിച്ചുവപ്പിച്ചു.

“അയ്യോ, ഇനിക്ക് നോവുന്നു.”

“നൊന്തോട്ടെ.”

“ഞാൻ വെയ്രം കൊടുക്കും.”

“കൊടുത്തോ, ആരാ കേക്കല്? അമ്മ ചോറുകൊണ്ടുകൊടുക്കാൻ പോയിനല്ലോ.”

കുഞ്ഞമ്പാടി കാൽ നാട്ടി ഇരുന്നു. അമ്മാളു അയാളുടെ മടിയിൽ തലവെച്ചു കിടന്ന് കൈതപ്പൂക്കളെ നോക്കി. പൊൻകിരീടങ്ങളെപ്പോലുള്ള പൂങ്കുലകൾ.

ഗർഭക്കാരത്തികൾക്ക് വല്ല ആഗ്രഹവുമുണ്ടെങ്കിൽ സാധിപ്പിച്ചുകൊടുക്കേണ്ടതാണെന്ന് കുഞ്ഞമ്പാടി അനുസ്മരിച്ചു.

“നിനക്കെന്തെങ്കിലും വേണോ അമ്മാളു.” അയാൾ ആർദ്രമായി ചോദിച്ചു.

---

* ഗർഭം

"എന്ത്ന്ന്?"

"എന്തെങ്കിലും."

"ഞാൻ ചോയ്ക്ക്ന്നത് തെര്വോ?"

അമ്മാളു കണ്ണടച്ചു ആലോചിച്ചു. അവസാനം പറഞ്ഞു:

"ഒര്... ഒര്.. പൂവൻ കോഴീടെ മുട്ട."

അമ്മാളുവും കുഞ്ഞമ്പാടിയും തലതല്ലി ചിരിച്ചു.

* * * * *

ഇയ്യാത്തുട്ടി ഉമ്മ പെറ്റു. പെൺകുട്ടി. കുഞ്ഞിന്റെ പൊക്കിൾക്കൊടി മുറിച്ചതും കുഞ്ഞിനെ പാളയിൽ കിടത്തി കുളിപ്പിച്ചതും വേശുവമ്മയാണ്.

മമ്മുസായ്വ് കുഞ്ഞിന്റെ ചെവിയിൽ വാങ്കു വിളിച്ചു. തേനിൽ സ്വർണ്ണം ചാലിച്ചു നാവിൻ തുമ്പിൽ വെച്ച് കാതിൽ മൂന്നുവട്ടം പേരു ചൊല്ലി.

"ഇത്താബി. ഇത്താബി. ഇത്താബി."

കുഞ്ഞിനെ കാണാൻ അമ്മാളു വന്നു. ആരും കാണാതെ കുഞ്ഞിന്റെ മൃദുമേനിയിൽ ഉമ്മവെച്ചപ്പോൾ അവൾക്കു കുളിരു തോന്നി. തന്റെ അടിവയറ്റിലേക്ക് കണ്ണുപായിച്ചു. ഗർഭപാത്രത്തിന്റെ ഭിത്തികളിൽ കുഞ്ഞ് കാലുയർത്തി ചവിട്ടുകയോ, കൈ ചുരുട്ടി ഇരിക്കുകയോ?

പ്രസവത്തിന് അമ്മാളു ഭീമനടിയിലുള്ള തന്റെ വീട്ടിലേക്ക് പോയില്ല. ഭീമനടിയിൽ വസൂരി പടർന്നു പിടിച്ചിരുന്നു. അവിടെ നിന്നാരും മൈലം പെട്ടിയിലേക്ക് വന്നതുമില്ല.

നേരം വെളുക്കാറായപ്പോഴാണ് അമ്മാളുവിന് നോവിട്ടത്. കുഞ്ഞമ്പാടി അപ്പോൾത്തന്നെ ഓടിപ്പോയി മലി ചിരുതേയിയെ വിളിച്ചുകൊണ്ടുവന്നു. അമ്മാളുവിനെ ചിരുതേയിയും വേശുവമ്മയും കൂടി ഓലക്കോടി*ലേക്ക് കൊണ്ടുപോയി. ചുവരിൽ അമ്മാളു വിരലമർത്തിപ്പിടിച്ചു. പേറ്റുനോവെടുക്കുമ്പോൾ ഇട്ടാണിപ്പടിയോ, ജനലഴിയോ പിടിച്ച് ഏറെ നേരം നില്ക്കണം. നിന്നു കാലു കുഴഞ്ഞപ്പോൾ അമ്മാളു പായിലിരുന്നു. ചിരുതേയി അമ്മാളുവിന്റെ അടിവയറ്റിൽ നല്ലെണ്ണ തടവി.

"ഞാൻ ചാവ്വേ ഞാൻ ചാവ്വേ" അമ്മാളു ഉറക്കെ കരഞ്ഞു.

"വെയ്രം കൊടുക്കല്ലണേ. ആണ്ങ്ങ കേക്കൂലേ? പെണ്ണ്ങ്ങക്കു പറഞ്ഞതല്ലേ പേറ്." വേശുവമ്മ അമ്മാളുവിനെ ശാസിച്ചു.

അമ്മാളു കരച്ചിൽ നിർത്തിയില്ല.

നേരം മോന്തിയായിട്ടും അമ്മാളു പ്രസവിക്കാഞ്ഞപ്പോൾ കുഞ്ഞമ്പാടിക്ക് വേവലാതിയായി. കുഞ്ഞമ്പാടിയും മമ്മുസായ്വും ഒലക്കോടിന്നു പുറത്തുനിന്നു. സായ്വ് ഇയ്യാത്തുട്ടി ഉമ്മയെ വിളിച്ചുകൊണ്ടുവന്നിരുന്നു.

"സായ്വേ, ന്റെ മനസ്സ് പെടക്ക്ന്ന്" കുഞ്ഞമ്പാടി അടക്കവും ഒതുക്കവും വിട്ട് പറഞ്ഞു: "എനിക്ക് പേടിയാവ്ന്ന്."

---

* നെല്ലുകുത്തുപുര

"പെണ്ണുങ്ങളക്കാട്ടീം കടുപ്പാന്നല്ലോ നിന്റെ കാര്യം കുഞ്ഞമ്പാടീ." സായ്വ് പറഞ്ഞു.

"ഓള് വെയ്രം കൊടുക്ക്വാ, എന്റെമ്മാളു."

"നീ മിണ്ടാണ്ടിരിക്ക്. കടിഞ്ഞൂപ്പേറാവുമ്പോ ലേശം വെഷമൊക്കെണ്ടാവും. അടുത്തേയ്ന് അമ്മാളു വെയ്രം കൊടുക്കും കൂടി ചെയ്യൂല."

കുഞ്ഞമ്പാടി ദുഃഖത്തിനിടയിലും ചിരിച്ചു.

"അമ്മേ ഞാൻ ചാവ്വോ."

"പിന്നീം പിന്നീം അതന്നെ. നിർത്തമ്മാളു." ചിരുതേയിക്ക് ദേഷ്യം വന്നു.

അമ്മാളു കരഞ്ഞു കരഞ്ഞു തളർന്നു.

ചുവന്ന അരുവിക്കരയിൽ വേശുവമ്മയും ഇയാത്തുട്ടി ഉമ്മയും ചിരുതേയിയും നിന്നു. കുഞ്ഞമ്പാടിയും മമ്മുസായ്വും പുറത്തും. കുറ്റിച്ചുടാൻ കൂവുന്നുണ്ടായിരുന്നു. മലമ്പുള്ളുകൾ കരയുന്നുണ്ടായിരുന്നു.

അരുവിയിലൂടൊരു കുഞ്ഞൊഴുകിവന്നു.

അരുവിയുടെ കാവല്ക്കാർ ആശ്വാസത്തോടെ നെടുവീർപ്പിട്ടു.

പെട്ടെന്ന് അവർ അലറിക്കരഞ്ഞു. ഓലക്കോടിന്റെ ചിതലരിച്ച വാതിലിൽ കുഞ്ഞമ്പാടിയും മമ്മുസായ്വും ആഞ്ഞിടിച്ചു. ചിരുതേയി പതുക്കെ വാതിൽ തുറന്നുകൊടുത്തു.

* * * * *

ചോരക്കുഞ്ഞിനെ പഴന്തുണികളിൽ പൊതിഞ്ഞെടുത്ത് ഇയ്യാത്തുട്ടി ഉമ്മ നടന്നു.

ഇയ്യാത്തുട്ടി ഉമ്മ കുഞ്ഞിനെ കുളിപ്പിച്ചു. വടക്കിനിയുടെ മൂലയിൽ നെയ്യൊഴിച്ചു ഒരു വിളക്ക് കത്തിച്ചുവെച്ചു. ഒരു മൺപാത്രം അതിന്റെ മീതെ ചെരിച്ചുവെച്ചു. പാത്രത്തിന്റെ അകം കറുത്തു. ആ കരി ചൂണ്ടുവിരൽകൊണ്ട് തുടച്ചെടുത്തു ഇയ്യാത്തുട്ടി ഉമ്മ കുഞ്ഞിക്കണ്ണുകളിലെഴുതി. കുഞ്ഞ് കണ്ണുകത്തിക്കരഞ്ഞു. കണ്ണുനീരിൽ കരിയൊലിച്ചിറങ്ങി. കവിളുകൾക്ക് കറുപ്പുനിറമായി.

ഇത്താബിയെ മടിയിൽനിന്ന് മാറ്റിയിരുത്തിയിട്ട് കുപ്പായത്തിന്റെ കുടുക്കഴിച്ചു. മുലകൾ ചുരന്നു. മുലപ്പാൽ തെറിച്ചു കണ്ണിലായപ്പോൾ കുഞ്ഞ് കാലിട്ടടിച്ച് കരഞ്ഞു.

"അതിനെ കരയിക്കല്ലേ ഇയ്യാത്തുട്ടീ."

ആ രോദനം കേൾക്കാൻ മമ്മുസായ്വിന് കഴിഞ്ഞില്ല. കുഞ്ഞാമിനാത്തയുടെ കൈയിൽ ഇത്താബി കരയുന്നത് അയാൾ കേട്ടില്ല.

ഇയ്യാത്തുട്ടി ഉമ്മ കാച്ചിത്തുണിയുടെ വിളമ്പുകൊണ്ടു മുലപ്പാൽ ഒപ്പിയെടുത്തു.

കുഞ്ഞ് അലുക്കത്തിൽ വിരൽ ചേർത്തു കിടന്നു.

കുഞ്ഞമ്പാടി വല്ലപ്പോഴും വന്ന് ഇയ്യാത്തുട്ടി ഉമ്മയുടെ കൈയിൽ ഉറങ്ങുന്ന കുഞ്ഞിനെ ഒന്നു നോക്കി. എങ്ങോട്ടെന്നില്ലാതെ ഇറങ്ങി

നടക്കും. ദുഃഖത്തിന്റെ നദിയിൽ അയാൾ ഒഴുകി.

കുഞ്ഞിനെ മാറോടുചേർത്തു വേശുവമ്മ എപ്പോഴും കരയും; എന്റമ്മാളു... അമ്മാളു.

"പോയോറ് പോയി. ഇനി കരഞ്ഞിട്ടെന്താകാനാ." മമ്മുസായ്‌വ് അവരെ സമാധാനിപ്പിക്കാൻ ശ്രമിക്കും.

വേശുവമ്മ അടങ്ങില്ല.

ഒരു ദിവസം കുഞ്ഞമ്പാടി വന്നപ്പോൾ മമ്മുസായ്‌വ് ചോദിച്ചു.

"കുഞ്ഞിനൊര് പേരിടണ്ടേ?"

കുഞ്ഞമ്പാടി ഒന്നും പറഞ്ഞില്ല.

"മറക്കാനും പഠിക്കണം. കുഞ്ഞമ്പാടീ."

അങ്ങനെ അങ്ങ് മറക്കാനാവുന്നതാണോ കഴിഞ്ഞതെല്ലാം? കുഞ്ഞമ്പാടി വിചാരിച്ചു. ഓർമ്മ ഒരനുഗ്രഹമാണ്. ആ തണലുകൂടിയില്ലെങ്കിൽ ഞാൻ...

"കുഞ്ഞമ്പാടി എന്താ ഒന്നും പറയാത്തത്?"

മമ്മുസായ്‌വ് വീണ്ടും ചോദിച്ചു.

കുഞ്ഞമ്പാടി ഒരോർമ്മയിൽ നിന്നുണർന്നു. പിന്നെയും കത്തുന്ന സൂര്യനുകീഴെ.

"ഞാനെന്താ പറയേണ്ടത് സായ്‌വേ, നിങ്ങന്നെ ഒര് പേരിട്ടേക്ക്."

"അച്ഛനല്ലേ പേർടണ്ടത്?" സായ്‌വ് ചിരിച്ചു.

"എനിക്കാവൂല്ല സായ്‌വേ, എനിക്കാവൂല" കുഞ്ഞമ്പാടി പിറുപിറുത്തു.

പിന്നെ മമ്മുസായ്‌വ് നിർബ്ബന്ധിച്ചില്ല. മനസ്സ് ഒരു സമുദ്രമാണ്. അയാൾക്കറിയാം.

വേശുവമ്മ ഒരു പേരിനുവേണ്ടി വളരെ ആലോചിച്ചു. അമ്മാളുവെന്നു തന്നെ വിളിച്ചാലോ? അല്ലെങ്കിൽ അതുവേണ്ട. ആ പേര് കുഞ്ഞിനൊരു കനക്കുന്ന ചുമടായിരിക്കും.

അവസാനം കിട്ടി. അവർ മമ്മുസായ്‌വിന്റെ നേർക്ക് തിരിഞ്ഞിരുന്നു.

"അമ്മിണിത്തു ന്നായ്‌ക്കോട്ടെ സായ്‌വേ."

അമ്മിണിത്തു നല്ല പേര്.

"വേശ്വമ്മതന്നെ അത് ചെവീല് വിളിച്ചേക്ക്." മമ്മുസായ്‌വ് പറഞ്ഞു.

"വേണ്ട. നിങ്ങ വിളിച്ചാ മതി."

"കുഞ്ഞിനെ അച്ഛനാ ഇടണ്ടത്."

"നിങ്ങ വിളിച്ചാ മതീപ്പോ."

"മത്യോ?"

"മതി."

വീണ്ടും തേനിൽ സ്വർണ്ണം തയച്ചു നാവിൽ പുരട്ടി. അയാൾ ഒരു തേങ്ങൽപോലെ ഉരുവിട്ടു അമ്മിണിത്തു. അമ്മിണിത്തു. അമ്മിണിത്തു.

* * * *

"നിങ്ങ ഏടത്തേക്കാ പോന് വൈദ്യരേ," വേശുവമ്മ മുറ്റത്തു നിന്ന്

വിളിച്ചു ചോദിച്ചു.

ചന്തൂട്ടി വൈദ്യർ നിന്നു.

“അക്കരെ ഒരു നീക്കല് കയിക്കാനാ.”

“നടക്കാൻ കയ്യാണ്ട് എന്തിനാപ്പാ.”

“പിന്നാരാ നീക്കല് കയിച്ചു കൊടുക്കാ.” അയാൾ ചോദിച്ചു.

അതെ. പ്രേതങ്ങളെയും കൂളികളെയും നീക്കാൻ മൈലംപെട്ടിയിലാരുണ്ട് ചന്തൂട്ടി വൈദ്യരല്ലാതെ. അയാൾ കർമ്മം ചെയ്യാൻ പിറന്നവനാണ്. മൈലംപെട്ടിക്കാരുടെ സംരക്ഷകനാണ്.

“നിങ്ങക്കെന്നാ ഒപ്പരം ഒരാള കൂട്ടാര്ന്നില്ലേപ്പാ. വയിക്കാറ്റം വീണ്വെങ്കിലോ.” വേശുവമ്മ പറഞ്ഞു.

വൈദ്യർ ചിരിച്ചു.

“എനിക്ക് പേടീല്ല വേശ്വേ.”

അയാൾ മെല്ലെ നടന്നു. വഴിയിൽ മുട്ടാമ്പുളിങ്ങകൾ കണ്ടപ്പോൾ നിന്നു. നാലഞ്ചെണ്ണം പറിച്ചു വായിലിട്ടു. അത് ചൊട്ടയിലെ ശീലമാണ്. അയാൾക്ക് മുട്ടാമ്പുളിങ്ങകളോട് എന്തെന്നില്ലാത്ത പ്രതിപത്തിയായിരുന്നു. നട്ടപ്പാതിരായ്ക്ക് എണീറ്റു ചന്തൂട്ടി കരയുമായിരുന്നു. “അച്ഛാ ഒരു മൊട്ടാമ്പുളി....”

“ഈ നട്ടപ്പാതിരയ്ക്ക് ഏട്ന്നപ്പാ ഞാൻ മൊട്ടാമ്പുളി പറിച്ചുതെര്വാ, ന്റെ ദൈവെ” അച്ഛൻ തലയ്ക്ക് കൈവെച്ചു. “നാളെ പൊലന്നാല് മൈലംപെട്ടീലത്തെ മൊട്ടാമ്പുളിയത്രേം നിനക്ക് പറിച്ചു തരാ ചന്തൂട്ടി. നീ ഒറങ്ങ് മോനേ.”

ചന്തൂട്ടി ഉറങ്ങി: പൊടുന്നനെ ചന്തൂട്ടി നന്നെ ചെറുതായി: ചന്തൂട്ടി മൊട്ടാമ്പുളി മാത്രമുള്ള ഒരു കുന്നിൻചെരുവിൽ തനിയെ നിന്നു. വായിലത്രയും മൊട്ടാമ്പുളി പതഞ്ഞു. ചന്തൂട്ടി ചിരിച്ചു. രസത്തോടെ ചവച്ചു കൊണ്ടിരുന്നു.

അപ്പോൾ അച്ഛൻ അവനെ പിടിച്ചുമാറ്റി.

“എന്റെ കുടുമ ചവക്കല്ലടാ. അച്ഛന് നോവൂലേ.”

ചന്തൂട്ടി വൈദ്യർ ഓർമ്മക്കുടുക്കയും പേറി നടന്നു. അയാളുടെ വരണ്ട ചുണ്ടിൽ ചിരിയുടെ നനവ്. വായിലിപ്പോഴും അച്ഛന്റെ കുടുമയുണ്ടോ?”

പുഴ കടന്ന് അക്കരെയുള്ള വീട്ടിലെത്തി. അവർ ചന്തൂട്ടി വൈദ്യരെ കാത്തിരിക്കുകയായിരുന്നു.

“വയസ്സായില്ലേ പതുക്കനെയല്ലേ നടക്കാൻ പറ്റൂ.” അയാൾ പറഞ്ഞു.

പറമ്പിലെങ്ങോ വൈരികൾ കുഴിച്ചിട്ട അസ്ഥിക്കഷണങ്ങളും തലനാരിഴകളുമടങ്ങിയ പേടകം കുഴിച്ചെടുത്ത് വൈദ്യർ വീട്ടുകാരുടെ മുന്നിൽ വെച്ചു.

“ഈന്റെ ദോഷായിരുന്നു നിങ്ങക്കിന്നുവരെ. ഇനി നന്നാവും.” വൈദ്യർ പറഞ്ഞു.

ചുണ്ണാമ്പു വെള്ളത്തിൽ മഞ്ഞളരച്ചു ചേർത്ത് തയ്യാറാക്കിയ കുരുസി

തുളുമ്പുന്ന ഓട്ടുരുളി മണ്ണിൽ കമിഴ്ത്തി. മങ്ങിക്കത്തുന്ന തിരികൾ ഊതി ക്കെടുത്തി.

ഇറയത്തേക്ക് ചന്ദനക്കൊരടും ചാണയും മാറ്റിവെച്ചു. മാറത്തേക്ക് കയറ്റിയുടുത്ത ചുവന്ന പട്ട് അഴിച്ചു മടക്കി. കുടുമ അഴിച്ചുകെട്ടി.

ചമ്രം പടിഞ്ഞിരുന്ന് കോഴിയിറച്ചിക്കറിയും കൂട്ടി ഊണുകഴിച്ചു.

രണ്ടുകൈയും നീട്ടി കർമ്മഫലം സ്വീകരിച്ച് യാത്ര പറഞ്ഞു.

പുഴയിൽ കാലടി നനയാനുള്ള വെള്ളമേ ഉണ്ടായിരുന്നുള്ളൂ. പുഴ യുടെ നടുവിൽ പൊട്ടാച്ചിപ്പാറ. അതും അതിനു ചുറ്റുമുള്ള മറ്റു കരി ങ്കൽപ്പാറകളും മഴക്കാലത്ത് വെള്ളത്തിനടിയിലായിരിക്കും.

പെട്ടെന്ന് ദേഹമാസകലം വിയർത്തു. വല്ലാത്ത ക്ഷീണം തോന്നി. കൈയിൽനിന്ന് സഞ്ചി പുഴയിൽ വീണു. ഇരിക്കണമെന്നു കരുതിയെ ങ്കിലും അതിനു മുമ്പ് അയാൾ വീണുപോയി.

ആ മരണം മൈലംപെട്ടിയിലെ നിരവധിപേരെ ദുഃഖത്തിലാഴ്ത്തി. കുഞ്ഞുങ്ങൾക്ക് മുട്ടലിന് മരുന്നുണ്ടാക്കാനും വാതത്തിന് കിഴി വെക്കാനും ഇനി മൈലംപെട്ടിയിലാരുമില്ല. വിവാഹം കഴിച്ചെങ്കിലും അയാളുടെ ഭാര്യ പ്രസവിച്ചില്ല. മരുന്നും മന്ത്രവും ആ കുറവ് തീർത്തില്ല. കുട്ടികളെ കാണു മ്പോഴെല്ലാം അയാൾക്ക് നെഞ്ചിലൊരു കൊളുത്തിവലി അനുഭവപ്പെടു മായിരുന്നു. എല്ലാം ഈശ്വരനിശ്ചയമെന്ന് അയാൾ സ്വയം സമാധാനിച്ചി രുന്നു.

"ഇനി നമ്മക്കാരാ ഉള്ളത്?" വേശുവമ്മ മമ്മുസായ്‌വിനോടായി ചോദിച്ചു. മടിയിൽ അമ്മിണിത്തു ഉറങ്ങുന്നുണ്ടായിരുന്നു.

"നമ്മളേ ഉള്ളൂ." അയാൾ എങ്ങോട്ടോ നോക്കി നെടുവീർപ്പിട്ടു.

വേശുവമ്മ കണ്ണു തുടച്ചു.

* * * * *

അരങ്ങത്തു ചരടറ്റുവീണ കൂത്തുപാവയെപ്പോലെ മമ്മുസായ്‌വ് പുല്ലു പായയിൽ തളർന്നു കിടന്നു. വേശുവമ്മ തവിടുകിഴി അമർത്തിക്കൊണ്ടി രുന്നു.

ഉച്ച. അമ്മിണിത്തുവും ഇത്താമ്പിയും ഇറയച്ചാലിലിരുന്ന് കൊത്ത ങ്കല്ല് കളിച്ചു.

"ഞാൻ ചത്താല്" മമ്മുസായ്‌വ് പറയാനോങ്ങി.

വേശുവമ്മ സായ്‌വിനെ തടഞ്ഞു.

"നിങ്ങക്കിപ്പോ ചാവാനൊന്നും കാലായിറ്റ്ല്ല. വെറുതെ പറഞ്ഞ് പുള്ളർക്ക് എടങ്ങേറാക്കല്ലേ."

ഇയ്യാത്തുട്ടിഉമ്മ കുഞ്ഞാമിനാത്തയെ ചേർത്തുപിടിച്ച് കരഞ്ഞു.

"പറയുന്നത് കേട്ടിറ്റ് നിങ്ങ കരയണ്ട. ഇവറ്ക്ക് ഒന്നൂല്ല ട്ടാ" വേശു വമ്മ അകത്തേക്കു നോക്കിപ്പറഞ്ഞു.

"എനിക്ക് വല്ലാണ്ടിരിക്ക്ന്ന് വേശുവമ്മേ."

"നിങ്ങ ഒന്ന് സമാധാനിക്ക്പ്പാ."

തവിടുകിഴി ചൂടാക്കിക്കൊണ്ടുവരാൻ ഇയ്യാത്തുട്ടിഉമ്മയ്ക്ക് കൊടുത്തു.

ഇത്താബിയും അമ്മിണിത്തൂവും ഇറയച്ചാലിൽ നിന്ന് കയറി. അവർ മമ്മുസായ്വിന്റെ നെഞ്ചിലേക്ക് വലിഞ്ഞു കയറാൻ ശ്രമിച്ചു. അവരുടെ കവിളുകളിൽ അയാൾ ചുണ്ടമർത്താനാശിച്ചു. പക്ഷേ, തലയനങ്ങിയില്ല. ചുണ്ടിൽ കിനിഞ്ഞ ചുംബനച്ചൂടു വായുവിൽ പകർന്നു. അയാൾ കരച്ചിലടക്കി. കരഞ്ഞാൽ കുഞ്ഞുങ്ങൾ ചിരിക്കില്ലേ. ഈ പാവം കുഞ്ഞുങ്ങൾ.

അലവി ഓടിവന്നു. പറയാനൊരു വിശേഷവുണ്ടായിരുന്നു.

"ഇസ്കൂള്ന്ന് വെരന്നവയിക്ക് ഉപ്പക്കെങ്ങനീണ്ട്ന്ന് എന്നോടിക്ക ചോയ്ച്ചു.

"അത്യോ?" വേശുവമ്മ അതിശയിച്ചു.

"നേരായിറ്റും ചോയ്ച്ചു.

"എന്റീശ്വരാ ഓന് പുത്തി വന്നോർങ്ങിയോ?"

മമ്മുസായ്വ് അത് ശ്രദ്ധിച്ചതായി തോന്നിയില്ല.

"നിങ്ങീത് കേട്ടില്ലേ?"

വേശുവമ്മ ചോദിച്ചു.

അയാൾ അശ്രദ്ധനായി മൂളി.

"സായ്വേ."

"ഉം"

"കാപ്പിവെക്കട്ടെ."

"ഉം."

"നിങ്ങ വെറുതെ ഓരോന്നാലോചിക്ക്വാ. അതോണ്ട് വെരുത്തധികാവ്വോ ഉള്ളൂ. ഞാൻ പറഞ്ഞേക്കാം മരുന്ന് ഏടീം ഏശൂല."

മമ്മൂസായ്വ് അത് കേട്ടില്ല. അയാൾ ഭൂമിയുടെ അവസാനത്തെക്കുറിച്ചാണോർത്തുകൊണ്ടിരുന്നത്.

ഭൂമിക്കൊരവസാനമുണ്ട്. ഇസ്റാഹീൽ എന്ന മലക്ക് സൂറെന്ന കൊമ്പൂതുമ്പോൾ. അത് വിനാശത്തിന്റെ കാഹളമാണ്. അത്യൂന്നതങ്ങളിൽ തീ പാറുന്ന കണ്ണുകൾ താഴേക്കുപായിച്ച് ഇസ്റാഹീൽ കൊമ്പുമെടുത്തു നില്ക്കും. ഞരമ്പുകൾ വലിച്ചു മുറുക്കി, കവിളുകൾ വീർപ്പിച്ച് രോഷം മുഴുവനും കൊമ്പിലൂടെ ഭൂമിയെ കേൾപ്പിക്കും. ദുരന്തത്തിന്റെ സന്ദേശം കേൾക്കുന്നതോടെ ഭൂമിയിലുള്ളതെല്ലാം നശിക്കും.

കൊമ്പൂതിക്കഴിഞ്ഞ് ഇസ്റാഹീൽ ഭൂമിയിലൂടെ ഒരു കോഴിമുട്ട ഉരുട്ടിനോക്കും. കോഴിമുട്ട ശരിക്കുരുണ്ടാൽ എല്ലാം നശിച്ചുവെന്നർത്ഥം.

കോഴിമുട്ട ഉരുണ്ടുനീങ്ങുകയാണ്. ഇസ്റാഹീൽ ചിരിക്കുകയാണ്.

മമ്മുസായ്വ് കോഴിമുട്ടയുടെ ഗതി തടയാൻ കൈകളുയർത്തി. അരുത്... അരുത്.

"എന്താണ് സായ്വേ." വേശുവമ്മ പരിഭ്രാന്തയായി. മമ്മുസായ്വ് സ്വപ്നത്തിലെന്നോണം പറഞ്ഞു.

"ഒര്... ഒര്... കോയിമുട്ട."

* * * * *

ഉച്ച സന്ധ്യയായി മാറി.

ഇബ്രാഹിംകുട്ടി വീട്ടിലേക്ക് കയറിവരുന്നത് വേശുവമ്മ വിസ്മയത്തോടെ കണ്ടു. അവർ എണീറ്റുനിന്നു വായിൽ പുകയിലഞെട്ട് നീറുന്നുണ്ടായിരുന്നു.

"നിന്റുപ്പക്ക് വെരുത്താ*മോനെ." വേശുവമ്മ പറഞ്ഞു

"അറിഞ്ഞു."

"നീ വെരുംന്ന് ഞാൻ നിരീച്ചു."

"ഞാൻ വന്നു."

"നന്നായി മോനേ."

"എപ്പെങ്കിലും വരണംന്ന് വിചാരിച്ചതാ."

"കുഞ്ഞാമിനത്താ, ഒരു വെളക്ക് കത്തിച്ച് വെക്ക് എറേത്ത്. ഇതാരാ വന്നത്ന്ന് നോക്കിയാൻ."

കുഞ്ഞാമിനത്താ വിളക്ക് കത്തിച്ച് കൊണ്ടുവന്നു. അവൾ ആശ്ചര്യത്തോടെ ഇബ്രാഹിംകുട്ടിയെ നോക്കി. അയാൾ മുഖമുയർത്താതെ നിന്നു.

"ഞാനുപ്പയെ കൊണ്ടോവാൻ വന്നതാ." അയാളുടെ ശബ്ദം മുഴങ്ങി.

"എന്തിന് കൊണ്ടോന്" വേശുവമ്മ ചോദിച്ചു.

"വേണം."

"എന്തിന്യാന്പ്പാ?"

"അത് നിങ്ങ അറിയണ്ട. ഞാനുപ്പയെ കൊണ്ടോവ്വാ. ആരും എന്നെ തടയണ്ട."

"എങ്ങന്യാ നീ ഒറ്റയ്ക്ക് കൊണ്ടോല്."

"ഞാൻ കൊണ്ടോവും, എങ്ങന്യെങ്കിലും."

ഇബ്രാഹിംകുട്ടി കുനിഞ്ഞ് മമ്മുസായ്‌വിന്റെ കാലിൽ പിടിച്ചു.

"നീ എന്തായീ ചെയ്യുന്നത്." വേശുവമ്മ പരിഭ്രാന്തിയോടെ ചോദിച്ചു.

"ഞാനിങ്ങനെ കാലിൽപിടിച്ച് വലിച്ച് കൊണ്ടോവും. മഞ്ചലില്ല."

"കൊണ്ടോലേ, ഉപ്പാനെ കൊണ്ടോലേ" അലവി ഇബ്രാഹിംകുട്ടിയുടെ കൈയിൽ പിടിച്ചു. ഇബ്രാഹിംകുട്ടി അലവിയെ ചവിട്ടിവീഴ്ത്തി.

"പോടാ."

"എടാ കുരിപ്പേ, വിട്ടാ സായ്‌വിനെ."

വഴി തടഞ്ഞ വേശുവമ്മയുടെ നേർക്ക് അയാൾ കാലുയർത്തി. കാൽ അടിവയറ്റിലാണമർന്നത്. വേശുവമ്മ വീണു. നരച്ചമുടി അഴിഞ്ഞു. ഓലച്ചുരുൾ നിവർന്നു.

"ത്ഫൂ. ഇബ്രാഹിം കുട്ടി ഇയ്യാത്തുട്ടി ഉമ്മയുടെ മുഖത്തേക്ക് തുപ്പി.

"വിട് മോനേ... ന്നെ വിട്." മമ്മുസായ്‌വ് കരയുന്നതുപോലെ പറഞ്ഞു.

"മിണ്ടരുത്."

ഇബ്രാഹിംകുട്ടി അയാളെ വലിച്ചിഴച്ചു. ഇരുട്ടമർന്നുകിടന്ന വഴി. തോലുരിഞ്ഞ് ചോരയൊഴുകി. വേരുകളിലും പാറകളിലും തട്ടി മമ്മുസായ്‌വ് ഉയരുകയും താഴുകയും ചെയ്തു. തൊട്ടാവാടികളിൽ മെയ്യ

* ദീനം

മർന്നു. മുള്ളുകൾ തറച്ചുകയറി. അകലെയെങ്ങോ പരുഷമായ സ്വരത്തിൽ മലമുഴക്കികൾ കരഞ്ഞു. കീരാംകുരിക്കകൾ കരിയിലകൾക്കിടയിൽ ഒച്ചവെച്ചു. കുളക്കോഴികൾ വിഹ്വലതയോടെ ചിറകടിച്ചു. നനഞ്ഞ ഇരുട്ട്. തേങ്ങുന്ന പക്ഷികൂടുകൾ. പിടയുന്ന കൈതക്കാടുകൾ. കാറ്റിനും കൈതപ്പൂവുകൾക്കും ചോരയുടെ മണമായി. മൈലാംപെട്ടിക്ക് ചോരയുടെ മണമായി. മലകൾക്കു ചോരയുടെ മണായി.

* * * * *

ചോരയൊഴുക്കിക്കൊണ്ട് മമ്മുസായ്‌വ് കിടന്നു. ഇബ്രാഹിംകുട്ടി മുൻകൂട്ടി എഴുതിത്തയ്യാറാക്കിവെച്ചിരുന്ന ആധാരക്കടലാസുകളിൽ മമ്മുസായ്‌വിന്റെ ചൂണ്ടൊപ്പുവെപ്പിച്ചു. അങ്ങനെ ഒരു രാത്രികൊണ്ട് ഇബ്രാഹിംകുട്ടി കുരുമുളകുതോട്ടങ്ങളുടെയും *മലങ്കൊളുമ്പുകളുടെയും ഉടമയായി.

മൈലംപെട്ടിക്കാരെല്ലാം ഇടിത്തീവീണപോലെ ചലനമറ്റുനിന്നു. അവരെല്ലാം മമ്മുസായ്‌വിനുവേണ്ടി കരഞ്ഞു.

നന്മയുടെ സൂര്യനായ സായ്‌വ്.

നീതിയുടെ വിളക്കുമാടമായ സായ്‌വ്.

- ഇല്ലേ മമ്മുസായ്‌വില്ലേ...."

അവർ പലതും ഓർമ്മിച്ചു വാതില്പാളിയുടെ മറവിൽ ചുവന്നതട്ടം കാറ്റിൽ പറന്നു.

ഒറങ്ങ്വാണ് വിളിക്കണോ?

അയ്യോ വേണ്ട. ഒറങ്ങിക്കോട്ട് ഞങ്ങളെത്ര നേരൂം കാത്തുനിക്കാലോ.

ഇല്ല. ഇപ്പോൾ മമ്മുസായ്‌വില്ല, ഇനി?

* * * * *

അന്ന് അഹമ്മദ്കണ്ണ് റാവുത്തർ മൈലംപെട്ടിയിലുണ്ടായിരുന്നില്ല. അയാൾ പുളിങ്ങോം പള്ളിയിലെ പേരുകേട്ട നേർച്ച കാണാൻ പോയതായിരുന്നു. ആൾക്കൂട്ടത്തിനിടയിൽ ഏകാകിയായി അലയുമ്പോഴാണ് അയാൾ വിവരമറിഞ്ഞത്. അറിഞ്ഞ പാടെ നേർച്ച ഒഴിവാക്കി മൈലംപെട്ടിയിലേക്കോടി.

"നായിന്റെ മോനേ, സായ്‌വെവിടെ?" റാവുത്തർ ഇബ്രാഹിംകുട്ടിയുടെ നേർക്കു കുതിച്ചു.

"പറയെടാ."

ഇബ്രാഹിംകുട്ടി ചിറി കോട്ടി പുച്ഛത്തിൽ ചിരിച്ചു. റാവുത്തരേക്കാൾ കരുത്ത് അയാൾക്കുണ്ട്.

"അതു ചോയ്ക്കാൻ നീയാരാടാ." അയാൾ ചോദിച്ചു.

"ഞാനാരാന്നോ. നിനക്കറീല്ലേ?" റാവുത്തർ കിതച്ചു.

ആസ്ത്മ അയാളെ ശല്യപ്പെടുത്തുന്നുണ്ടായിരുന്നു.

"ഒര് വെറും പുസു."

* മലയിൽ കൃഷി ചെയ്യുന്ന സ്ഥലം

ഇബ്രാഹിംകുട്ടി ചിരിച്ചു. റാവുത്തർ ഒരു പുഴുവാണ്.

ഒരു വെറും പുഴു.

അയാൾ റാവുത്തരെ തല്ലി. വീണിടത്തു എഴുന്നേല്ക്കാൻ ശ്രമിച്ചപ്പോൾ പുറത്തു ചവിട്ടി.

"നിന്റെ സായ്‌വ് ചത്തൂടാ."

പിന്നെ ഇബ്രാഹിംകുട്ടി താഴ്‌വരയിലൂടെ നടന്നു. കുന്നുകൾ എപ്പോഴുമെന്നപോലെ കോട്ടുവായിട്ടു. അയാളുടെ കൈയിലൊരു തോക്കുണ്ടായിരുന്നു. ഉന്നംവെച്ച് കാഞ്ചിവലിച്ചു. അരിപ്രാവുകളും മുണ്ടക്കോഴികളും വെള്ളക്കൊക്കുകളും അയാളുടെ കൈയിൽ തൂങ്ങിക്കിടന്നു. ചോരത്തുള്ളികൾ ഇറ്റു വീണുകൊണ്ടിരുന്നു. സൂര്യൻ പക്ഷികളുടെയും വെള്ളമുയലുകളുടെയും ചോരയിൽ മുങ്ങിക്കുളിച്ചു. മൈലംപെട്ടി ചുവന്നു.

ഇബ്രാഹിംകുട്ടി മലമുകളിൽ കയറി നിന്ന് നക്ഷത്രങ്ങൾക്കായി കൈനീട്ടി.

* * * * * *

ചെടിമുളകളുടെ ചോട്ടിൽ അഹമ്മദ്കണ്ണു റാവുത്തർ നിന്നു. അകലെയെങ്ങോ ധിക്കാരപൂർവ്വം തലയുയർത്തി നിന്ന്, ചുഴറ്റി വീശുന്ന പാലക്കാടൻ കാറ്റിൽ പടഹമടിക്കുന്ന കരിമ്പനകളെ കാണുകയായിരുന്നു അയാൾ. അവയ്ക്കിടയിലുള്ള വെള്ളമണലിന്റെ വിരിപ്പിലൂടെ തിരിഞ്ഞു നോക്കാതെ, കൈയിലൊരു ചാക്കുസഞ്ചിയുമായി ഒരാൾ നടക്കുന്നു. കാറ്റ് പൂഴിവാരിയെടുത്ത് അയാളെ എറിയുന്നു. എങ്ങോട്ടാണ് പോകുന്നതെന്ന ചോദ്യത്തിന് മറുപടി കണ്ടെത്താൻ കഴിയാതിരുന്നിട്ടും മുടിയഴിച്ചിട്ട പനകൾക്കിടയിലൂടെ..

റാവുത്തർ നിരാശയോടെ തലകുലുക്കി. വയ്യ. ഈ വഴിയമ്പലത്തിനു ചുറ്റും ചോരയുടെ മണമുള്ള കാറ്റാണ്.

ചെടിമുളകൾ പൊട്ടിച്ചീറി. അയാൾക്ക് ഉദയവും അസ്തമയവും നല്കിയ ചെടിമുളകൾ. അങ്ങകലെ അയാളുടെ പ്രിയപ്പെട്ട കുടകുമലകൾ.

വഴിയിൽ വയക്കു കത്തികളുമായി നടന്നു നീങ്ങുന്ന ചെറവന്മാർ. അവർ മണ്ണിനോടെന്താണ് പിറുപിറുക്കുന്നത്, ആവോ.

പഴയ ചാക്കു സഞ്ചി റാവുത്തർ സൂക്ഷിച്ചുവെച്ചിരുന്നു. അതു വീണ്ടുമെടുത്ത് അയാൾ വേശുവമ്മയുടെ ഓലവീടിനു നേർക്ക് നടന്നു. ചുളപ്പൂക്കളും കിളിക്കണ്ണിപൂക്കളും വാരിച്ചൂടിയ കൈയാല. കൃഷ്ണതുളസികൾ ചിരിക്കുന്ന മുറ്റം.

ഇറയത്ത് അമ്മിണിത്തുവിനെ മടിയിലിരുത്തി വേശുവമ്മ ഇരിക്കുന്നുണ്ടായിരുന്നു. അയാൾ അവരുടെ മുന്നിൽ നിന്നു. അമ്മിണിത്തുവിനെ വാരിയെടുത്ത് വാത്സല്യത്തോടെ അവളുടെ മൂർദ്ധാവിൽ മുകർന്നു. കണ്ണുനീര് പൊടിയുന്നു. നെറുക നനയുന്നു.

റാവുത്തർ അമ്മിണിത്തുവിനെ വേശുവമ്മയ്ക്ക് തിരികെ കൊടുത്തു.

അയാൾ ചിരിക്കാൻ ശ്രമിച്ചു.

വേശുവമ്മ ഒന്നും പറഞ്ഞില്ല. അവർക്കെല്ലാമറിയാമായിരുന്നു. റാവുത്തർ സ്ഥലവും അങ്ങാടിയും ഒരു കുര്യാക്കോസിനു വിറ്റു. കുര്യാക്കോസ് അവിടെ അനാതിക്കച്ചവടം തുടങ്ങും. റാവുത്തർ പോകും.

കാറ്റ് റാവുത്തരുടെ കാതിൽ മൂളി. മഴത്തുള്ളികൾ ചുറ്റും പറന്നു.

ചാക്കുസഞ്ചിയിൽനിന്നും ഒരു കടലാസുപൊതിയെടുത്ത് വേശുവമ്മയുടെ നേരെ നീട്ടി.

"ഇതു വാങ്ങൂ."

"വേ്ണ്ട."

"വാങ്ങൂ." റാവുത്തരുടെ സ്വരം ദുർബ്ബലമായി.

വേശുവമ്മ വാങ്ങി.

"നിങ്ങ പോവ്വാണല്ലേ!"

റാവുത്തർ വേശുവമ്മയുടെ മുഖത്തേക്ക് നോക്കിയില്ല.

"വരും." റാവുത്തർ നെടുവീർപ്പോടെ പറഞ്ഞു: "എന്നെങ്കിലും വരും."

നോവൽ

ഉപരോധം

“ഓ, ഹോയ്.”

അയാൾ നീട്ടി ഒച്ചയെടുത്തു.

മൂരികളുടെ പുറത്ത് മുടിങ്കോൽകൊണ്ട് മാറിമാറി ആഞ്ഞടിച്ചു.

മൂരികൾ പിടഞ്ഞ്, നുകത്തിന്റെയും ഞേങ്ങോലിന്റെയും കനം പേറി, ചെളിവയലിലൂടെ പ്രയാസപ്പെട്ട് നടന്നു. കാലിവളത്തിന്റെയും ചെളിമണ്ണിന്റെയും മണമുയർന്നുകൊണ്ടിരിക്കുന്ന വയലുകൾക്കു മുകളിൽ കാക്കകളും മൈനകളും പറന്നുകളിച്ചു. തെളിഞ്ഞതും സുന്ദരവുമായ ആകാശത്തിൽനിന്ന് വയലുകളിലേക്ക് വെയിൽ ചുരന്നൊഴുകി. തോട്ടിറമ്പിൽ പരൽമീനുകളെക്കാത്ത് വെള്ളക്കൊക്കുകൾ തപസ്സിരുന്നു.

“പോ, കാക്കേ.”

ചീല കാക്കകളുടെ നേർക്ക് കൈവീശി. ഒരുകൈ തലയിലുള്ള മണിക്കുടുക്കയിലായിരുന്നു.

അവളെക്കണ്ട് തോട്ടിറമ്പിലെ കൊക്കുകൾ തപസ്സിൽനിന്നിളകി. അവളുടെ കാലൊച്ചകേട്ട് കുഞ്ഞുതവളകൾ വരമ്പിൽ നിന്നെടുത്തുചാടി.

“ഏട്ടാ,” അവൾ വിളിച്ചു.

അയാൾ തിരിഞ്ഞുനോക്കി.

“നീയിന്നു നേരത്തെയാണല്ലോ.”

ചീല ചിരിച്ചു.

അവൾ കുടുക്ക വരമ്പത്തിറക്കിവെച്ചു.

അയാൾ ഞേങ്ങോലുവിട്ട്, എരുതുകളോട് അനങ്ങാതെ നില്ക്കാൻ പറഞ്ഞ് വരമ്പത്തേക്കു നടന്നു. പൂട്ടാതെ കിടക്കുന്ന അടുത്ത കണ്ടത്തിലെ തെളിഞ്ഞ വെള്ളത്തിൽ കൈ കഴുകി. മുഖത്തെ വിയർപ്പു തുടച്ചു.

അയാൾ വരമ്പിലിരുന്നു.

“നീ കുടിച്ചോ?”

"ങ്ഹാ."

"വേണോ?"

"ങുഹും."

ഏട്ടൻ കഞ്ഞിവെള്ളം കുടിക്കുന്നതും നോക്കി ചീല നിന്നു.

ഏട്ടനോടുള്ള സ്നേഹവും പ്രതിപത്തിയും കണ്ണുകളിൽ തിളങ്ങി. ചെറിയ കുഞ്ഞായിരുന്നപ്പോൾ ഏട്ടന്റെ ചുമലിലിരുന്ന് നക്ഷത്രങ്ങളെ നോക്കാറുണ്ടായിരുന്നത് ഓർമ്മയിലെത്തി.

വരമ്പിലൂടെ മഠത്തിലെ കാര്യസ്ഥനായ അവറോന്നൻ ചന്തുനമ്പ്യാർ കൊട്ടമ്പാളയിട്ട രണ്ടു പുലയരുടെ അകമ്പടിയോടെ നടന്നടുത്തു.

"വരമ്പ്ന്ന് എണീക്ക്ടാ."

അവറോന്നൻ ഗാംഭീര്യത്തോടെ പറഞ്ഞു.

കോടിലോൻരാമൻ നോവിക്കപ്പെട്ടപോലെ അയാളെയൊന്ന് നോക്കി.

എന്നിട്ട് പറഞ്ഞു:

"വേറെ വഴിയില്ലേ?"

അവറോന്നൻ മുന്നോട്ടാഞ്ഞുനിന്നു

"എന്താ നീ പറഞ്ഞത്?"

കോടിലോൻ അതു കേട്ടതായി ഭാവിച്ചില്ല.

"നിന്റെ കുറുമ്പ് കുറേനാളായി ഞാൻ ശ്രദ്ധിക്കുന്നുണ്ട്."

അവറോന്നൻ തിരിഞ്ഞ് പുലയരോട് കല്പിച്ചു.

"പിടിച്ച് മാറ്റ്ടാ ഇവനെ."

അവർ ചെളിയിലിറങ്ങി നടന്ന് കോടിലോന്റെ മുന്നിലെത്തി. തമ്പുരാന്റെ കാര്യസ്ഥൻ കല്പിച്ചിരിക്കയല്ലേ. അനുസരിക്കാതെ പറ്റില്ലല്ലോ. അവർ കോടിലോന്റെ കൈക്കരുത്ത് മനസ്സിൽ ആലോചിച്ച് തെല്ലുനേരം സംശയിച്ചു നിന്നു.

കാര്യസ്ഥൻ കയർത്തു.

"എന്ത്ന്നിന്ടാ നോക്കി നില്ക്കുന്നത്."

അതുകേട്ട് ചീലയ്ക്കു പേടിയായി. അവൾ ഏട്ടന്റെ ചുമലിൽ പിടിച്ചു. അവളുടെ കൈകൾ വിറയ്ക്കുന്നുണ്ടായിരുന്നു. അയാൾക്കാകട്ടെ ഒരു കുലുക്കവുമില്ല. കുടുക്കയിൽ ബാക്കിയുണ്ടായിരുന്ന വെള്ളം ഒരു വലിക്ക് കുടിച്ച് ചിറി തുടച്ചുകൊണ്ട് പതുക്കെ എണീറ്റു. പുലയരുടെ മുഖങ്ങളിലേക്ക് തുറിച്ചുനോക്കി. അവരൊന്ന് പതറി. തീ പാറുന്ന നോട്ടമാണ്. നേരിടാൻ ബുദ്ധിമുട്ടുണ്ട്. അവർ അന്തംവിട്ടു നില്ക്കുമ്പോൾ അയാളുടെ കൈകൾ മിന്നൽ വേഗത്തിൽ ചലിച്ചു. രണ്ടു പുലയരും ചെളിയിൽ വീണു കിടക്കുന്നതാണ് പിന്നെ കണ്ടത്. അയാൾ രണ്ടുപേരെയും പിടിച്ചെഴുന്നേല്പിച്ച് ഓരോന്നുകൂടി കൊടുത്തു. ചെളിയിൽനിന്ന് ഉരുണ്ടുപിരണ്ടെണീറ്റ് അവർ ഓടി. അവരുടെ പിന്നാലെ കാര്യസ്ഥൻ നീട്ടിവലിച്ച് നടന്നു.

ചീല പറഞ്ഞ് വിവരമറിഞ്ഞപ്പോൾ പാട്ടിയും കുഞ്ഞങ്ങയും നടുക്കംകൊണ്ട് ഭഗവതിയെ വിളിച്ചു. അവറോന്നൻ മഠത്തിൽ ചെന്ന് നായനാരോട് ഒന്നിന് പത്തുകൂട്ടി പറഞ്ഞുകേൾപ്പിക്കും. നായനാരെന്താണ് ചെയ്യു

കയെന്ന് ആർക്കാണ് പറയാൻ പറ്റുക. വിഷപ്പാമ്പിനെയാണ് നോവിച്ചു വിട്ടിരിക്കുന്നത്. ന്റെ കണ്ണങ്കാട്ട് ഭഗവതീ, ന്റെ കൂളന്താട്ടിൽ ഭഗവതീ കാക്കണേ. പാട്ടി തലയ്ക്കു കൈവെച്ച് പ്രാർത്ഥിച്ചു.

വെള്ളോറയിലെ ഭാര്യവീട്ടിൽനിന്നും വരികയായിരുന്ന കേളുവും വിവരമറിഞ്ഞ് വേവലാതിപ്പെട്ടു. ആലിമമ്മതിന്റെ പീടികയിൽ അതാണ് ചർച്ചാവിഷയം. അവിടെ നിന്നാണ് കേളു അറിഞ്ഞത്.

വീട്ടിൽ വന്നു കയറിയപാടേ ചോദിച്ചു:

“രാമൻ വന്ന്വോ ഏട്ടീ.”

“ഇല്ല. നീ അറിഞ്ഞ്വോ?” കുഞ്ഞങ്ങ ചോദിച്ചു.

“അറിഞ്ഞു.”

കേളു ഇറയത്ത് കുന്തിച്ചിരുന്നു.

“ഇങ്ങന്യ്യാര് അവിവേകം ഇവൻ കാട്ടാമ്പാട്ണ്ടോ?”

ഞാനെന്ത്ന്നാ പറേണ്ടത്.” പാട്ടി പറഞ്ഞു. “ആപത്ത് വലിച്ച് വെക്കല്ലേ ഓൻ ചെയ്യ്ന്ന്. വേണാ ഇത്?”

“തടീം തെറൂം*ണ്ട്. നേരന്നെ. എന്ന് വെച്ചിറ്റ് ഒരം** കളിക്കല്ണ്ടോ?” കേളുവിന് അനിയനോട് അടക്കാനാവാത്ത ദേഷ്യം തോന്നി. ചെറുപ്പം തൊട്ടേ അവനൊരു എടുത്തുചാട്ടക്കാരനും മുൻകോപിയുമാണ്. ആലോചന തീരെയില്ല. ബുദ്ധി രണ്ടാമത് മാത്രമേ പ്രവർത്തിക്കൂ. പറഞ്ഞാലൊട്ട് അനുസരിക്കുകയുമില്ല. ഇന്ന് ചെയ്തിരിക്കുന്നത് തമാശയും കുട്ടിക്കളിയുമല്ല. കേളുവിന് പേടി തോന്നി. നായനാരിതറിഞ്ഞാൽ- ഈശ്വരാ, ആലോചിക്കാൻ തന്നെ കഴിയുന്നില്ല.

“ഏട്ടനതാ വെര്ന്ന്ണ്ട്” ചീല അകലേക്ക് നോക്കി അറിയിച്ചു. അവളുടെ ചങ്കിടിപ്പ് ഇനിയുമടങ്ങിയില്ല.

കാ്ലിപൂട്ടിക്കഴിഞ്ഞ്, പുഴയിൽനിന്ന് കുളിയും കഴിച്ച്, ചങ്ങാതിയായ മാളത്തിൽ കണ്ണന്റെയൊപ്പം കോടിലോൻ നടന്നു. മഠത്തിന്റെ മുന്നിലുള്ള പടിപ്പുര അവർക്കു കാണാം. വയൽക്കരയിലാണ് പടിപ്പുര. വയലുകളിൽ പണി നടക്കുന്നതുകാണാൻ നായനാരും കൊട്ടിലമ്മയും അതിനുള്ളിലാണ് ഇരിക്കാറ്. ഇപ്പോഴതിനുള്ളിൽ, ആരുമില്ലെന്ന് തോന്നുന്നു. വയലുകളിൽ പുലയരുണ്ട്. അവർ വയലുകളിൽ, ചേറിൽ വിത്തുകൾ പൊട്ടിപ്പിളർന്ന് മുളച്ചുപൊന്തിയതാണെന്ന് തോന്നും. വരമ്പത്ത് ഉറുപ്പിച്ചുവെച്ച ഒരു പ്രതിമപോലെ കാര്യസ്ഥനുമുണ്ട്. രണ്ടാം കാര്യസ്ഥനായിരിക്കാം. മാറുമറയ്ക്കാത്ത ചെറുമികളെ നോക്കിക്കൊണ്ടുള്ള നില്പാണ്. കോടിലോൻ പല്ലിറുമ്മി. ഇവനെയൊക്കെ-

“നായനാർ ഏടത്തേക്കോ പോയിറ്റാള്ളത്. വന്നാല്...” കണ്ണൻ പറഞ്ഞു നിർത്തി.

“വരട്ടെ.”

“കരുതി നടക്കണം.”

---

* തെറം- ബലം

** ഒരം - ധിക്കാരം

"ഉം."

"എന്തും ചെയ്യാൻ മടിക്കാത്ത കൂട്ടരാ."

"നമ്മളും മനുഷ്യരന്നെല്ലേ."

കോടിലോന്റെ ആ പറച്ചിൽ അന്തരീക്ഷത്തിന് കനംകൂട്ടി. അവർ പിന്നീടൊന്നും പറഞ്ഞില്ല. കോടിലോൻ എരുതുകളോട് നേരെ നടക്കാൻ ഒച്ചയിട്ടു. കൂവപ്പക്കുന്നിൽനിന്ന് കാറ്റ് കിഴക്കോട്ട് വീശി. കോടിലോൻ മൂരികളെയും തെളിച്ച് വീട്ടുവളപ്പിലേക്ക് കയറി. അവയെ ആലയിൽ കെട്ടി. ചീലയെ വിളിച്ച് അവയ്ക്ക് വെള്ളം കൊടുക്കാൻ പറഞ്ഞു. വല്ലത്തിലേക്ക് വൈക്കോൽ വാരിയിട്ടു. പിന്നെ ഇറയത്തുകയറി. നനഞ്ഞ തോർത്തു മുണ്ടു മാറ്റി വേറൊന്നുടുത്തു.

കണ്ണനെ കഞ്ഞിക്ക് ക്ഷണിച്ചു.

"വേണ്ട. ഞാൻ വീട്ടിലേക്ക് പോവ്വാ."

"അതെന്ത്ന്നാ, നിനിക്ക് ഈട്ന്ന് കുടിച്ചൂടാ?" പാട്ടി ചോദിച്ചു.

"കുടിച്ചൂടാന്നൊന്നും ഇല്ല."

"ന്നാല് വന്നിരിക്ക്."

ഓരോ തെരിയയെടുത്തുവെച്ച് രണ്ടുപേരും ഇരുന്നു. പാട്ടി കിണ്ണങ്ങളിൽ കഞ്ഞി വിളമ്പിക്കൊണ്ടുവന്നു. കുഞ്ഞങ്ങ മന്താലങ്ങളിൽ മൊളകൂഷ്യം വിളമ്പി. ഇലക്കീറ്റുകളിൽ ചെമ്മീനിട്ടുവെച്ച വാഴക്കായയും.

"മൊളീശ്യം നന്നായിറ്റ്ണ്ട്." കണ്ണൻ പറഞ്ഞു. "ഇല്ലേ." രാമന്റെ മുഖത്തേക്കു നോക്കി. അയാളെന്തോ ആലോചിക്കുകയായിരുന്നു. കണ്ണൻ ചോദിച്ചതു കേട്ടില്ല.

"എന്ത്ന്നാ ആലോയിക്ക്ന്ന്?" കണ്ണൻ തിരക്കി.

"ഒന്നൂല്ല." അയാൾ പറഞ്ഞു.

കേളു എന്തെങ്കിലും ചോദിക്കുമെന്നും വിചാരിച്ച് പാട്ടിയും കുഞ്ഞങ്ങയും കാത്തുനിന്നു. ഒന്നുമുണ്ടായില്ല. കേളു ബീഡി വലിച്ചുകൊണ്ട് ചുമരുചാരിയിരുന്നു.

സന്ധ്യ. കാനായിയിൽനിന്ന് കറ്റൂരിലേക്കുള്ള നാട്ടുവഴിയിലൂടെ ഒരു മഞ്ചൽ നീങ്ങുകയാണ്. മഞ്ചൽക്കാർ കിതപ്പിന്റെ ഉയർച്ച താഴ്ചകൾക്കൊത്ത് താളത്തിൽ മൂളിക്കൊണ്ടിരിക്കുന്നു. അവരുടെ ദേഹങ്ങൾ വിയർത്തിട്ടുണ്ട്. മുഖങ്ങളിൽ ക്ഷീണത്തിന്റെ നിഴൽപ്പാടുകൾ വ്യക്തമായി കാണാം. കുറ്റിക്കാടുകളും മേടുകളും കടന്ന് നീളുന്ന ചെമ്മൺപാതയിൽ ഇലകൾ വാടിക്കിടക്കുന്നു. പാതയിലേക്ക് അതിക്രമിച്ചു വളർന്ന പൊന്തകൾ തലേന്ന് വെട്ടിനീക്കിയതാണ്. മഞ്ചലിന് കടന്നുപോകാൻ വേണ്ടി വഴികൾ വെടിപ്പാക്കേണ്ടത് നാട്ടുകാരുടെ ചുമതലയാണ്. ആ ചുമതല ഭംഗിയായി നിറവേറ്റപ്പെട്ടിരിക്കുന്നു.

മഞ്ചലിനകത്തിരിക്കുന്നത് കുറ്റൂർ മഠത്തിലെ കൃഷ്ണൻ നായനാരാണ്. നീളം കുറഞ്ഞ് തടിച്ച ശരീരപ്രകൃതി. കൈയിൽ പൊൻവളയും നെറ്റിയിൽ ചന്ദനക്കുറിയുമുണ്ട്. കസവുവേഷ്ടി പുതച്ച് പാതിമയക്കത്തിൽ ചാരിയിരിക്കുകയാണ്.

കാര്യസ്ഥന്മാരിൽ ഒരാളായ പുല്ലായിക്കൊടി കോരൻ നമ്പ്യാർ മഞ്ചലിന്റെ പിന്നാലെ ഭവ്യത പ്രകടിപ്പിച്ചുകൊണ്ട് നടക്കുന്നു. ഇടയ്ക്ക് മഞ്ചൽക്കാരെ ശകാരിക്കുന്നുണ്ട്. അതു കേൾക്കെ കുത്തേറ്റപോലെ പുളഞ്ഞ് മഞ്ചൽക്കാർ കാൽവെപ്പുകൾക്ക് വേഗം വർദ്ധിപ്പിക്കുന്നു.

പൊടുന്നനെ മഞ്ചൽ നിർത്താനുള്ള ആജ്ഞയുണ്ടായി.

"എന്താ എന്താ" എന്നു ചോദിച്ചുകൊണ്ട് കോരൻ നമ്പ്യാർ നായനാരെ സമീപിച്ചു.

നായനാർ നേരെയിരുന്ന്, പ്രസന്നത കളിയാടുന്ന മുഖഭാവത്തോടെ പുറത്തേക്ക്, ഒരു പുൽപ്പുരയുടെ നേർക്ക് വിരൽ ചൂണ്ടി.

കാര്യസ്ഥന്റെ കണ്ണുകൾ ഉദ്വേഗത്തോടെ അങ്ങോട്ടു തിരിഞ്ഞു. അവിടെ പുടവയുടുത്ത ഒരു പെൺകുട്ടി മുറ്റമടിക്കുന്നുണ്ടായിരുന്നു. അയാളുടെ മുഖത്ത് ശൃംഗാരരസം തുടിച്ചു. ഒരിളം ചിരിയോടെ പറഞ്ഞു.

"അതുണ്ടല്ലോ. കാരോന്തൻ കയിഞ്ഞാഴ്ച മാതമംഗലത്ത്ന്ന് കല്യാണം കയിച്ച് കൊണ്ടന്ന പെണ്ണാ. മീനാക്ഷിന്നോ മറ്റോ ആണ് പേര്."

അവൾ മഞ്ചൽ നില്ക്കുന്നതുകണ്ട് ഭയന്ന്, ചൂല് മുറ്റത്തിട്ട് ഓടിപ്പോയ്ക്കഴിഞ്ഞിരുന്നു.

"ആങ്ഹാ, എന്നിട്ട് ഞാനറിഞ്ഞില്ലല്ലോ." നായനാർ പറഞ്ഞു

"മഞ്ചൽ അങ്ങോട്ടെടക്ക്" കാര്യസ്ഥൻ മഞ്ചൽക്കാരോട് കല്പിച്ചു.

മുറ്റത്ത് മഞ്ചൽ വന്നുനിന്നപ്പോൾ കുടിയിലുള്ളവർ ഭയചകിതരായി. കണ്ണുകൾ ഇരുണ്ടു. കാരോന്തന്റെ അച്ഛനും അമ്മയും തൊഴുകൈയോടെ ഓടിമുറ്റത്തിറങ്ങി. നായനാർ അവരെ ശ്രദ്ധിക്കാതെ ഇറയത്തേക്കു കയറി. ചെറിയ കുട്ടികൾ പകച്ചു കണ്ടുനിന്നു.

"എവിടെ ആ പെണ്ണ്?" നായനാർ ശബ്ദമുയർത്തി ചോദിച്ചു.

മറുപടിയില്ല. ഒരു തേങ്ങലുയർന്നു കേട്ടു.

മഞ്ചൽ പൊയ്ക്കഴിഞ്ഞിട്ടും മീനാക്ഷി പായയിൽനിന്നെണീറ്റില്ല. പുടവ നേരാംവണ്ണം ഉടുക്കുകപോലും ചെയ്യാതെ തലയണയിൽ മുഖമമർത്തിക്കരഞ്ഞുകൊണ്ട് അവൾ കിടന്നു. കൺപോളകളിലെ കരിമഷി കണ്ണുനീരിൽ കലർന്നു കവിളിലങ്ങിങ്ങ് പരന്നിരുന്നു. നീണ്ടു ചുരുണ്ട മുടി കെട്ടഴിഞ്ഞ് ചിതറിയിരുന്നു. മെയ്യിലെ മുറിവുകൾ നീറി. അവളുടെ ഏങ്ങലടികൾ കേട്ട് സമാധാനിപ്പിക്കാൻ പോലുമാവാതെ, കാരോന്തന്റെ അച്ഛനുമമ്മയും മരവിച്ചപോലെ ഇരുന്നു. പകുതി തുറന്നുകിടക്കുന്ന വാതിൽപ്പാളികൾക്കിടയിലൂടെ അവർക്ക് മകന്റെ ഭാര്യയെ കാണാം. നായനാർ കടന്നുപിടിച്ചപ്പോൾ അവൾ മുളചീന്തുംമട്ടിൽ നിലവിളിച്ചു. മൽപ്പിടിത്തത്തിന്റെ ശബ്ദങ്ങൾ പുറത്തുള്ളവർക്ക് കേൾക്കാൻ കഴിഞ്ഞു. മഞ്ചൽക്കാർ തങ്ങളൊന്നും കേൾക്കുന്നില്ലെന്ന ഭാവത്തിൽ നിസ്സംഗരായി നിന്നു. കുട്ടികൾ വിമ്മിക്കരഞ്ഞു. കാരോന്തൻ എവിടെ നിന്നോ വന്നെത്തിയപ്പോൾ അവർ പറഞ്ഞു.

"മഞ്ചല് വന്നിന്."

കാരോന്തനൊന്ന് നടുങ്ങി.

താടിക്കു കൈകൊടുത്ത്, പരസ്പരം നോക്കാതെ, ഒരക്ഷരം ഉരിയാടാതെ, ഒരു മരണത്തെ തുടർന്നെന്നപോലെ, ഒരു ചിത്രത്തിൽ എഴുതപ്പെട്ട പോലെ തന്റെ അച്ഛനുമമ്മയും ഇരിക്കുന്നത് കാരോന്തൻ കണ്ടു.

ഓടി അകത്തേക്ക് ചെന്നു. അരണ്ട വെളിച്ചത്തിൽ മീനാക്ഷി കിടക്കുന്നതുകണ്ടു. അവൾ അവന്റെ കാലുകൾ കെട്ടിപ്പിടിച്ച് കരഞ്ഞു.

"എനിക്കു മനസ്സിലായി." കാരോന്തൻ പറഞ്ഞു. "കരയേണ്ട" അവന്റെ തൊണ്ടയിടറി.

രണ്ട്

മാരാൻകരയിലെ കരിമ്പന്റെ കള്ളുഷാപ്പ്. വണ്ണത്താൻ രാമൻ കയറിവരുന്നത് കണ്ടപ്പോൾ, ഒന്നുരണ്ടുപേർ പരുങ്ങി. വെളുത്തു ദൃഢമായ കിളരംകൂടിയ ശരീരമാണ് രാമന്റേത്. അരയിൽ ഒരു കത്തി തിരുകിവെച്ചിട്ടുണ്ട്. ആജ്ഞാശക്തി നിറഞ്ഞ കണ്ണുകൾ.

അകത്തിരിക്കുന്നവരെയെല്ലാം ഒറ്റനോട്ടത്തിൽ അറിഞ്ഞ് രാമൻ നിലത്തിരുന്നു.

കരിമ്പനോട് പറഞ്ഞു.

"കള്ള് കൊണ്ടാ."

കരിമ്പൻ കള്ളുനിറച്ച തൊട് മുന്നിൽ കൊണ്ടുവെച്ചു. രാമൻ ഒരു വീർപ്പിന് തൊട് കാലിയാക്കി. ചിറി തുടച്ച് ഒരിക്കൽക്കൂടി ചുറ്റിലും നോക്കി. കരിമ്പൻ പിന്നെയും തൊട് നിറച്ചുകൊണ്ടുവന്നു. രാമൻ ദ്രുതവേഗത്തിൽ അത് താഴെവെച്ച് ചത്ത കള്ളെറുമ്പുകളെ തുപ്പിക്കളഞ്ഞു. കണ്ണങ്കാട്ട് ഭഗവതിയെ കെട്ടുന്ന രാമൻ കുറവൻ ഇലയിലെന്തോ പൊതിഞ്ഞെടുത്ത് ഷാപ്പിലേക്കു കയറി. രാമനെ കണ്ട് ചിരിച്ചു.

"ഇതാരി കുറുപ്പച്ചനാ*?"

അയാൾ കുറുപ്പച്ചന്റെ അടുത്തിരുന്ന് ഇലപ്പൊതിയഴിച്ചു.

"മൊയലിന്റെ എറച്ചിയാ."

രാമൻ ഒരു കഷണമെടുത്ത് വായിലിട്ടു.

"നല്ലതല്ലേ കുറുപ്പച്ചാ?" കുറവൻ ചോദിച്ചു.

"ഉം."

കൈ വീണ്ടും ഇലയിലേക്ക് താണു.

ഉറക്കെ കള്ളിന് വിളിച്ചു.

"കരിമ്പാ."

കരിമ്പൻ വടക്കുപുറത്ത് പുലയർക്ക് കള്ളൊഴിച്ചു കൊടുക്കുകയായിരുന്നു. അവരെ ഷാപ്പിൽ കയറ്റില്ല. അവർക്ക് കുടിക്കാൻ ചിരട്ടകളാണ്. പുറത്തിരുന്ന് ചിരട്ടയിൽ കുടിച്ചാലും ഒരു കുപ്പി കള്ളിന് വില ഒരണതന്നെ. കുടിച്ചുകഴിഞ്ഞ് ഒച്ചയും ബഹളവുമുണ്ടാക്കാതെ, തങ്ങൾക്ക് മാത്ര

* വടക്കേ മലബാറിൽ വണ്ണത്താന്മാരെ കുറുപ്പെന്ന് വിളിക്കാറുണ്ട്

മായുള്ള ഊടുവഴികളിലൂടെ അവർ നടന്നുപോകും. ആ വഴികൾ പുലയർ പോകുന്ന വഴികളെന്നാണ് പരക്കെ അറിയപ്പെടുന്നത്. അതൊക്കെ ഓർത്തിട്ടോ, എന്തോ കള്ളുകുടിച്ച് മത്തുകയറിയ ഒരു പുലയൻ കരയാൻ തുടങ്ങി. മറ്റുള്ളവർ അവനെ ഒരത്ഭുതജീവിയെയെന്നോണം നോക്കി. കരിമ്പൻ പൈസയെണ്ണിവാങ്ങി ഷാപ്പിനുള്ളിലേക്ക് പാഞ്ഞുകയറി. കുറുപ്പച്ചന് ദേഷ്യം തോന്നിയാൽ പിന്നെ സമാധാനിപ്പിക്കാൻ എളുപ്പത്തിലൊന്നും ആവില്ല. കരിമ്പൻ വലിയൊരു തൊടു നിറയെ കള്ളു അയാളുടെ മുന്നിലെടുത്തുവെച്ചു. അയാളും രാമൻ കുറവനും അതിൽനിന്ന് പകർന്നു കുടിക്കുകയായി.

അപ്പോഴാണ് വഴിയിലൂടെ മഞ്ചൽ കടന്നുപോയത്. മഞ്ചൽക്കാർ ക്ഷീണിച്ച മൂളൽ തുടർന്നു. മഞ്ചലിനുള്ളിൽ തമ്പുരാൻ മയങ്ങിക്കിടന്നു. മാരാൻകരയിൽനിന്ന് മഞ്ചൽ മരങ്ങൾക്കിടയിലൂടെ കണ്ണമ്പാടിയുടെ നേർക്ക് നീങ്ങി.

കുറച്ചു കഴിഞ്ഞപ്പോൾ ഒരാൾകൂടി ഷാപ്പിലേക്ക് കയറിവന്നു. ഒരു മൂലയ്ക്ക്, തളർന്ന മട്ടിലിരുന്ന്, കരിമ്പനെ നോക്കി. കരിമ്പൻ ഒരു കുപ്പി കള്ള് കൊടുത്തു.

"ഇനീം വേണം."

"ഇത് കുടിക്ക്."

പിന്നെ ഒന്നും പറയാതെ പാത്രത്തിൽ ഒഴിച്ച് കുടിച്ച് തുടങ്ങി. അതേ ഇരിപ്പിൽ മൂന്നു കുപ്പി കുടിച്ചു. ആരേയും ശ്രദ്ധിച്ചില്ല.

കുറുപ്പച്ചന് ചോദിക്കാതിരിക്കാൻ കഴിഞ്ഞില്ല.

"എന്ത്ന്നാന്ടാ ഇത്ര പരവേശം?"

മിണ്ടാട്ടമില്ല. മുഖമുയർത്തുകപോലും ചെയ്തില്ല.

"കാരോന്താ," അയാൾ വിളിച്ചു.

അത് കാരോന്തനായിരുന്നു.

അവൻ കള്ളൊലിക്കുന്ന ചുണ്ടു തുടച്ച് അയാളുടെ കണ്ണുകളിൽ നോക്കി. എന്നിട്ട്, മുന്നറിയിപ്പൊന്നുമില്ലാതെ ഒരുതരം കരച്ചിൽ.

"നായിന്റെ മോനെ, വെയ്രംകൊട്ക്കാണ്ട് കാര്യംപറ." കുറുപ്പച്ചന് ദേഷ്യം വന്നു.

"കുറുപ്പച്ചാ"

"എന്താണ്ടായത്?"

കാരോന്തൻ വിതുമ്പി

"മഞ്ചല് എന്റെ വീട്ടിലേക്ക് വന്നു"

കുറുപ്പച്ചന് കാര്യമെല്ലാം മനസ്സിലായി. അയാളുടെ മുഖത്ത് വികാരങ്ങൾ മിന്നിമറഞ്ഞു. പേശികൾ വലിഞ്ഞുമുറുകി.

"അയിന് ഈട്ന്ന് നായീനെപ്പോലെ മോങ്ങീറ്റെന്താവാനാ? പോയി നോക്ക്ടാ. മഠത്തില് പെണ്ണ്ണ്ടോന്ന്."

അയാളുടെ ആക്രോശം കള്ളുഷാപ്പിലുണ്ടായിരുന്നവരെ ഞെട്ടിച്ചു. ചിലരുടെ പാത്രങ്ങളിൽ കള്ള് വിറച്ചുതുളുമ്പി. കരിമ്പനും രാമൻ കുറ

വനും കാരോന്തനുമെല്ലാം ഭയപ്പാടോടെ കുറുപ്പച്ചനെ നോക്കി. അയാൾ അവരുടെ ഭാവഭേദങ്ങൾ അശേഷം ഗൗനിക്കാതെ കുടി തുടർന്നു. ആരും അയാളുടെ മുഖത്തു നിന്ന് കണ്ണെടുത്തില്ല.

* * * *

മഠത്തിൽ പെണ്ണുങ്ങളുണ്ടായിരുന്നു. റൗക്കകളിട്ട കെട്ടിലമ്മയും പെൺമക്കളും. നടപ്പുരയിലും വടക്കേ നാലുകെട്ടിലും വിയർത്ത് പണിയെടുക്കുന്ന ദാസികൾക്ക് റൗക്കകളും മേൽമുണ്ടുകളുമില്ലായിരുന്നു.

കെട്ടിലമ്മയും പെൺമക്കളും തേവാരമഠത്തിൽ തൊഴുത്, ദാസി പിടിച്ച തൂക്കുവിളക്കിന്റെ വെളിച്ചത്തിൽ, ഞാവലിനും ചാമ്പയ്ക്കമരത്തിനും കീഴിലൂടെ നടന്നു.

ചുറ്റുമതിൽ കടന്നു. പടിഞ്ഞാറ് നടുവിലെ മാളികയിലൂടെ കയറി. കരിഞ്ചാമുണ്ഡി കോട്ടയ്ക്ക് മുന്നിലെത്തിനിന്നു.

കരിഞ്ചാമുണ്ഡിയെ കണ്ണടച്ച് തൊഴുതു.

നടുവിലെ മാളികയ്ക്ക് വടക്കുള്ള മദനപ്പൂമരത്തിൽനിന്നും ലഹരിയേറ്റുന്ന സുഗന്ധം പരന്നൊഴുകി.

കാര്യസ്ഥന്മാരും പണിക്കാരും അവിടവിടെ ഓച്ഛാനിച്ചു നിന്നു.

നിലവിളക്കുകൾ തെളിഞ്ഞുകത്തി. കുട്ടികൾ പൂമുഖത്തിരുന്ന് നാമം ചൊല്ലി.

പൂമുഖം വിസ്തൃതമാണ്. ഉരുപ്പിന്റെയും ഇരുവൂളിന്റെയും തൂണുകളിലും ജാലകത്തിലും വാതിൽപ്പടികളിലും അനേകം വിദഗ്ദ്ധശില്പികളുടെ കരവിരുത് പ്രകടമാണ്. എകാഗ്രചിത്തരായി, അത്യന്തം സൂക്ഷ്മതയോടെ അനേകം പേർ ഓരോ തൂണിലും വാതിൽപ്പടികളിലും മച്ചിലും വേലയെടുത്തിട്ടുണ്ട്. തവളയെ ചുറ്റി നില്ക്കുന്ന ഉടുമ്പും, വ്യാളികളും പക്ഷിരൂപങ്ങളും പുഷ്പങ്ങളും സൂക്ഷ്മമമായ കൊത്തുപണിചെയ്ത് അതീവ മനോഹരമാക്കിയിട്ടുണ്ട്. ഭിത്തിയിൽ വേട്ടയാടിക്കിട്ടിയ മാനുകളുടെ ശിരസ്സുകൾ തറച്ചുവെക്കപ്പെട്ടിരിക്കുന്നു. ഉയരത്തിൽ സ്ഫടികഗുളാപ്പുകൾ തൂങ്ങിക്കിടക്കുന്നു.

കിഴക്കേമുറ്റത്ത് നടപ്പുരയോട് ചേർന്ന്, വളർത്തുപക്ഷികളുടെയും മൃഗങ്ങളുടെയും കൂടുകൾ. രണ്ട് പണിക്കാരികൾ കൂടുകളിൽ തീറ്റ വിതറി. കുരങ്ങുകളും മുയലുകളും തത്തകളും മറ്റും ഒരുമിച്ച് ഒച്ചയുണ്ടാക്കി. ശബ്ദങ്ങൾ കൂടിക്കലർന്നു.

മഞ്ചൽക്കാരുടെ ശബ്ദം അവയ്ക്കെല്ലാം മുകളിലായി ഉയർന്നു.

മഞ്ചൽ മുറ്റത്തിറക്കിവെച്ച് അവർ ആശ്വാസത്തോടെ നിവർന്നു.

* * * * *

കണ്ണമ്പാടിയിൽ, പുതിയടത്തുവീട്ടിന്റെ കളത്തിൽ നിന്നുകൊണ്ട്, ചിണ്ടൻ അന്തിത്തിരിയൻ കോടിലോൻ രാമനോട് പറഞ്ഞു:

"സൂക്ഷിക്കണം. തീകൊണ്ടാ കളി."

വേങ്ങയിൽ തറവാട്ടുകാർക്ക് കറ്റൂരിൽ സ്ഥലംകൊടുത്തത് പുതിയടത്തു വീട്ടുകാരാണ്. അതൊരു പഴയ കഥ. പിന്നീട് നാടുമുഴുവൻ അവ

രുടേതായി. പുതിയടത്തുകാർ, കുറച്ചുഭൂമി സ്വന്തമുള്ള ഇടജന്മിയായി നിലനില്ക്കുന്നു. വേങ്ങയിൽ തറവാടിന്റെ വളർച്ചയും അവിടെയുള്ള പുരുഷന്മാരുടെ അതിക്രമങ്ങളും ക്രൂരതകളും കണ്ട് മനസ്സുനൊന്ത ഒരു വൃദ്ധ പുതിയടത്തുവീടിന്റെ അടുക്കളയിലിരുന്ന് ഒരിക്കൽ വിലപിക്കുകയുണ്ടായി. "വീട്ടിന് മിറ്റത്തല്ലേ കായല്* നട്ടത്."

അറിഞ്ഞോ, അറിയാതെയോ നട്ട കായൽച്ചെടി അപ്പോഴേക്കും തഴച്ചുവളർന്ന് മുറ്റം നിറഞ്ഞുകഴിഞ്ഞിരുന്നു. അതിന്റെ മുള്ളുകളിൽ നിഷ്കളങ്കമായ കൗമാരങ്ങളും യൗവനങ്ങളും ഉടക്കി.

പുതിയടത്തുവീട്ടിലെ കാര്യങ്ങൾ ഒരളവോളം നോക്കിനടത്തുന്നത് കോടിലോൻരാമനാണ്. അതാണ് ചിണ്ടൻ അന്തിത്തിരിയൻ കോടിലോന്റെ ദേഹരക്ഷയിൽ ഉൽക്കണ്ഠ കാണിക്കുന്നത്. നായനാരോട് എതിർത്തുനിന്നാൽ ജീവൻ നഷ്ടപ്പെടും. അവർക്ക് പണവും പ്രതാപവുമുണ്ട്. വെള്ളക്കാരുടെ പൊലീസും അവരുടെ ഭാഗത്തുണ്ട്. കൊല്ലിനും കൊലയ്ക്കും അധികാരം കല്പിച്ചുകിട്ടിയിട്ടുണ്ട്.

"ന്നാല് ഞാൻ വീട്ടിലേക്ക് പോവ്വാ." കോടിലോൻ പറഞ്ഞു.

"മഠത്തിന്റ്ങ്ങോട്ടാ?" അന്തിത്തിരിയൻ ചോദിച്ചു. മഠത്തിനുവടക്കാണ് കോടിലോന്റെ ഭാര്യാവീട്. മൂത്ത പെങ്ങളുടെ പേരു തന്നെയാണ് ഭാര്യക്കും - പാട്ടി.

കോടിലോൻ ചൂരൽവടി വീശിക്കൊണ്ട് നടക്കാൻ തുടങ്ങിയപ്പോൾ, പിന്നിൽനിന്ന് അന്തിത്തിരിയൻ വീണ്ടും ഓർമ്മിപ്പിച്ചു.

"സൂക്ഷിച്ചുവേണം നടക്കാൻ. അപ്പറോം ഇപ്പറോം കണ്ണുവേണം. പറഞ്ഞില്ലാന്നുവേണ്ട."

* * * * *

മഠത്തിന്റെ മട്ടുപ്പാവിലുള്ള സ്ഫടിക ഗുളോപ്പുകളിലേക്കും വേട്ടയുടെ സ്മാരകങ്ങളായ കലമാൻ കൊമ്പുകളിലേക്കും കുളിരുള്ള നിലാവിറങ്ങി. താഴെ സാക്ഷാൽ നാലുകെട്ടിൽ, കെട്ടിലകത്തിനുതൊട്ടുള്ള തളത്തിൽ ചാരുകസേരയിൽ കൃഷ്ണൻനായനാർ ഉപവിഷ്ടനായി.

അവറോന്നനും പുല്ലായിക്കൊടി കോരൻനമ്പ്യാരും പനയന്തട്ട രാമൻനായരും വിശേഷങ്ങൾ കേൾപ്പിക്കാൻ അടുത്തുനിന്നു.

അവറോന്നനാണ് പറഞ്ഞുതുടങ്ങിയത്. അടുക്കളയിൽ പണിക്കാരികൾ തിരക്കിട്ട് പണിയെടുത്തു. ആറേഴുപേരുണ്ട്. അവർക്ക് പിടിപ്പത് പണിയുമുണ്ട്. കലവറയിലേക്കും മച്ചിലേക്കും കുളപ്പുരയിലേക്കും നടപ്പുരയിലേക്കുമായി ഇടയ്ക്കിടെ ഓടിക്കൊണ്ടിരിക്കുന്നു. അടുപ്പുകളിൽ കനലാളി. കണ്ണുകൾ പുകഞ്ഞു.

നായനാർ നെറ്റി ചുളിച്ച് അസ്വസ്ഥത നടിച്ചു ചോദിച്ചു:

"എന്നിട്ട്?"

അവറോന്നൻ ചന്തുനമ്പ്യാർ പറഞ്ഞുകൊണ്ടിരുന്നു.

---

* ഒരു മുൾച്ചെടി

പടിഞ്ഞാറേ മുറിക്കരികിലൂടെ നടന്നുപോകുമ്പോൾ സുന്ദരിയായ കുഞ്ഞുലക്ഷ്മി, പടിഞ്ഞാറ്റയിലെ ചിത്രവേലചെയ്ത കട്ടിലിലേക്ക് ഒരു നിമിഷം കണ്ണോടിച്ചു. വിവാഹം കഴിഞ്ഞാൽ ആദ്യത്തെ രാത്രിയിൽ ഭർത്താവിന്റെ ഒപ്പം ആ കട്ടിലിലാണ് കിടന്നുറങ്ങുക. അവൾക്ക് രോമാഞ്ചമായി. രവിവർമ്മയുടെ ചിത്രങ്ങൾക്കിടയിലൂടെ നടന്ന് ചായം പൂശിയ കണ്ണാടി ജനൽ മലർക്കെ തുറന്നു. ഹായ് എന്തു ഭംഗിയാണ്! നിലാവിൽ കുളിച്ചു നില്ക്കുന്ന മദനപ്പൂമരം. അതിന്റെ ശിഖരങ്ങളിൽ നിന്നും ഞരമ്പുകളെ ത്രസിപ്പിക്കുന്ന പൂമണം വാർന്നൊഴുകുന്നു. കാറ്റ് അവളുടെ ഉടലാകെ പൂമണം പുരട്ടി. രവിവർമ്മയെഴുതിയ മറ്റൊരു ചിത്രം പോലെ, അവൾ കണ്ണടച്ച് നിർവൃതിയിൽ ലയിച്ചുനിന്നു.

നടപ്പുരയുടെ വടക്കുള്ള ബിരുമ്പിമരത്തിനുചോട്ടിൽ, ഒരു ദാസി നഷ്ടപ്പെട്ട എന്തിനെയോ ചൊല്ലി ആരും കാണാതെ വിങ്ങിക്കരഞ്ഞു.

മൂന്ന്

ആലിമമ്മതിന്റെ അങ്ങാടി അടച്ചുകഴിഞ്ഞിരുന്നു. വഴി വിജനമായിരുന്നു. പൊന്തകളിൽ അനക്കങ്ങൾ. അകലെ നായാട്ടുകാരുടെ ആർപ്പുവിളികൾ.

കാരോന്തൻ ഇടറിക്കൊണ്ടു നടന്നു. കൂവപ്പകുന്നും മേനോൻ കുന്നും ഇരുണ്ട് കിടക്കുന്നു. കണ്ണമ്പാടിയിലൂടെ തെളിനീരൊഴുകുന്നു. ആനക്കാരൻ ചാത്തുവിന്റെ വീടും പുതിയടത്തു വീടും കണ്ണങ്കാട്ടറയും കടന്ന് കാരോന്തൻ മഠത്തിനുനേർക്കു വെച്ചടിച്ചു.

കുറുപ്പച്ചന്റെ വാക്കുകൾ മനസ്സിൽ മുഴങ്ങുകയാണ്. ഒരൊഴുക്കിൽപ്പെട്ടിട്ടെന്നപോലെ കാരോന്തൻ ഇടറി നീങ്ങുകയാണ്. കുറുക്കന്മാരുടെ ഇടവിട്ടുള്ള ഓരിയിടൽ കേൾക്കാം. തൊടിയിൽ ആനച്ചങ്ങലയുടെ കിലുക്കങ്ങൾ. തേവാരമാവും കരിഞ്ചാമുണ്ടിയും കോട്ടയും നടുവിലത്തെ മാളികയും മഠവും ഭയപ്പെടുത്തുന്ന മട്ടിൽ ഉയർന്നു നില്ക്കുന്നു.

"എന്റെ മീനാക്ഷ്യേ നിങ്ങളെന്താ ചെയ്തത്?" കാരോന്തൻ കരയുന്ന സ്വരത്തിൽ വിളിച്ചു ചോദിച്ചു.

ഇരുട്ടിൽനിന്ന് നാലഞ്ചുപേർ കാരോന്തന്റെയടുത്തേക്ക് പാഞ്ഞടുത്തു. അടിയേറ്റ് കാരോന്തന്റെ എല്ലുകൾ പൊട്ടുകയും വായിൽനിന്നും മൂക്കിൽനിന്നും ചോരയൊഴുകുകയും ചെയ്തു.

നായനാർ പറഞ്ഞു:

"മതി. ഇനി പുകക്കിട്."

അവർ കാരോന്തനെ തൂക്കിയെടുത്ത് ഇടുങ്ങിയ ഇരുൾമുറിയിലേക്ക് കൊണ്ടുപോയി. എരിവുള്ള പുകയിൽപ്പെട്ട് അവൻ ശ്വാസംമുട്ടി പിടഞ്ഞു.

പുലർച്ചയ്ക്ക് മുറ്റത്തേക്കിറങ്ങിയ മീനാക്ഷി നിലത്തെന്തോ കിടക്കുന്നതുകണ്ട്, വായ്ക്ക് കൈവെച്ച്, ഉൾക്കിടിലത്തോടെ നിലവിളിച്ച് ബോധ

മറ്റ് ചാഞ്ഞുവീണു.

* * * * *

രാവിലെ ചായപ്പൊടി വാങ്ങാൻ വന്ന ചെമ്മരത്തിയാണു പാറക്കടവിലെ കൂരാച്ചി അവുള്ളയുടെ പീടികയിൽ വിവരമറിയിച്ചത്. അവിടെയുണ്ടായിരുന്ന പൂച്ചൻ മമ്മത്, നടുക്കം പ്രകടിപ്പിച്ചുകൊണ്ട് ഒന്നിളകിയിരുന്നു.

"നീ കണ്ടിനോ ചെമ്മരത്തീ" മമ്മത് ചോദിച്ചു.

"കണ്ടു മമ്മത്മാപ്ലേ. ആ കെടപ്പ് പറഞ്ഞറിക്കാനൊന്നാവൂല" ചെമ്മരത്തി കണ്ണുതുടച്ചു.

അപ്പോൾ വണ്ണത്താൻ രാമൻ കയറിവന്നു.

"കുറുപ്പച്ചൻ കേട്ടോ" അവുള്ള ചോദിച്ചു.

"എന്ത്ന്ന്?"

"കാരോന്തൻ പൊരേന്റെ മിറ്റത്ത്.."

കാരോന്തന്റെ ജഡത്തിനു ചുറ്റും ഏതാനുംപേർ കൂടിനിന്നു. കോടിലോനും മാളത്തിൽ കണ്ണനും കാനാ കൊറോശ്ശനും രാമൻകുറവനും ചിരുകണ്ടൻ മേസ്ത്രിയും ആ മുഖത്തേക്കു നിർന്നിമേഷരായി നോക്കിനിന്നു. കാരോന്തന്റെ കവിളിലും നെഞ്ചിലും ഉറുമ്പരിച്ചു. അമ്മയും മീനാക്ഷിയും പെങ്ങളുടെ മക്കളും ഇറയത്തിരുന്ന് തളർന്ന ഒച്ചയിൽ കരഞ്ഞു. വൃദ്ധനായ അച്ഛൻ വയ്ക്കോൽ കൂനയ്ക്കരുകിൽ മുഖം കുനിച്ചിരുന്ന് ഒരു കുഞ്ഞിനെപ്പോലെ ദീനമായി കരഞ്ഞു.

കണ്ണമ്പാടിയിൽ പുതിയടത്തു വീട്ടിലെ ചിണ്ടൻ അന്തിത്തിരിയൻ ആരോ വിളിക്കുന്നത് കേട്ടു പുറത്തിറങ്ങി.

വണ്ണത്താൻ രാമനാണ്.

"എന്തേ രാമാ!"

"അധികാരി ഇല്ലേ!"

"ണ്ട്"

"ഒറ്യതഇങ്ങ് വിളിച്ചാൽ നിങ്ങ*. കാരോന്തന്റെ വീട്ടിലേക്ക് പോണുംന്ന് പറയ്."

അന്തിത്തിരിയൻ അധികാരിയെ വിളിക്കാൻ അകത്തേക്കു പോയി.

കുപ്പാടക്കൻ കുഞ്ഞിരാമനായിരുന്നു അധികാരി. കുറ്റൂരിൽ വന്നാൽ താമസിക്കുക ഈ വീട്ടിലാണ്.

അധികാരി മുറിയിൽ നിന്നിറങ്ങിവന്നപ്പോൾ രാമൻ പറഞ്ഞു.

"കാരോന്തന്റെ വീട്ടിലേക്ക് ഇപ്പം തന്നെ പോണം. ഓനെ ആട കൊന്ന് കെടത്തീറ്റ്ണ്ട്."

അധികാരിക്ക് സംഭ്രമമുണ്ടായി.

ചെരുപ്പെടുത്തിട്ട് കുട തുറന്നുപിടിച്ച് അപ്പോൾ തന്നെ യാത്രയായി.

അധികാരി വരുന്നത് കണ്ട് ആൾക്കാർ ഒഴിഞ്ഞു നിന്നു. അയാൾ

---

* അദ്ദേഹത്തെ നിങ്ങൾ ഇങ്ങോട്ട് വിളിക്കാം.

കാരോന്തനെ ഉറ്റുനോക്കി. മുഖത്തു കടിച്ചു നില്ക്കുന്ന ഉറുമ്പുകളെയാണാദ്യം കണ്ടത്. വായിൽനിന്ന് ചോര വാർന്നൊഴുകി കട്ടപിടിച്ചിട്ടുണ്ട്. ദേഹത്ത് പരിക്കുകളുണ്ട്. കൊല ചെയ്യപ്പെട്ടതാണെന്ന് സ്പഷ്ടം.

അയാൾ ചുറ്റിലും നില്ക്കുന്നവരെ നോക്കിക്കൊണ്ട് പറഞ്ഞു.

“മറവു ചെയ്യാം.”

പിന്നീടയാൾ തിരിച്ചു നടന്നു.

നടന്നുചെന്നെത്തിയത് മഠത്തിലാണ്.

ചെമ്മണ്ണിൽ ഒരാൾനീളത്തിൽ ഒരു കുഴിയുണ്ടാക്കാൻ കൈക്കോട്ടുകൾ ഉയരുകയും താഴുകയും ചെയ്തു. ആകാശത്ത് മഴക്കാർ മൂടിക്കെട്ടിനിന്നു.

അവറോന്നൻ ചന്തുനമ്പ്യാർ, കോടിലോൻ രാമനെ പ്രതിചേർത്ത് തളിപ്പറമ്പ് മജിസ്ട്രേട്ടുകോടതിയിൽ ഒരന്യായം ഫയൽ ചെയ്തു. പുലയരെ ദേഹോപദ്രവമേല്പിച്ചുവെന്നായിരുന്നു കേസ്. അന്വേഷണത്തിന് കുറ്റൂരിലേക്ക് പൊലീസുകാർ വന്നു.

പൊലീസുകാരോട് കോടിലോന്റെ വീട്ടിൽവെച്ച് വണ്ണത്താൻ രാമൻ ചോദിച്ചു.

“ഒരാളെ കൊന്നിട്ടാല് കേസില്ലേ?”

പൊലീസുകാരിലൊരാൾ അയാളുടെ നേർക്ക് കൈയോങ്ങി. അയാളുടെ മുഖം പൊടുന്നനെ നിറംപകർന്നു. അരയിൽനിന്ന് കത്തി വലിച്ചൂരിയെടുത്ത് അയാൾ അലറി: “നിന്റെ കൈ ഞാൻ അരിഞ്ഞുകളയും.”

കോടിലോൻ കുറുപ്പച്ചനെ പിടിച്ചു.

“ഓൻ വിവരക്കേട് കാണിച്ചതല്ലേ, നീ ക്ഷമിക്ക്.”

കുറുപ്പച്ചൻ തന്റെ നേർക്ക് കൈയോങ്ങിയ പൊലീസുകാരനെ രൂക്ഷമായി നോക്കി. ആ നോട്ടത്തിൽ കാക്കിയുടുപ്പുകാരൻ ചൂളിപ്പോയി. അത്രയും മൂർച്ചയുള്ള നോട്ടമായിരുന്നു. ഉറുമിപോലെ ചുറ്റിവരിഞ്ഞ് മുറിപ്പെടുത്തുന്ന നോട്ടം.

“നടക്ക്.” മറ്റൊരു പൊലീസുകാരൻ കോടിലോനോട് പറഞ്ഞു.

പാട്ടിയും കുഞ്ഞങ്ങയും ചീലിയും ഒരുമിച്ചു കരഞ്ഞു.

“കരയൊന്നും വേണ്ട. ഞാൻ വേഗം വെരും.” കോടിലോൻ അവരോട് പറഞ്ഞു.

“നിന്നെ ഒറ്റയ്ക്ക് പറഞ്ഞേക്കൂല. ഞാനും വെര്ന്ന്.” വണ്ണത്താൻ രാമൻ പറഞ്ഞു.

പൊലീസുകാരുടെ പിന്നാലെ രണ്ടുപേരും നടന്നു. പാടത്തുനിന്നും പറമ്പുകളിൽനിന്നും ആളുകൾ അവർ പോകുന്നത് കണ്ടു. ആകാശത്തോളം ഉയരമുള്ള രണ്ടുപേർ. കാരിരുമ്പിന്റെ കരുത്തുള്ള രണ്ടുപേർ.

“കോടിലോനോട് നേരിട്ടെതിരിടാൻ ധൈര്യം ഇല്ലാഞ്ഞിറ്റാ കോടതീല് പോയത്.” ആളുകൾ അടക്കം പറഞ്ഞു.

കോടിലോനെ പ്രതിക്കൂട്ടിൽ നിർത്തി വയസ്സൻ മജിസ്ട്രേട്ട് ചോദിച്ചു.

“കുറ്റം ചെയ്തതാണോ?”

കോടിലോൻ പറഞ്ഞു.

"കാര്യസ്ഥൻ പറഞ്ഞിറ്റ് അവരെന്നെ തല്ലാൻ വന്നു. അപ്പോ അവരെ ഞാൻ തച്ചത് നേരാ."

മൂന്നുമാസത്തേക്ക് തടവ്-

വിധി പ്രസ്താവിച്ചു തീർന്നപ്പോൾ വണ്ണത്താൻ രാമൻ വരാന്തയിൽ നിന്ന് കോടതിയിലേക്ക് ചാടിക്കയറി.

"കാരോന്തനെ കൊന്നേയ്ന് നായനാറേം ശിക്ഷിക്ക്. നെയമം എല്ലാരിക്കും ബാധകമല്ലേ."

അയാൾ ഉറക്കെ വിളിച്ചുപറയാൻ തുടങ്ങി. അങ്ങനെ കോടതി നടപടികൾ തടസ്സപ്പെട്ടു. കോടതി നടപടികൾ തടസ്സപ്പെടുത്തിയതിന് വണ്ണത്താൻ രാമന് ഒരുമാസം തടവുശിക്ഷ വിധിക്കപ്പെട്ടു. രണ്ടുപേരെയും അന്നുതന്നെ കണ്ണൂർ ജയിലിലേക്ക് കൊണ്ടുപോയി.

* * * * *

നെല്ലിടുന്ന കളത്താലയുടെ ഇറയത്ത് ഒരു പായയിൽ അയാളിരുന്നു. അവറോന്നൻ കുപ്പിയിൽ ഗ്ലാസിലേക്ക് റാക്ക് പകർന്നു. ഗ്ലാസ് തീർത്തും കാലിയാക്കി. ചിറി തുടച്ച്, വിമ്മിട്ടപ്പെട്ടുകൊണ്ടു നായനാർ പറഞ്ഞു:

"കത്തുന്ന സാധനം തന്നെ."

അവറോന്നൻ അതംഗീകരിച്ചു ചിരിച്ചു.

"ഒരു ഗ്ലാസിലുംകൂടി ഒഴിക്ക്."

അവറോന്നൻ നായനാർക്കും തനിക്കുംവേണ്ടി റാക്കുനിറച്ചു. നായനാർ കിണ്ണത്തിലുള്ള വരട്ടിയ മലാനിറച്ചിയിൽ കൈവെച്ചു.

"ഇതൊര് സുഖം തന്നെ. ങ്ഹേ ഏത്?"

"ചോദിക്കാന്ണ്ടാ."

"ജീവിതംന്ന്ച്ചാതന്നെ ഒര് ലഹരിയാ."

"അതെ."

"ഒഴിക്ക്."

അവറോന്നൻ വീണ്ടും ഒഴിച്ചു.

"എറച്ചി തീർന്നോ."

"ഇല്ല ഇവിടെണ്ട്."

"എടുക്ക്."

അവറോന്നൻ ഇറച്ചി നീക്കിവച്ചു.

"നല്ല മയിസ്രേട്ടാ അല്ലേ?"

"സംശയ്ണ്ടാ."

"ശിക്ഷിച്ചൂല്ലോ രണ്ടിനേം നന്നായി."

"തോന്ന്യാസം എന്തെങ്കിലും പറയ്യോ കാണിക്ക്വോ ചെയ്താല് പിടിച്ച് ജെയിലിലിലിടുന്നതാ നല്ലത്."

"കള്ളില്ലേ?"

"ണ്ട്."

"ഇങ്ങെടുക്ക്."

"അധികാവ്വാ. ഇല്ല."

അവറോന്നൻ കള്ളെടുത്തു. സന്ധ്യയ്ക്ക് ചെത്തിയിറക്കിയ മധുര ക്കള്ള്. തേനിന്റെ സ്വാദ്. നായനാർക്ക് തലയ്ക്കുപിടിച്ചുതുടങ്ങി.

"അവറോന്നാ."

"ഓ."

"നീ പോയിറ്റ് ഓന്റെ ഓളെ ഇങ്ങ് വിളിച്ചോണ്ട് വാ."

"ആരെ?"*

"കോടിലോന്റെ."

അവറോന്നൻ എണീറ്റ് ചൂട്ടുകത്തിച്ച് പുറപ്പെട്ടു.

നായനാർ കുടത്തിൽനിന്നും കള്ളൊഴിച്ചുകുടിച്ചും ഇറച്ചി തിന്നും നേരം കഴിച്ചു കൂട്ടി.

ചൂട്ടുവീശി നടക്കുന്ന കാര്യസ്ഥനിൽനിന്ന് തെല്ലകന്ന്, കൈകൾ കോർത്ത് മാറിടം മറച്ച് അവൾ നടന്നു. നായനാരുടെ കലങ്ങിച്ചുവന്ന കണ്ണുകളിലേക്ക് കയറിച്ചെന്ന്, ഒരരികുപറ്റി നിന്നു.

* * * * *

ഒരു മാസം കഴിഞ്ഞ്, പ്രത്യേകിച്ചൊന്നും സംഭവിക്കാത്തമട്ടിൽ, വണ്ണത്താൻ രാമൻ സെൻട്രൽ ജയിലിൽ നിന്ന് പുറത്തിറങ്ങി. തോർത്തു മുണ്ട് മുറുക്കിയുടുത്ത് കുത്തനെ നടന്നു. വളരെ തിടുക്കമൊന്നും കാണിച്ചില്ല. അതിന്റെ കാര്യമില്ല. വഴിക്കുവെച്ച് പരിചയപ്പെട്ടവരോടൊപ്പം ഷാപ്പുക ളിൽ കയറി വേണ്ടുവോളം കള്ളുകുടിച്ചു. മൂന്നാമത്തെ ദിവസം വൈകു ന്നേരം ചെമ്മണ്ണുപുരണ്ട കാലടികളുമായി കുറ്റൂരിലെത്തി. നേരെ പോയത് കരിമ്പന്റെ ഷാപ്പിലേക്കാണ്.

"കുറുപ്പച്ചനെ ജയിലിന്ന് വിട്ട്വോ?" കരിമ്പൻ ചോദിച്ചു.

രാമൻ തെളിഞ്ഞ് ചിരിച്ചു.

"നമ്മള് ജെയില്ന്നെല്ലാ കേട്ടതല്ലേള്ളൂ. കുറുപ്പച്ചനല്ലേ പോയി കണ്ടത്. ചിരുകണ്ടൻ മേസ്ത്രി പറഞ്ഞു. "കുറുപ്പച്ചന് കള്ള് എന്റെ വക എത്ര്യ വേണ്ടത്ന്ന്ച്ചാ കൊടുക്കിൻ."

ചിരുകണ്ടൻ മേസ്ത്രി ഒരു വീരപുരുഷനെയെന്നപോലെ കുറുപ്പ ച്ചനെ എതിരേറ്റു. കുറ്റൂരിൽ നിന്നാദ്യമായി ജയിലിൽ പോയി വരുന്നത് കുറുപ്പച്ചനാണ്.

മുന്നിൽ കള്ളു നിരന്നു.

"കുറുപ്പച്ചന് കൂട്ടാനെട്ക്കാൻ ആരെട്ക്ക്യാള്ളത്." മേസ്ത്രി ഷാപ്പി ലുള്ളവരോടായി വിളിച്ചു ചോദിച്ചു.

"മീൻ ചുട്ടത്ണ്ട്" കുഞ്ഞമ്പു മൂസോറ് കുലുങ്ങിച്ചിരിച്ചുകൊണ്ട് പറ ഞ്ഞു.

"ഇങ്ങ് തരിൻ" മേസ്ത്രി അയാളുടെ അടുത്തേക്ക് നീങ്ങി. ഒരില ക്കീറിൽ മീനെടുത്ത് കുറുപ്പച്ചന്റെ മുന്നിൽ വെച്ചു.

---

* ആരുടെ എന്ന അർത്ഥത്തിലാണ് ഈ ചോദ്യം

"ഇതൊന്നും വേണ്ട മേസ്ത്രി."

"ഒരു സന്തോഷല്ലേ കുറുപ്പച്ചാ."

മേസ്ത്രി നിർബ്ബന്ധിച്ചു.

രണ്ടുപേരും ഒപ്പമിരുന്ന് കുടിച്ചു. കുടിക്കുന്നതിനിടയിൽ മേസ്ത്രി ജയിലിലെ വിശേഷങ്ങളാരാഞ്ഞു. അവിടെ എങ്ങനെയൊക്കെയാണ്? എത്ര പൊലീസുകാരുണ്ട്? വെള്ളക്കാരുണ്ടോ? തൂക്കുമരമെവിടെയാണ്? ചുറ്റോടുചുറ്റുമുള്ള മതിലിന് എത്ര ഉയരമുണ്ട്? ഇങ്ങനെ നൂറുകൂട്ടം കാര്യങ്ങൾ മേസ്ത്രിക്കറിയണം.

"നിനിക്കന്നെ ഒന്നങ്ങോട്ട് പോയിക്കൂടെ?" കുഞ്ഞമ്പു മൂസോറ് ചോദിച്ചു.

"പറയുംപോലെ. എല്ലാ കാര്യം അറിഞ്ഞിറ്റ് വെരാലോ." കരിമ്പൻ അതേറ്റുപിടിച്ചു.

"അയ്ന് നമ്മളെ തലക്ക് വരച്ചിറ്റ്ണ്ടാ" മേസ്ത്രി പറഞ്ഞതുകേട്ട് എല്ലാവരും ചിരിച്ചു.

കുറുപ്പച്ചനും മേസ്ത്രിയും ഷാപ്പിൽ നിന്നിറങ്ങി. ആലി മമ്മതിന്റെ അങ്ങാടിയിലുള്ളവർ കുറുപ്പച്ചനെ വിസ്മയപ്പെട്ട് നോക്കി. ജയിൽകണ്ട് മടങ്ങിവരുന്ന ആദ്യത്തെ കുറ്റൂർക്കാരനാണ്. അവർ വിസ്മയപ്പെട്ടതിൽ കാര്യമുണ്ട്.

മഠത്തിലെ ഒരാന അവരെക്കടന്നുപോയി. ആനപ്പുറത്ത് ചാത്തുവുമുണ്ടായിരുന്നു. കുറുപ്പച്ചൻ ചാത്തുവിനോട് പറഞ്ഞു. "ഞാൻ വന്നൂന്ന് ആടെ പറഞ്ഞേക്കിൻ. കോടിലോന് സുഖാണെന്നും."

ചാത്തു ആനപ്പുറത്തിരുന്ന് കീഴോട്ടുനോക്കിയതല്ലാതെ ഒരക്ഷരവും ഉരിയാടിയില്ല.

പാറക്കടവിലെത്തിയപ്പോൾ കുറുപ്പച്ചൻ കാവുതീയൻ രാമനെ* കണ്ടുമുട്ടി.

"കുറുപ്പച്ചന്റെ താടീം മുടീം വളർന്നിറ്റ്ണ്ടല്ലാ."

"ന്നാല് ഈടത്തന്നെ ഇര്ന്ന് കളയാ."

അയാൾ മരുതിന്റെ ചോട്ടിൽ ഇരുന്നു. രാമൻ പെട്ടിതുറന്ന് കത്തിയും കല്ലും കത്രികയും പുറത്തെടുത്തു.

കുറുപ്പച്ചൻ പറഞ്ഞു.

"ഇനി കുടുമ വേണ്ട."

ആ തീരുമാനം ഇടിത്തീപോലെ രാമന്റെ കാതുകളിൽ പതിച്ചു. ഇതെന്താണ് കേൾക്കുന്നത്? കുടുമ വേണ്ടന്നോ? രാമന്റെ കണ്ണു തള്ളിപ്പോയി.

"എന്താ?"

രാമൻ വിക്കിവിക്കി പറഞ്ഞു.

"ഒന്നൂല്ല."

"ഞാൻ പറഞ്ഞതു കേട്ടില്ലേ?"

---

* പിന്നോക്ക ജാതിക്കാരുടെ ക്ഷുരകൻ

"ഓ."

"പിന്നെന്ത്യാ?"

"ഞാങ്ങക്ക് പേട്യാവ്ന്നല്ലോ കുറുപ്പച്ചാ."

"എന്തിനാ പേടിക്ക്ന്ന്?"

"നിങ്ങക്കറീല്ലേ എന്തിന്യാന്ന്."

കുറുപ്പച്ചൻ പറഞ്ഞിരിക്കുന്നത് നിസ്സാരസംഗതിയല്ല. എത്രയോ കാലമായി തുടരുന്ന ഒരു പതിവ് തെറ്റിക്കാനാണ് പുറപ്പാട്. എന്നും താണ ജാതിക്കാർക്ക് കുടുമയുണ്ടായിരുന്നു. അവരുടെ ക്ഷുരകനെന്ന നിലയ്ക്ക് രാമനെന്നും നിരവധി കുടുമകളെ സ്പർശിച്ചിരുന്നു. നാവുതീയൻ അപ്പുവിന് കുടുമകളെ തൊടേണ്ടതില്ല. കുടുമ ഉച്ചനീചത്വങ്ങളുടെ ഒരു ചിഹ്നമായി നിലനില്ക്കുന്നു. അത് ലംഘിക്കുകയോ? രാമൻ ഭയന്നു. എന്റെ മുത്തപ്പാ. വരുംവരായ്കകളെക്കുറിച്ചോർത്തപ്പോൾ രാമന്റെ മുഖം വിളറി വികൃതമായി.

"കുറുപ്പച്ചാ നിങ്ങ അറിഞ്ഞോണ്ട് എന്നെ കൊലക്ക് കൊടുക്കല്ലേ." രാമൻ തൊഴുത്, കരയുന്നതുപോലെ പറഞ്ഞു.

കുറുപ്പച്ചൻ ചൂടായി.

"ഞാൻ പറഞ്ഞതുപോലെ കേട്ടില്ലെങ്ക്ല് എന്റെ വിധം മാറും. ങ്ഹാ. എട്ക്ക് കത്തിര്യ."

രാമൻ ഭയപ്പാടോടെ കത്രികയെടുത്തു. കത്രിക കൈയിൽക്കിടന്ന് വിറച്ചു. കുണ്ടോർ ചാമുണ്ഡി, ഭഗവതി. പിന്നെ അമാന്തിച്ചില്ല.

* * * *

അതുവഴി വന്ന കാറ്റ് നാട്ടിടങ്ങളിൽ പറഞ്ഞു നടന്നു.

"കുറുപ്പച്ചൻ കുടുമ മുറിച്ചു."

ആ വാർത്ത നായനാരുടെ ചെവിയിലുമെത്തി. അവനത്രയ്ക്കായോ എന്നൊരു ചോദ്യത്തോടെ അയാൾ എണീറ്റുനിന്നു.

നാട്ടുവഴിയിൽ:

"ഏട്യാ കുറുപ്പച്ചൻ പോന്ന്?" ചിണ്ടൻ ചോദിച്ചു.

"ഏടത്തേക്കായാ നിനിക്കെന്താ?"

ചിണ്ടന് താൻ അപമാനിക്കപ്പെട്ടുവെന്ന് തോന്നലുണ്ടായി. എങ്കിലുമത് പുറത്തുകാട്ടിയില്ല. ഉള്ളിലൊതുക്കി.

കുറുപ്പച്ചൻ പുറം തെങ്ങിലുരച്ചു.

"നിങ്ങള നായനാറ് പൂവാൻ പറഞ്ഞിന്."

"ആട്യെന്താ അടിയന്തിരംണ്ടാ?"

"അതൊന്നും എനിക്കറീല്ല. നിങ്ങള വിളിക്ക്ന്നുണ്ട് നായനാറ്."

"നിനിക്കല്ലേ നായനാർ. പോടാ."

രാമൻ പുറം തെങ്ങിലിരുച്ച്, ചൊറിച്ചിൽ തീർത്തു. കല്ലമ്പിള്ളിയുടെ നേർക്ക് നടന്നു. ചിണ്ടൻ ശരം വിട്ടമാതിരി മഠത്തിലേക്ക് പാഞ്ഞു.

നായനാർ ചാരുകസേരയിലിരുന്ന് പുസ്തകം വായിക്കുകയായിരുന്നു. വാതില്പടിയിൽ പിച്ചളത്തകിടിൽ, ദേവനാഗരി ലിപിയിൽ എഴുതിവെ

ച്ചിട്ടുണ്ട്.

"സർവ്വം പരവശം ദുഃഖം
സർവ്വമാത്മവശം സുഖം"

മനുസ്മൃതി

നടുവിലെ മാളികയിലും കളത്താലയിലും നടപ്പുരയിലും വിശാലമായ പറമ്പിലും കൂലിക്കാർ പണിയെടുത്തു. നാലുപാടുനിന്നും അദ്ധ്വാനത്തിന്റെ താളമുയർന്നു.

ചിണ്ടൻ കിതച്ചുപാഞ്ഞ് തിരുമുന്നിലെത്തി. മറ്റാരും കേൾക്കാതിരിക്കാൻ തൊട്ടുമുന്നിൽ ചെന്നുനിന്ന് ഉണർത്തിച്ചു.

"ഓൻ വരാൻ കൂട്ടാക്ക്ന്നില്ല."

പിന്നെ ചിണ്ടനെ കാണുന്നത് നിലത്താണ്.

നാല്

വഴിയരികിലുള്ള ഒടിച്ചുകുത്തിച്ചെടികൾക്കു പിന്നിൽ മറഞ്ഞുനിന്ന് അവറോന്നൻ കോടിലോന്റെ കണ്ണിൽപ്പെടാതെ രക്ഷപ്പെട്ടു. അവിടെ നിന്നുകൊണ്ട് അയാൾ കോടിലോന്റെ തിരിച്ചുവരവു കണ്ടു. അത് അയാളിൽ ഉൾക്കിടിലമുണ്ടാക്കി. കോടിലോൻ നായനാരെപ്പോലെ മുടി മുറിക്കുകയും നായനാരെപ്പോലെ കുപ്പായമിടുകയും നായനാരെപ്പോലെ ചെരിപ്പിടുകയും ചെയ്തിരുന്നു. അവറോന്നൻ വിചാരിച്ചു. ജയിലിലയച്ചത് ആപത്തായോ? വെള്ളം കോരിയൊഴിക്കുമ്പോൾ കനലിൽനിന്ന് തീയാളുകയാണോ? ഇതെന്തു കഥ!

കോടിലോൻ തലയുയർത്തിപ്പിടിച്ച് നടന്നു. മാരാൻ കരയിൽവെച്ചു വണ്ണത്താൻ രാമനെ കണ്ടു. രാമൻ ഷാപ്പിൽനിന്ന് വലിയ ഒച്ചയെടുത്തുകൊണ്ട് വഴിയിലേക്ക് ചാടിയിറങ്ങി. കോടിലോനെ കെട്ടിപ്പിടിച്ച് ശ്വാസം മുട്ടിച്ചു. രണ്ടുപേരും ഉച്ചത്തിൽ ചിരിച്ചു.

കോടിലോൻ പിടിവിട്ടുനിന്ന് ചങ്ങാതിയുടെ മുടിയിലേക്ക് നോക്കി.

"ന്റി കുടുമ മുറിച്ചല്ലോ."

കുറുപ്പച്ചൻ ചങ്ങാതിയുടെ കുപ്പായവും ചെരുപ്പുംകണ്ട് മനസ്സിൽ വിചാരിച്ചു: മൂന്നുമാസം കിടന്നിരുന്നെങ്കിൽ ഞാനും ഇങ്ങനെയൊക്കെയേ വരുമായിരുന്നുള്ളൂ.

"അസ്സലായിറ്റ്ണ്ട്." അയാൾ അഭിപ്രായപ്പെട്ടു.

ആലിമമ്മതിന്റെ അങ്ങായിടിലുണ്ടായിരുന്നവരും കരിമ്പന്റെ ഷാപ്പിലുണ്ടായിരുന്നവരും തങ്ങളുടെ മുഷിഞ്ഞതും അപര്യാപ്തവുമായ വേഷം നോക്കി മുഖം ചുളിച്ചു. ചെരുപ്പില്ല. ശീലക്കുടയില്ല. കുപ്പായമില്ല. കാൽമടമ്പുകളോളമെത്തുന്ന മുണ്ടില്ല. അതൊന്നും തങ്ങൾക്ക് വിധിച്ചിട്ടില്ല. ഓരോരുത്തരുടെയും ആഗ്രഹങ്ങളാണ് ഇതിന്റെയൊക്കെ പിറകിലെന്ന് വരുമോ? തങ്ങൾ ആഗ്രഹിക്കാത്തതുകൊണ്ടാണോ ഈ വേഷം? കോടി

ലോൻ തന്നെത്താൻ തീരുമാനിച്ചുറപ്പിച്ച് വേഷത്തിൽ അടിമുടി പരിവർത്തനം വരുത്തി തിരിച്ചുവന്നിരിക്കുന്നു. എന്തും നേരിടാനുള്ള തന്റേടത്തോടെ. ഈശ്വരന്മാരേ, ഇതെവിടാണ് അവസാനിക്കുക? എന്തെല്ലാമാണ് കാണേണ്ടിവരിക?

"വാ ഒന്ന് ഷാപ്പില് കേറി മീന്ങ്ങിപ്പോകാം." രാമൻ കോടിലോനെ ക്ഷണിച്ചു.

"ഇപ്പം വേണ്ട. വീട്ടില് പോണം."

"ഞാനും വെരന്ന്."

രണ്ടുപേരും ചുമലിൽ കൈയിട്ട് നടന്നു.

ഏഴിലംമ്പാലയുടെ നിഴൽവീണ കണ്ണങ്കാട്ടിന് വടക്കുവശത്തൂടെ, ചെമ്പകച്ചോട്ടിൽ ത്രിശൂലം തറച്ച ഗുളികന്റെ മുണ്ട്യയ്ക്കരികിലൂടെ അവർ നടന്നു. പിന്നെ വടക്കുള്ള വേട്ടയ്ക്കൊരുമകൻ കോട്ടത്തിലൂടെ നടന്ന് വീട്ടിലെത്തി. മൺചുമരുകൾ. പുല്ലുമേഞ്ഞ മേൽപ്പുര. ചാണകം മെഴുകിയ ഇറയം. ഉറ്റുനോക്കുന്ന കണ്ണുകൾ. പെങ്ങന്മാർ. അവർ ചിരിക്കുകയും കരയുകയും ചെയ്തു.

* * * * *

ഒരുദിവസം സന്ധ്യയ്ക്ക്

ചീരൂട്ടി ഓലച്ചെറുപ്പിന്നിടയിലൂടെ പാളിനോക്കിയപ്പോൾ അവറോനെ കണ്ടു.

അവൾ പേടിച്ച് പടിഞ്ഞാറ്റയിലേക്കോടി വാതിലടച്ച് ഓടാമ്പലിട്ടു.

അയാൾ മുറ്റത്ത് ചെരുപ്പഴിച്ചുവെച്ച് ഇറയത്ത് കയറി.

ചീരൂട്ടിയുടെ അച്ഛനും അമ്മയും ആങ്ങളമാരും പണിക്കുപോയി തിരിച്ചെത്തിയിട്ടില്ല. കുടിലിൽ അവൾ തനിച്ചാണ്. അവളുടെ മംഗലം ഉറപ്പിച്ചിരിക്കുകയാണ്. അവൾ എരമത്തുകാരൻ കുഞ്ഞിക്കണ്ണനെ സ്വപ്നം കാണുകയാണ്.

ചീരുട്ടി പടിഞ്ഞാറെ വാതിലടയ്ക്കുന്നത് അയാൾ കണ്ടിരുന്നു. വാതിലിനടുത്ത് ചെന്നുനിന്ന് കഴിവതും സൗമ്യമായി വിളിച്ചു.

"ചീരൂട്ടി."

അവൾ വിളികേട്ടില്ല.

"വാതില് തൊറക്ക് പെണ്ണേ. നിന്നോടൊരു കാര്യം പറയാന്ണ്ട്."

ചീരൂട്ടി മാറിൽ കൈചേർത്ത് നിന്ന്, വിഷ്ണുമൂർത്തിയേയും ചാമുണ്ഡിയേയും ധ്യാനിച്ചു. അവളുടെ നെഞ്ച് പേടികൊണ്ട് ക്രമം തെറ്റി ഉയരുകയും താഴുകയും ചെയ്തു. അവൾ കിതയ്ക്കുകയും ഒച്ച കേൾപ്പിക്കാതെ കരയുകയും ചെയ്തു.

"ചീരൂട്ടി"

മൗനം.

"നിന്നെയങ്ങനെ വിടാനൊന്നും തീരുമാനിച്ചിറ്റ്ല്ല."

വാതിൽ മലർന്നു വീഴുന്നതുകണ്ട് ചീരുട്ടി ഉറക്കെ നിലവിളിച്ചു. അയാൾ വാതില്ക്കൽനിന്ന്, കാമത്തിന്റെ തീയുള്ള കണ്ണുകൾകൊണ്ട്

അവളെ നോക്കി. പിന്നെയൊരു ചാട്ടത്തിന് അവളെ കടന്നുപിടിച്ചു. അവളുടെ കരച്ചിലുയർന്നു. അവളെ നിലത്തു വീഴ്ത്തി, മുടിക്കുത്തഴിക്കാൻ തുടങ്ങുമ്പോ, തൊട്ടുപിന്നിൽ ആരുടെയോ അലർച്ച. അയാൾ തിരിഞ്ഞു നോക്കി. അപ്പോഴേക്കും നിലത്തുനിന്ന് പിടിച്ചുയർത്തപ്പെട്ടുകഴിഞ്ഞിരുന്നു. കരണത്തും മുതുകത്തും ഇരുമ്പുപോലുള്ള കൈകൾ ആഞ്ഞമരുകയായിരുന്നു. അടിയേറ്റ് അയാൾ അസ്തപ്രജ്ഞനായിത്തീർന്നു.

"ഞങ്ങളുടെ പെണ്ണുങ്ങളെ തൊടാൻ വന്നാല് ഇനി എല്ലാറ്റിന്റേം കൊടലെടുക്കും. ങ്ഹാ."

വണ്ണത്താൻ രാമന്റെ മുന്നിൽ ഇരുമ്പഴികളും ജയിൽഭിത്തികളും നിവർന്നു നിലയുറപ്പിച്ചു. വാർഡർമാർ ബൂട്സുകളുടെ ഒച്ച കേൾപ്പിച്ചുകൊണ്ട് കവാത്തുനടത്തി. റാന്തലുകൾ തൂക്കിപ്പിടിച്ച് രാത്രികളിൽ തടവുമുറികൾക്ക് മുന്നിലൂടെ നടന്നു.

* * * * *

വേട്ടയ്ക്കൊരുമകൻ കോട്ടത്തിൽ കളിയാട്ടം. അവിടെനിന്ന് നോക്കിയാൽ, വയലുകൾക്കും പുഴയ്ക്കുമപ്പുറം മൈലഞ്ചേരിക്കാവ് കാണാം. തീയരുടെ കാവാണ്. മൈലഞ്ചേരിയിൽനിന്ന് കോട്ടത്തിലേക്ക് 'കാഴ്ച' കൊണ്ടുവരും.

കോട്ടം തുടക്കത്തിൽ നമ്പീശന്മാരുടേതായിരുന്നു. പിന്നീട് വേങ്ങയിൽ തറവാട്ടുകാർ അതിൽ അവകാശം നേടിയെടുത്ത് ഊരാളന്മാരായി മാറി. കളിയാട്ടത്തിന്റെ നായകൻ കൂറ്റൂർ മഠത്തിലെ നായനാരാണ്. മേടത്തിലെ കളിയാട്ടത്തിനു പുറമെ, വൃശ്ചികംതൊട്ട് ആറുമാസം ഓരോ മാസത്തിന്റെയും ഒന്നാമത്തെ നാളിൽ വെള്ളാട്ടം കഴിപ്പിക്കുന്ന പതിവുണ്ട്.

കോട്ടത്തിന് തൊട്ടുതെക്കുള്ള കണ്ണങ്കാട്ട് മകരം പതിനഞ്ചിനു തുടങ്ങി മൂന്ന് നാളത്തേക്ക് ഉത്സവമുണ്ട്. അവിടെയും നായനാർ തന്നെ പ്രധാനി.

അയാൾ പരിവാരങ്ങളോടെ കോട്ടത്തിലേക്കെഴുന്നള്ളി. ആളുകൾ പഞ്ചപുച്ഛമടക്കിനിന്നു.

മുരിക്കിൻ പൂവുകൾ മൂവന്തിയിൽ തുടുത്തുലഞ്ഞു. മലയന്മാരുടെ കൈകളിലെ ചെണ്ടക്കോലുകൾ, ചുമലിൽ കെട്ടിത്തൂക്കിയ ചെണ്ടകളിൽ, ത്രസിപ്പിക്കുന്ന താളത്തിന് തുടക്കമിട്ടു. കൽച്ചുവരിനടുത്ത്, ചെമ്പട്ടുവിരിച്ച് ചാരിവെച്ച വാളുകൾ തിളങ്ങി. കവുങ്ങിൻ പൂക്കുലകളും നിറപറയും കൂത്തുവിളക്കുകളും കളിയാട്ടത്തിന്റെ ഔജ്ജ്വല്യത്തോടെ തെളിഞ്ഞുനിന്നു. കുട്ടികളുടെ കണ്ണുകൾ അവയിലെല്ലാം അലഞ്ഞു. ഒച്ചകൾ കൂടിക്കലർന്നു. ഉത്സവമായി.

മൈലഞ്ചേരിയിൽനിന്ന് കാഴ്ച പുറപ്പെട്ടു. വയലുകളിൽ ഇരുട്ട് പരന്നിരിക്കുന്നു. കാഴ്ചവസ്തുക്കൾ ചുമലിലേറ്റിയ വാലിയക്കാർ ഓടുകയാണ്. തീപ്പന്തങ്ങളുയർത്തിപ്പിടിച്ചും ചെണ്ട മുഴക്കിയും ആർപ്പ് മുഴക്കിയും കാഴ്ചക്കാർ വരുന്നു. കോട്ടത്തിലുള്ളവരെല്ലാം കിഴക്കോട്ട് കണ്ണു

നട്ട്, ശ്രദ്ധ കേന്ദ്രീകരിച്ച് നില്ക്കുകയാണ്.

കോട്ടത്തിനുമുമ്പിൽ ഒരു ഇരിപ്പിടത്തിലിരിക്കുന്ന കൃഷ്ണൻ നായനാരുടെ കണ്ണുകളും അകലെ ഇളകിത്തുടുക്കുന്ന തീപ്പന്തങ്ങളിലാണ്. അയാളുടെ കൈയിൽ ഒരു വടിവാളുണ്ട്. അത് ഗൗരവത്തോടെ തിരിച്ചുകൊണ്ടിരിക്കുന്നു.

മൈലഞ്ചേരി മൂപ്പൻ പാഞ്ഞുവന്ന് നായനാരുടെ കാല്ക്കൽ വെറ്റിലയും അടയ്ക്കയും വെച്ചു. കാഴ്ചക്കാർ ആർത്തുവിളിച്ചു.

അപ്പോൾ ആൾത്തിരക്കിനിടയിലൂടെ കോടിലോൻ രാമൻ ഒരു മിന്നായംപോലെ ഓടിയടുത്ത് നായനാരുടെ കഴുത്തിന് പിടിച്ചു. ചെണ്ടകൾ മുഴങ്ങിക്കൊണ്ടിരുന്നു. ആചാരപ്രകാരം വെറ്റിലയും അടയ്ക്കയും വെച്ച് കാഴ്ചക്കാർ ആർത്തുവിളിച്ചുകൊണ്ടിരുന്നു. അതിനിടയിൽ കോടിലോൻ, കൃഷ്ണൻനായനാരുടെ കഴുത്തിനു പിടിച്ചു.

നായനാരുടെ ആൾക്കാർ സ്തബ്ധത വിട്ടുണർന്ന് നാലുപാടുനിന്നും പാഞ്ഞെത്തി. അവർ കോടിലോനെ പിടിച്ചുമാറ്റി നായനാരെ കോട്ടത്തിനകത്തേക്ക് രക്ഷപ്പെടുത്തി വാതിലടച്ചു. എന്താണ് നടക്കുന്നതെന്ന് എല്ലാവരുമറിയുന്നതിനുമുമ്പ് കാര്യം കഴിഞ്ഞു. ചെണ്ടക്കാർ മേളം തുടർന്നു. കാണികൾ പകച്ചുനിന്നു. അവർക്കിടയിലൂടെ കോടിലോൻ, ഓടിമറഞ്ഞു.

* * * * *

ഉച്ചാലമ്മ ഓലക്കുടിലിന്റെ മുറ്റത്തിരുന്ന് മകളുടെ കുഞ്ഞിനെ കളിപ്പിക്കുകയായിരുന്നു. ഏതാനും കോഴികൾ വാഴത്തടങ്ങളിലും കളത്തിലും ചിക്കിച്ചിനച്ചു നടന്നു. ഒരു പൂച്ച ഇറയത്തിരുന്ന് മുഖം തുടച്ചു. മേല്പുരയിലിരുന്ന് ഒരു കാക്ക കരഞ്ഞു. ഉച്ചാലമ്മ തമ്പാന് ഒരുമ്മകൊടുത്തു. മേല്പുരയിലെ കാക്ക പറന്നുപോയി. കോഴികൾ പുഴുക്കളെ തിരഞ്ഞുപിടിച്ച് തിന്നു. പൂച്ച വടക്കുപുറത്തേക്ക് നടന്നു. ഉച്ചാലമ്മയുടെ ചുക്കിച്ചുളിഞ്ഞ കവിളിൽ തമ്പാൻ ചുണ്ടമർത്തി. ഇരുവരും പല്ലില്ലാതെ മോണകാട്ടി മുഖത്തോടുമുഖം നോക്കി ചിരിച്ചുകൊണ്ടിരുന്നു.

ഉച്ചാലമ്മ നാട്ടുവഴിയിലേക്ക് കണ്ണോടിച്ചു. അകലെ ആളനക്കം. ആരാണെന്ന് വ്യക്തമല്ല. നാലഞ്ചു പേരുണ്ട്. നടന്നുവരികയാണ്. ആരാണവർ? ഉച്ചാലമ്മ ഉറ്റുനോക്കി അല്ലല്ല. പൊലീസുകാരല്ലേ. ന്റെ മുത്തപ്പാ. ഇത് എന്തിന്യാ പോലീസ് വര്ന്നത്? ആരെ പിടിച്ചോണ്ട് പോകാനാ? അവരുടെ കൂട്ടത്തിൽ പൊലീസുകാരനല്ലാത്ത ഒരാളെകൂടിയുണ്ടല്ലോ. മുറികൈയൻ വെള്ളക്കുപ്പായമിട്ട ഒരാൾ. ഉച്ചാലമ്മ കൈത്തലം കണ്ണുകൾക്കു മീതെവെച്ച് സൂക്ഷിച്ചുനോക്കി. മുത്തശ്ശിയുടെ നോട്ടത്തെ പിന്തുടർന്ന് തമ്പാനും അങ്ങോട്ട് കണ്ണുപായിച്ചു.

അത് കോടിലോൻ രാമനല്ലാതെ മറ്റാരുമായിരുന്നില്ല.

ചെമ്മണ്ണിലും പൊടിവേരുകളിലും കാലുകൾ ധൃതിയിൽ ചലിച്ചു. കാലടികൾക്കുകീഴെ കരിയിലകൾ ഞെരിഞ്ഞമർന്നു.

* * * * *

ചാരൻ കാസ്മിയുടെ പീടികയിൽ പുകയില വാങ്ങാൻ ചെന്നതായിരുന്നു കണ്ണൻ. അവന് പത്തുവയസ്സ്. അരയിലൊരു തോർത്തുമുണ്ട്.

പീടികയിൽ വണ്ണത്താൻ രാമന്റെ ഏട്ടൻ അനന്തനും വേറെ ചിലരും ഇരിക്കുന്നുണ്ടായിരുന്നു.

അനന്തൻ പറഞ്ഞു:

''ഇപ്പോ എന്തായി? മലയോട് കല്ലെറിയാൻ ആരെങ്കിലും ഒര്മ്പെടോ?''

"അല്ല കുറുപ്പച്ചാ, ഇങ്ങള് ആരെഭാഗത്താ?" കാസ്മി ചോദിച്ചു.

"ഞാനോ?"

അനന്തൻ ആരുടെ ഭാഗത്താണെന്ന് എല്ലാവർക്കും അറിയാവുന്നതാണ്.

മഠത്തിലെ അലക്ക് അനന്തനാണ്. രാവിലെതോറും അലക്കിയതെല്ലാമെടുത്തുകെട്ടി മഠത്തിൽചെന്ന് മുഖം കാണിക്കും. നാതിയൻ അപ്പുവിന് കിട്ടുന്നതുപോലെ രണ്ടിടങ്ങഴി നെല്ലും പണവും കൂലി കിട്ടും. പിറ്റേ ദിവസത്തേക്ക് അലക്കിക്കൊണ്ടുവരാനുള്ള തുണികളുമായി വീട്ടിലേക്ക് മടങ്ങും. വളരെ ശ്രദ്ധചെലുത്തിയാണ് അലക്കുക. കല്ലിൽ കൊണ്ടെങ്ങാനും തുണി കീറിയാലോ? എന്തു സമാധാനം പറയും. അനന്തന് കൂറ് മഠത്തിനോടുതന്നെ. അനിയന്റെ തല തിരിഞ്ഞുപോയി. അതിന്റെ ഫലം ജയിലിൽക്കിടന്ന് അനുഭവിക്കുന്നുമുണ്ട്. നേരുപറഞ്ഞാൽ, അനിയനെക്കുറിച്ചോർക്കാൻതന്നെ അനന്തന് പേടിയാണ്.

"പൊകേല."

"നീയേട്യാ?"

"ഞാൻ കോടിലോൻ രാമന്റെ മരുമോനാ."

അവന്റെ, എടുത്തടിച്ച മട്ടിലുള്ള മറുപടി കാസ്മിക്ക് ഇഷ്ടപ്പെട്ടു. അയാൾക്ക് അവനെ നോക്കിയിരിക്കാൻ കൗതുകം തോന്നി.

അയാൾ അവന്റെ കൈകളിൽ പുകയില വെച്ചുകൊടുത്തു.

അവൻ ചരൽ വഴിയിലൂടെയും പാറകളിലൂടെയും വയൽവരമ്പുകളിലൂടെയും ഓടി.

അഞ്ച്

നെൽവയലുകളിൽ കൊയ്ത്ത്. കൂട്ടമായി പറന്നുപൊങ്ങുന്ന വെള്ളക്കൊക്കുകൾ. കാല പെറുക്കുന്ന കുട്ടികൾ. മേനോൻ കുന്നിന്റെ ചരിവിൽ വേട്ടുവരുടെ തെയ്യങ്ങൾ. നിലാവ് വീണുകിടക്കുന്ന മുറ്റങ്ങൾ, കുടിലിന്റെ ഉമ്മറത്ത് ഉയർത്തിക്കെട്ടിയ കതിർക്കറ്റ. നനുത്ത നാടൻ പാട്ടുകൾ. കറ്റമെതിക്കൽ. നെല്ലുണക്കൽ. വൈക്കോൽകൂനകൾ. നെല്ലുനിറഞ്ഞ പറകൾ. കുട്ടയിൽനിന്ന് നെല്ലും പതിരും വീഴ്ത്തി, കാറ്റോല വീശി പതിര് വേർതിരിക്കൽ. കാര്യസ്ഥന്മാരുടെ ചുറ്റിനടത്തം.

"പാട്ടം നാളെ വന്ന് അളന്നേക്കണം."

"ഇത്തവണ നെല്ല് മോശാര്ന്നു. പാട്ടം തെകച്ചും അടക്കാനാവൂല്ല."

"അതൊന്നും പറഞ്ഞാൽ പറ്റൂല്ല. പാട്ടം അളന്ന് ബാക്കിയെന്തെങ്കിലും ഉണ്ടെങ്കില് മതി കുടിലിലേക്ക്."

കുടിയാന്മാർ പാട്ടമളക്കാൻ മഠത്തിലേക്ക്.

നെല്ല് തലയിലേറ്റിയ പെൺകുട്ടികൾ, വാലിയക്കാർ, സ്ത്രീകൾ, അവരെ അനുഗമിക്കുന്ന വൃദ്ധന്മാർ.

അവരെല്ലാം മഠത്തിന്റെ തിരുമുറ്റത്തെത്തിച്ചേരുന്നു. ചിലപ്പോൾ പാട്ടമളക്കാൻ അഞ്ചും പത്തും ദിവസം കാത്തുനില്ക്കേണ്ടിവരും. കാര്യസ്ഥന്മാരാണ് നെല്ലളക്കുക. അവരുടെ പറകൾ നാട്ടിലെ സാധാരണ പറകളേക്കാളും വലിയവയാണ്. ഓരോ പറ അളന്നുമാറ്റുമ്പോഴും എണ്ണമോർമ്മിക്കാൻ രണ്ടുകൈകൊണ്ടും കനക്കെ വാരിവെക്കും. പത്തുപറ തികയുമ്പോൾ വാരിവെച്ച ഈ ചെറുകൂനകളെല്ലാം ഒരുഭാഗത്തേക്ക് നീക്കി അതിന്റെ സ്ഥാനത്ത് കുറേക്കൂടി വലിയൊരളവ് നെല്ല് വാരിവെക്കും. അത് പത്തുപറ മാറ്റിയെന്നതിന്റെ സൂചനയാണ്. അളവിൽ കാണിക്കുന്ന കൃത്രിമങ്ങൾ ഇവയ്ക്ക് പുറമെയാണ്. കൃഷിക്കാർ നിശ്ശബ്ദരായി ക്ഷോഭമടക്കി കണ്ടുനില്ക്കും.

പണിയെടുക്കുന്നവരുടെ മുറ്റങ്ങളും മുറികളും ശൂന്യമാകുന്നു.

പണിയെടുക്കാത്തവരുടെ മുറ്റങ്ങളും അറകളും നിറയുന്നു.

കുന്നുംപുറങ്ങളിൽ നായാട്ട്, വെടിയൊച്ചകൾ. പൊന്തയ്ക്കപ്പുറത്ത് ഒരു മുയലിന്റെ പിടച്ചിൽ. ചോര ചീറ്റിക്കൊണ്ട് ഓടിയോടിത്തളരുന്ന ഒരു മാൻ. കുന്നുകയറിപ്പോകുന്ന ഒരു നരി. അതിന്റെ തിരിഞ്ഞുനോട്ടം. പകയുടെ തിളക്കം.

ദുർബ്ബലമായി പ്രതിഷേധിക്കുന്ന ഒരു പെൺകുട്ടി. അവളുടെ നിലവിളി അമർത്തപ്പെടുന്നു. കണ്ണുകളിൽ ഭയവും ദയനീയതയും നിഴലിക്കുന്നു. അവൾ നൊന്ത് പിടയുന്നു. വിതുമ്പുന്നു.

"മിണ്ടരുത്" എന്നുള്ള ശാസനകേട്ട് അവളുടെ കാതുകളടയുന്നു.

പിന്നീടവൾ കരഞ്ഞുകലങ്ങിയ കണ്ണുകളോടെ മഠത്തിന്റെ മുറ്റത്ത് നില്ക്കുന്നു. അവൾ തലമുടി കെട്ടിയിട്ടില്ല. മാറു മറച്ചില്ല. കഴുത്തിലൊരു കറുത്ത ചരട് അമർന്നുകിടക്കുന്നു. അവളുടെ അച്ഛനുമമ്മയും കൂടെയുണ്ട്.

നായനാർ വിചാരണയാരംഭിക്കുന്നു.

"ആരാണെടീ നിന്നെ പിഴപ്പിടച്ചത്?"

അവൾ പണിപ്പെട്ട് മുഖമുയർത്തി നായനാരെ നോക്കി.

അവൾക്കു പേടിയായി.

നായനാരുടെ ആൾക്കാർ ഒരു ചെറുപ്പക്കാരനെ പിടികൂടി മുറ്റത്തെത്തിക്കുന്നു. മെലിഞ്ഞു ക്ഷീണിച്ച ദേഹം. മുട്ടുമറയാത്ത തോർത്തുമുണ്ടുടുത്തിരിക്കുന്നു. കുടുമ കെട്ടിവെച്ചിരിക്കുന്നു.

"നീ അവളെ അറിയുമോടാ?"

ചോദ്യം കേട്ട് അവൻ ആദ്യം നായനാരെയും പിന്നെ പെൺകുട്ടിയെയും നോക്കി.

ഒന്നും പറഞ്ഞില്ല.

"നിന്റെ കുഞ്ഞുണ്ട് ഇവളുടെ വയറ്റില്."

അവൻ പകച്ചു.

"അയ്യോ, ഞാനല്ല."

മുഖമടച്ച് ഒരടികിട്ടി.

കണ്ണും കാതും പൊള്ളി.

അവൻ ചുറ്റിലും നോക്കി. ഇറയത്ത് മഠത്തിലെ കെട്ടിലമ്മയും മക്കളും നില്ക്കുന്നു. നടപ്പുരയിൽ പണിക്കാരികൾ. മുറ്റത്ത് കാര്യസ്ഥന്മാരും അനുചരന്മാരും.

നായനാർ അവന്റെ നേർക്ക് ഒരു പുടവ നീട്ടി.

"കൊടുക്കെടാ ഇതവളുടെ കൈയില്."

അവൻ സംശയിച്ചു.

"പറഞ്ഞതു കേട്ടില്ലേ?"

ആരോ അവന്റെ ചുമലിൽ പിടിച്ചു.

"കൊടുക്ക്."

അവൻ ആജ്ഞ അനുസരിച്ചു.

"ഉം പൊയ്ക്കോ."

പുടവയിൽ അവളുടെ കണ്ണുനീരിറ്റുവീണു. അവൾ നേർത്ത ഒച്ചയിൽ ഏങ്ങലടിച്ചു.

അവൾ, മുഖം താഴ്ത്തി നടന്നുനീങ്ങി.

* * * * *

വാർഡർ നടന്നടുത്തു.

"പോകാം."

രാമൻ കോടിലോന്റെ ചുമലിൽ കൈവെച്ചു

"ഞാൻ പോട്ടെ?"

"ങ്ഹാ."

“”നമ്മളെപ്പോളാ ഇനി കാണുക?"

കോടിലോൻ ചോദിച്ചു.

"വേഗം."

"വീട്ടില് എന്തെങ്കിലും പറയണോ?"

"സുഖാന്ന് പറഞ്ഞെ."

രാമൻ വാർഡറോടൊപ്പം നടന്നു.

തെല്ലുദൂരം നടന്ന് തിരിഞ്ഞുനോക്കി. കോടിലോൻ ജയിൽവളപ്പിൽ, അവിടത്തന്നെ നില്പാണ്. തനിയെ ചിരിച്ചുംകൊണ്ട്.

കറ്റൂരിലെത്തി നേരെ ചെന്നത് കോടിലോന്റെ വീട്ടിലേക്കാണ്. പാട്ടിയമ്മയും ചീലയും കണ്ണനുമേ വീട്ടിലുള്ളൂ. കുഞ്ഞങ്ങ ഭർത്താവിന്റെ വീട്ടിലാണ്. കണ്ടോന്താറിൽ. കേളു വെള്ളോറയിലും.

"സുഖാണ്." രാമൻ പറഞ്ഞു. "ജെയില് പൊരുന്നിപ്പോയി."*

"കുറുപ്പച്ചൻ പൊറത്തുവരുമ്പോ രാമൻ ജെയില്ല്. ഓൻ പൊറത്തു വരുമ്പോ കുറുപ്പച്ചൻ ജെയില്ല്. എത്രനാളാ ഇങ്ങനെ? ഈന്ന്യൊര് അവ സാനൂല്ലേ" പാട്ടിയമ്മ മനക്ലേശത്തോടെ പറഞ്ഞു.

"ഒര് ദെവസം എല്ലാം നേര്യാകും. പാട്ട്യമ്മേ."

കണ്ണൻ രാമന്റെ മുഖത്തേക്ക് ദത്തശ്രദ്ധനായി നോക്കിനിന്നു.

അയാൾ പിന്നെ, തന്റെ പ്രിയപ്പെട്ട കള്ളുഷാപ്പിലേക്കു നടന്നു.

അവിടെയെല്ലാം മാറ്റമില്ലാതെ തുടരുന്നു. മൺകുടങ്ങളിൽ പതഞ്ഞു പൊങ്ങുന്ന കള്ള്. കള്ളിൽ ചത്തുകിടക്കുന്ന ഉറുമ്പുകൾ. ചെറിയ വാക്കു തർക്കങ്ങൾ.

"എന്നെ കൊന്നൂന്ന് വിചാരിക്ക്. ന്നാലും ഞാൻ മടങ്ങിവെരും. ഓർക്ക് സൈ്വരം കൊടുക്കൂല്ല."

ചന്തനും പൊക്കനും കറുത്തമ്പുവുമെല്ലാം അയാളുടെ വാക്കു കൾകേട്ട് നിശ്ചേഷ്ടരായി ഇരുന്നു.

"മഞ്ചലും മഞ്ചലിൽ കേറ്ന്ന ആളുകളും ഇല്ലാണ്ടാവണം."

തൊട്** മുഖത്തോടടുപ്പിച്ചു.

നാട്ടുവഴികളിൽ അയാളുടെ മുഴക്കമുള്ള ശബ്ദം ഉയർന്നു കേൾക്കായി. നായനാരോടും കുടുംബത്തോടുമുള്ള ദേഷ്യവും പകയും വാക്കുകൾക്ക് കുന്നുകളുടെ കനം നല്കി. അതേ കേട്ട് മഠത്തിലുള്ളവർ അസ്വസ്ഥരായി. കോടിലോൻ കൂടെയുണ്ടെങ്കിൽ, രണ്ടുപേരുള്ളതിന്റെ ഊറ്റമാണെന്ന് പറയാമായിരുന്നു. ഇപ്പോഴിവൻ ഒറ്റയ്ക്കാണ്. ഒറ്റത്തടി. മരണഭയമില്ല. ആരെക്കൊണ്ടെങ്കിലും കൊല്ലിക്കാമെന്നുവെച്ചാൽ അവ നോടടുക്കാൻ ആർക്കും ധൈര്യമില്ല. കൃഷ്ണൻനായർ പൂമുഖത്ത് അരി ശപ്പെട്ട് നിന്നു. തന്റെ പാട്ടക്കുടിയാനാണ്. ഒരു മണിനെല്ല് പാട്ടം തന്നിട്ടി ല്ല. സ്ഥലത്തിന്റെ നികുതി കെട്ടണമെന്ന വിചാരം പോലുമില്ല. "പോ." അയാൾ കാര്യസ്ഥന്മാരോട് കല്പിച്ചു. "പോയി അവനോട് നെല്ല് വാങ്ങി ക്കൊണ്ടുവാ."

അവറോന്നൻ ചന്തുനമ്പ്യാർ പതുക്കെ പിൻവലിഞ്ഞു. വാണിയൻ കുഞ്ഞിക്കോമരവും പനയന്തട്ട രാമൻനായരും പാറക്കടവിലേക്ക് വെച്ച ടിച്ചു.

രാമൻ വീട്ടിൽത്തന്നെയുണ്ടായിരുന്നു.

മയത്തിൽ ചിരിച്ച് തന്നെ സമീപിക്കുന്ന കാര്യസ്ഥന്മാരുടെ നേർക്ക് രാമൻ പൊട്ടിത്തെറിച്ചു.

"എന്താ എശമാനന്മാര് എയ്ന്നള്ളുന്നു?"

കുഞ്ഞിക്കോമരം പനയന്തട്ടയുടെ മുഖത്തുനോക്കി: "നിങ്ങളു പറയൂ."

---

* പൊരുത്തപ്പെടുക

** കള്ളിൻപാത്രം

പനയന്തട്ട കുഞ്ഞിക്കോമരത്തോട് നിശ്ശബ്ദമായി പറഞ്ഞു. നിങ്ങളു തന്നെ പറയുന്നതാ നല്ലത്.

കാര്യം പന്തിയല്ലെന്ന് ഇരുവർക്കും ബോദ്ധ്യമായി. എങ്കിലും ഇത്ര വരെ വന്ന് സംഗതി പറയാതെ തിരിച്ചുപോകുന്നത് ഉചിതമല്ലല്ലോ. നായനാർ ചാടിക്കുകയില്ലേ. പറയുകതന്നെ. കുഞ്ഞിക്കോമരം ഒരടി മുന്നോട്ടുനീങ്ങി.

"പാട്ടം തരണമെന്ന് പറയാൻ വന്നതാ."

"എന്ത് പറയാൻ?"

"പാട്ടം."

"ത്ഫൂ." രാമൻ മുഖമടച്ച് ഉഗ്രമായി ആട്ടി.

കുഞ്ഞിക്കോമരം കാൽ പിൻവലിച്ചു.

"ഒരു മണി നെല്ല് ഞാൻ തരൂല്ല. ആട പറഞ്ഞേക്കിൻ. ഇനിയോ മറ്റോ നെല്ല് ചോദിച്ച് ഇങ്ങോട്ട് വന്നാല് കാല്ണ്ടാവൂല."

കുഞ്ഞിക്കോമരവും പനയന്തട്ടയും നല്ലപോലെ വിളറി. ഇനി നില്ക്കുന്നത് തടിക്ക് കേടായിരിക്കുമെന്ന് കരുതി ഇരുവരും നീട്ടിനടന്നു.

രാമൻ പതിവുപോലെ ഷാപ്പിൽചെന്ന് മുന്നിൽ കള്ളെത്തുന്നതും കാത്തിരുന്നു. കുറേനേരം കഴിഞ്ഞിട്ടും കരിമ്പനെ കാണുന്നില്ല. കരിമ്പൻ ഷാപ്പിനു പിന്നിൽ പരുങ്ങിനില്ക്കുകയായിരുന്നു. രാമൻ ക്ഷമകെട്ട് വിളിച്ചപ്പോൾ, കരിമ്പൻ അറച്ചറച്ച് പിൻവാതില്ക്കൽ വന്നുനിന്നു. പേടി തോന്നിയെങ്കിലും സംഗതി പറഞ്ഞൊപ്പിച്ചു.

"കുറുപ്പച്ചന് കള്ള് തെരാൻ പാടില്ലാന്ന് നായനാര് പറഞ്ഞിന്."

തലേന്ന് നായനാർ ആളെവിട്ട് കരിമ്പനെ മഠത്തിലേക്ക് വിളിച്ചിരുന്നു. കരിമ്പന്റെ നേരെ കുറേ തട്ടിക്കയറി. കുറുപ്പച്ചന്റെ ചെയ്തികൾക്ക് തന്നെയെന്തിനാണ് ശകാരിക്കുന്നതെന്ന് കരിമ്പന് മനസ്സിലായില്ല. നായനാർ പറഞ്ഞു:

"നിന്റെ കള്ളുകുടിച്ചിട്ടാ ഓൻ ഈ തോന്ന്യാസങ്ങള് കാണിക്കുന്നത്. ഇനിയൊരു തുള്ളിക്കള്ള് നീ ഓന് കൊടുത്തേക്കരുത്."

കരിമ്പൻ വിഷമത്തിലായി. തിരുവായ്ക്ക് എതിർവായില്ല. ഒരു ഭാഗത്ത് നായനാർ. മറുഭാഗത്ത് കുറുപ്പച്ചൻ. കരിമ്പൻ കുഴങ്ങി.

രണ്ടും കല്പിച്ച് ധൃതിയോടും സംഭ്രമത്തോടുംകൂടി, കുറുപ്പച്ചനോട് വിവരം പറഞ്ഞു.

അയാളതു കേട്ട് ജ്വലിച്ചുകൊണ്ട് ചാടിയെണീറ്റു. മുഖത്ത് ഞരമ്പുകൾ പിടച്ചു. അയാളുടെ അന്തർഗതങ്ങൾ മറ്റുള്ളവർക്ക് ഊഹിക്കാവുന്നതേ ഉള്ളൂ. എന്തിനുള്ള ഭാവമാണെന്ന് അവർ പേടിയോടെ നോക്കിനിന്നു. അയാൾ, ഒരുവലിയ ചുരയ്ക്കാത്തൊണ്ട് കടന്നെടുത്ത്, മഠത്തിലേക്ക് ഒരു കാറ്റുപോലെ പാഞ്ഞു. മഠത്തിന്റെ മുറ്റത്തുചെന്നുനിന്ന് ഇടിനാദംപോലെ പറഞ്ഞു

"എനിക്ക് കള്ളു തെരാമ്പാടില്ലാന്നു കരിമ്പനെ വെലക്കീല്ലേ. കള്ള് കുടിക്കാണ്ട് എനിക്കാവൂല. ഈടെ കുടിക്കാൻ ചെത്തിവെച്ചത് ഇങ്ങെ

ടുക്ക്.

രാമന്റെ ജ്വലിക്കുന്ന കണ്ണുകളെയും മുഴങ്ങുന്ന ശബ്ദത്തെയും നേരിടാൻ കഴിയാതെ നായനാർ ഉള്ളിലേക്ക് വലിഞ്ഞു.

"കള്ള് തെരാണ്ട് ഞാനീട്ന്ന് പോവൂല" രാമൻ മുറ്റത്തുകൂടി അമർത്തിച്ചവിട്ടിക്കൊണ്ട് നടന്നു. ആരും എതിർക്കാൻ തുനിഞ്ഞു ചെന്നില്ല.

ഒടുവിൽ കെട്ടിലമ്മ വന്ന് രാമനെ സമാധാനിപ്പിച്ചു. അഞ്ചു രൂപയെടുത്ത് കൊടുത്ത് അവർ പറഞ്ഞു. "പോയി വേണ്ടത്ര കുടിക്ക്. കരിമ്പനോട് തെരാൻ പറയ്."

ആറ്

നേർത്ത ചെമ്മൺപാതയിലൂടെ ഒരു ചവിട്ടുവണ്ടി, സാമാന്യം വേഗത്തിൽ നീങ്ങുകയാണ്. അതിന്റെ ഒപ്പമെത്താൻ രണ്ടു പൊലീസുകാർ വിയർത്തും കിതച്ചുമോടുന്നു. സൈക്കിളിൽ സവാരിചെയ്യുന്നത് സബ് ഇൻസ്പെക്ടർ കുങ്കൻനായരാണ്. പ്രകൃതിഭംഗി ആസ്വദിച്ചുകൊണ്ട് ചവിട്ടി നീങ്ങുകയാണ്. ആളുകൾ അങ്ങുമിങ്ങും ഒളിച്ചുനിന്ന് ആ വരവ് കണ്ടു. അവർ വിസ്മയിച്ചു. കുട്ടികൾ ശ്വാസമടക്കിപ്പിടിച്ച് നിന്നു.

കുങ്കൻനായരും പാർട്ടിയും വരുന്നത് ഒരുപിടിച്ചുപറിക്കേസിന്റെ തെളിവെടുപ്പിനാണ്. രാമൻനായരെന്നു പേരായ ഒരാളുടെ കൈയിൽനിന്ന് വണ്ണത്താൻ രാമൻ അഞ്ചുരൂപ തട്ടിപ്പറിച്ചുവെന്നാണ് കേസ്.

അന്ന് കുറ്റൂരിൽ ഒരു ബോർഡ് സ്കൂൾ പേരിന് നിലവിലുണ്ടായിരുന്നു. അവിടെ അദ്ധ്യാപകനായി ജോലി നോക്കിയിരുന്ന കേളുമാസ്റ്റർ കുറെ കുട്ടികളുടെ പേരുവിവരം ചേർത്ത് റിക്കാർഡുണ്ടാക്കി സ്കൂൾ പ്രവർത്തിക്കുന്നതായി മേലധികാരികളെ ബോദ്ധ്യപ്പെടുത്തി വരികയായിരുന്നു. അയാൾ യഥാർത്ഥത്തിൽ പഠിപ്പിച്ചിരുന്നത് മഠത്തിലെ കുട്ടികളെ മാത്രമാണ്. മഠത്തിൽവെച്ചുതന്നെയാണ് പഠിപ്പിക്കൽ നടന്നിരുന്നത്. ഇതിനു പുറമെ അയാൾ കാര്യസ്ഥന്റെ ജോലിയും വഹിച്ചുപോന്നു.

കണ്ണങ്കാട്ട് അറയുടെ സമീപത്തായിരുന്നു സ്കൂൾ. അതിന്റെ മുന്നിലായി കുങ്കൻ നായർ സൈക്കിളിൽ നിന്നിറങ്ങി.

പൊലീസുകാർ ആശ്വാസപൂർവ്വം നെറ്റിയിലെ വിയർപ്പു തുടച്ചു. അവർ പുതിയടത്തു വീട്ടിൽ പോയി ഒരു കസേര കൊണ്ടു വന്ന് കുങ്കൻ നായർക്ക് ഇരിക്കാൻ ഇട്ടുകൊടുത്തു. പിന്നെ ഇരുവരും വണ്ണത്താൻ രാമനെ അന്വേഷിച്ചു യാത്രയായി.

കുങ്കൻനായരുടെ വരവിനെക്കുറിച്ച് കേട്ടറിഞ്ഞ് പരാതിക്കാരനായ രാമൻനായർ വീട്ടിലൊളിച്ചു. അയാളെ നിർബ്ബന്ധിച്ച് കൂട്ടിക്കൊണ്ടുവന്നത് അവറോന്നൻ ചന്തുനമ്പ്യാരാണ്. അയാൾ കുങ്കൻനായരെ തൊഴുതു വണങ്ങി.

“നിങ്ങളുടെ പൈസയാണോ തട്ടിപ്പറിച്ചത്?” ഇൻസ്പെക്ടർ തിരക്കി.

രാമൻനായർ അവറോന്നനെ സഹായമഭ്യർത്ഥിക്കുംമട്ടിൽ നോക്കി.

“അതെ. ഇയാളുടേതാ.” അവറോന്നൻ പറഞ്ഞു.

“എത്രയുണ്ടായിരുന്നു?”

“അഞ്ചുറുപ്പിക” രാമൻനായർ വിക്കി വിക്കി പറഞ്ഞു.

ദൂരെ നിന്ന് രണ്ടു പൊലീസുകാരോടൊപ്പം കറുപ്പച്ചൻ നടന്നുവരുന്നതു കണ്ടപ്പോൾ രാമൻനായരുടെ കുടൽ വിറച്ചു. അവറോന്നൻ പറഞ്ഞിട്ടാണ് പരാതിയെഴുതിയത്. പൈസ തട്ടിപ്പറിച്ച സംഭവമേ ഉണ്ടായതല്ല. രാമൻനായർ പകച്ച മുഖഭാവവുമായി നിന്നു. കാലുകൾ കിടുകിടെ വിറയ്ക്കുന്നുണ്ടായിരുന്നു.

കുങ്കൻനായർ ഒരു തയ്യാറെടുപ്പോടെ എണീറ്റ് സ്കൂളിന്റെ കഴുക്കോലിൽ പിടിച്ചുനിന്നു. അയാളും രാമനെപ്പോലെ ദീർഘകായനായിരുന്നു. ഇരുനിറം. കൊമ്പൻമീശ. പരുപരുത്ത ശബ്ദം. തുളച്ചു കയറുന്ന നോട്ടം.

“ഞാനാരാണെന്നറിയ്യോ?” അയാൾ മീശ പിരിച്ചുകൊണ്ട് ചോദിച്ചു.

ആ ചോദ്യം രാമനെ പ്രകോപിപ്പിച്ചു. രാമൻ അവജ്ഞയോടെ പറഞ്ഞു:

“നീ ആരായാല് എനിക്കെന്താ?”

കുങ്കൻനായർ കാലുയർത്തി ഊക്കിൽ രാമന്റെ താടിക്ക് തൊഴിച്ചു. അതു രാമൻ പ്രതീക്ഷിച്ചില്ല. താടി മുറിഞ്ഞ് ചോര പൊടിഞ്ഞു.

രാമൻ ഒറ്റച്ചാട്ടത്തിന് കുങ്കൻനായരുടെ കഴുത്തിൽ പിടിച്ചു. അത് അയാളും പ്രതീക്ഷിച്ചതല്ല. കഴുത്തിൽ വിരലുകൾ മുറുകി അയാൾ ഞെരിപിരികൊണ്ടു. പൊലീസുകാർ രണ്ടുപേരും ചേർന്ന് സർവ്വശക്തിയുമെടുത്ത് രാമനെ പിടിച്ച് പിറകോട്ട് വലിച്ചു. കുങ്കൻനായർ ഇതിനിടയിൽ കുതറിമാറി അവറോന്നന്റെ കൂടെ മഠത്തിലേക്കോടി രക്ഷപ്പെട്ടു. രാമൻ വെട്ടുപോത്തിനെപ്പോലെ ഒച്ചയെടുത്തു. പൊലീസുകാർക്ക് കണക്കിനു കിട്ടി. പിന്നെ കുങ്കൻനായരുടെ സൈക്കിളെടുത്ത് ദേഷ്യം അതിനോട് തീർത്തു. അത് തല്ലിപ്പൊളിച്ച് നിലത്തിട്ടശേഷം അലറിക്കൊണ്ട് മഠത്തിനു നേർഘോടി. വാതിലുകളടച്ച് കുങ്കൻനായർ അകത്തിരിക്കുകയായിരുന്നു. രാമൻ മഠത്തിനു ചുറ്റും പാഞ്ഞു.

“ഓനെ വിട്ട് തന്നില്ലെങ്കില് ഈ വീടിന് ഞാൻ തീവെക്കും.” അയാൾ വിളിച്ചു പറഞ്ഞുകൊണ്ടിരുന്നു.

ഓടിവന്ന പൊലീസുകാരും മഠത്തിലെ പണിക്കാരും ചേർന്ന് ഒടുവിൽ രാമനെ കീഴ്പ്പെടുത്തി. വരിഞ്ഞുകെട്ടി പൊലീസ് സ്റ്റേഷനിലേക്കു കൊണ്ടുപോയി. ചുവന്ന ചായം തേച്ച ചുമരുകൾക്കിടയിലിട്ട് തല്ലിച്ചതച്ചു.

* * * * *

മതിലുകൾക്കുള്ളിൽനിന്നും പുറത്തുകടന്ന്, വെളിച്ചമുള്ള പാതയിലൂടെ അയാൾ നടന്നു.

മനസ്സ് മുറിവേല്പിക്കപ്പെട്ടിരുന്നു. മുഖം സ്തോഭപൂർണ്ണമായിരുന്നു.

പെറ്റുവളർന്ന ഗ്രാമത്തിന്റെ മണ്ണിലെത്തിയപ്പോൾ അയാളുടെ നേത്രങ്ങളിൽ സമ്മിശ്രവികാരങ്ങൾ ഓളംവെട്ടി.

ഇലകൾ കൊഴിഞ്ഞ് കൊമ്പുകൾ തളർന്ന നാമ്പുകൾപോലെ നീണ്ടുകിടക്കുന്ന ഒരു വൃക്ഷം. അയാൾ ഏറെനേരം ആ വൃക്ഷത്തെ നോക്കിനിന്നു. അത് പാടെ ഉണങ്ങിയോ? ഇല്ലില്ല. അയാൾ മന്ത്രിച്ചു. അതിന്റെയുള്ളിൽ ഇപ്പോഴും നീരോട്ടമുണ്ട്. അത് നിലയ്ക്കില്ല. വീണ്ടും ഒരുനാൾ ശിഖരങ്ങളിൽ തളിരുകൾ വിരിയും. തളിരിലകൾക്ക് പിന്നെപ്പിന്നെ പച്ചനിറം കനത്തുവരും. അവയ്ക്കിടയിൽനിന്ന് കിളികളുടെ ശബ്ദങ്ങൾ കേൾക്കും.

ഒരു വേനലിന് ഉണക്കിക്കളയാവുന്ന വൃക്ഷമല്ല ജീവിതം.

അയാൾ തലയുയർത്തിപ്പിടിച്ച് നടന്നു.

പുഴ വരണ്ടിരുന്നു. ചരൽക്കല്ലുകൾക്കിടയിൽ കാട്ടുപുല്ലുകൾ കിളിർത്തുനിന്നു. പുഴയുടെ വക്കുകളിൽ മാലിന്യങ്ങൾ മൺപുറ്റുകൾ. ഒരു ഞരമ്പിന്റെ തേങ്ങൽ. ഇത് തീർത്തും വറ്റിയോ? അടിയിൽ നീരുറവകൾ കാണും. ആർത്തിരമ്പി വരാനിരിക്കുന്ന കാലവർഷത്തെ അവ സ്വപ്നം കാണുകയാവും.

ഒരു വേനലിന് അനായാസമായി നശിപ്പിച്ചുകളയാവുന്ന ഒരു പുഴയല്ല ജീവിതം.

അയാൾ ചങ്കുറപ്പോടെ നടന്നു.

വിജനമായ കുന്നിൻപുറത്ത് ഒരു പറ്റം കാലികൾ തളർന്നുകിടന്നു. അവ ശോഷിച്ച് കോലംകെട്ടിരുന്നു. കണ്ണുകളിൽ ഉദാസീനതയും തളർച്ചയും മുറ്റിനിന്നു. ചുറ്റിലും പുൽക്കൂട്ടങ്ങളില്ല. കുന്നിൻചരിവ് കൊടുംചൂടിൽ ഉണങ്ങിക്കരിഞ്ഞ് നില്ക്കുകയാണ്. ഒരു പുൽക്കൊടിപോലും തല നീട്ടുന്നില്ല. കാറ്റ് വീശുന്നില്ല.

അയാളുടെ കണ്ണുകളിൽ പ്രതീക്ഷ തുടിച്ചു.

അയാൾ കൈയിലെ പൊതി പെങ്ങളെ ഏല്പിച്ചു.

"നിനക്കിടാൻ കുപ്പായമാണ്."

"അയ്യോ." ചീല നടുക്കം ഭാവിച്ചു.

"പേടിക്കേണ്ട. ഞാനില്ലേ."

എന്നിട്ടും അവളത് രാത്രിയിൽ മാത്രം ധരിച്ചു.

ചീലയ്ക്ക് ആയിടെ പെരിങ്ങോത്തുനിന്ന് ഒരാലോചന വന്നു. കോടിലോൻ അത് നടത്തിക്കൊടുത്തു. പോകാൻ നേരത്ത് അവൾ മുന്നിൽ വന്ന് നിന്ന് കരഞ്ഞു. അയാളുടെയുള്ളിലും നൊമ്പരമുണർന്നു. ചിരിക്കാൻ ശ്രമിച്ചുകൊണ്ട് പറഞ്ഞു. "പോ. സന്തോഷായിട്ട് പോ. നിന്നെ കാണാൻ ഏട്ടൻ അങ്ങോട്ട് വരും."

* * * * *

കാര്യസ്ഥന്മാരിൽ ഒരാളായ കുഞ്ഞിക്കോമരം ചാരൻകാസ്മിയുടെ അങ്ങാടിയിൽനിന്ന് ജാപ്പാണം പുകയിലയും കൽക്കണ്ടവും വാങ്ങി. ഓലക്കുടയുടെ നിഴലിൽ ഏതാനും വാര നടന്നപ്പോഴാണ് ചെരിപ്പ് മറന്നു

വെന്ന കാര്യം ഓർമ്മിച്ചത്. കുടുമ പിടിച്ചുനിന്ന് ഇനി എന്താണ് ചെയ്യുക യെന്ന് നിനച്ചു. ചെരിപ്പെടുക്കാൻ അങ്ങാടിയിലേക്ക് തിരിച്ചു നടക്കാൻ വയ്യ. തിരിച്ചുപോകുന്നത് അശുഭകരമാണ്. അയാൾ തിരിഞ്ഞു നിന്ന് പീടികയിലേക്ക് നോക്കി. അവിടെ കോടിലോൻ രാമനെ കണ്ടു. അയാൾ ശബ്ദമുയർത്തി വിളിച്ചുപറഞ്ഞു.

"എടാ ആ ചെരിപ്പിങ്ങെടക്ക്."

വാണിയനായ കോമരം തന്നെ എടാ എന്ന് വിളിച്ചതും ചെരിപ്പെടു ക്കാൻ പറഞ്ഞതും കോടിലോനെ പ്രകോപിപ്പിച്ചു. അവർക്കിടയിലുള്ള ദൂരം കുറഞ്ഞുകുറഞ്ഞുവന്നു.

പിന്നെ ചാരൻകാസ്മി കണ്ടത് ചോരയാണ്.

"എന്നെക്കൊണ്ട് നീ ചെരിപ്പെടുപ്പിക്കും. അല്ലേടാ." കോടിലോന്റെ ഗർജ്ജനം കേട്ടു.

കുത്തേറ്റഭാഗം അമർത്തിപ്പിടിച്ചുകൊണ്ട് കുഞ്ഞിക്കോമരം ഓടി.

കോടിലോൻ ഒരില ഒടിച്ചെടുത്ത് കത്തി തുടച്ചു.

കുഞ്ഞിക്കോമരം മരിച്ചില്ല. മൃതപ്രായനായതേ ഉള്ളൂ. സംഭവത്തെ കുറിച്ചന്വേഷിക്കാൻ ബ്രിട്ടീഷുകാരനായ സർക്കിൾ ഇൻസ്പെക്ടർ നേരിട്ട് കുറ്റൂരിലേക്ക് വന്നു.

ഉച്ചാലമ്മ തമ്പാനെ കാണിച്ചുകൊടുത്തു. ഒരു വെള്ളക്കുതിര.

കുതിരപ്പുറത്ത് കാൽശരായിയും തൊപ്പിയുമിട്ട് സായ്പ്.

കുറ്റൂരിലുള്ള പലരും അന്നാദ്യമായിട്ടാണ് ഒരു സായ്പിനെ കാണു ന്നത്. ധാരാളം പറഞ്ഞുകേട്ടിട്ടുണ്ട്. അയാളുടെ വെളുത്ത മുടിയിലേക്കും ചുവന്നു തുടുത്ത ശരീരത്തിലേക്കും തക്കാളിപോലുള്ള കവിളുകളി ലേക്കും അപരിചിതത്വം തുടിക്കുന്ന പൂച്ചക്കണ്ണുകളിലേക്കും ആളുകൾ എത്തിവലിഞ്ഞു നോക്കി.

അവര് "ഊയ്ശ്" എന്നു പറഞ്ഞു.

നായനാർ സായ്പിന്റെ അവസ്ഥയ്ക്കൊത്ത വിധം ഉചിതസംവിധാ നങ്ങൾ ചെയ്തു. അയാൾ രാത്രി കഴിച്ചത് മഠത്തിലെ ബംഗ്ലാവിലാണ്. അത് പ്രത്യേകമായി അതിഥികളെ പാർപ്പിക്കാനുണ്ടാക്കിയതാണ്. മുറ്റത്ത് നാലുപാടും പൂച്ചെടികളുണ്ട്. അവയിൽ പൂക്കൾ പരിലസിക്കുന്നു. പല നിറത്തിലുള്ള പൂക്കളുടെ മനോഹാരിത സായ്പിനെ മുഗ്ദ്ധനാക്കി. അയാൾ പൈപ്പ് വലിച്ചുകൊണ്ട് ബംഗ്ലാവിന്റെ ഇറയത്തുനിന്നു. മഠ ത്തിന്റെ കിഴക്കേ മുറ്റത്ത്, തെക്കോട്ടുമാറി ചുറ്റുമതിലിനോട് ചേർന്നാണ് ബംഗ്ലാവ്. അയാൾ അവിടെ നിന്ന് നടപ്പുരയ്ക്കടുത്തുള്ള കൂടുകളിലെ പക്ഷികളുടെയും മൃഗങ്ങളുടെയും ശബ്ദങ്ങൾ ആസ്വദിച്ചു. മാറുമറച്ചിട്ടി ല്ലാത്ത ദാസികളെ അയാൾ കണ്ണെടുക്കാതെ നോക്കി. എണ്ണമിനുപ്പുള്ള നഗ്നമായ മാറിടങ്ങൾ അന്തിവെയിൽപോലെ തിളങ്ങി. നായനാർ അയാളെ വിശേഷപ്പെട്ട നാടൻചാരായവും മാനിറച്ചിയും നല്കി സൽക്കരിച്ചു. രാത്രി യിൽ യജമാനന്റെ കല്പനപ്രകാരം രണ്ടു ദാസികൾ അമ്പരന്ന കണ്ണുക ളോടെ അയാളുടെ മുറിയിലേക്ക് കയറിച്ചെന്നു. ശരറാന്തൽ വിളക്കിന്റെ

വെളിച്ചത്തിൽ അവർ പരുങ്ങിനിന്നു. കാൽവിരലുകൾ നിലത്ത് ചിത്രമെഴുതി. അയാളവരുടെ മേനികളിലേക്ക് മാറിമാറി നോക്കി. അയാൾക്ക് കൊതിതോന്നി. "കമോൺ ലേഡീസ്" അയാൾ കൈകാട്ടി വിളിച്ചു. അവർ തമ്മിൽതമ്മിൽ നോക്കി നാണം കൂറി നിന്നു. അയാൾ കട്ടിലിൽ നിന്നെണീറ്റു ചെന്ന്, അവരെ ചേർത്തുപിടിച്ചു. മുടിയിൽനിന്ന് നല്ലെണ്ണയുടെ മണം ചുഴറ്റിവീശി.

സായ്പിന്റെ വെള്ളക്കുതിര തൊടിയിൽ യജമാനനെ കാത്തുനിന്നു.

പിറ്റേന്ന് കാലത്ത് നടപ്പുരയ്ക്കുള്ളിൽ നാലു കണ്ണുകൾ നിറഞ്ഞൊഴുകി.

"ഞങ്ങളുടെ നാടിനെക്കുറിച്ച് നിങ്ങൾക്ക് കേൾക്കണോ? എന്നാല് കേട്ടോളൂ."

സെൻട്രൽ ജയിലിലെ ഒരു ബ്ലോക്കിൽ ഏതാനും തടവുകാർ ഒരുമിച്ചുകൂടി ഇരിക്കുകയാണ്. അവരുടെ നടുവിലിരുന്നു കൈയും കലാശവും കാണിച്ച് സംസാരിക്കുന്നത് വണ്ണത്താൻ രാമനാണ്. അടുത്തു തന്നെ കോടിലോനുമുണ്ട്.

അവരിപ്പോൾ ജയിൽ അധികാരികൾക്കും തടവുകാർക്കും സുപരിചിതരായിക്കഴിഞ്ഞിരിക്കുന്നു. മതിലുകൾക്കുള്ളിൽ അവരുടെ ശബ്ദമുയർന്നു കേൾക്കുന്നു. അവർ അനീതിയെക്കുറിച്ചു പറയുകയാണ്.

മഴ കോരിച്ചൊരിയുന്ന ഒരു ദിവസം വണ്ണാത്തൻ രാമൻ വീണ്ടും ജയിലിൽനിന്ന് വിട്ടയക്കപ്പെട്ടു. വഴികളിൽ ചെളി കെട്ടിക്കിടന്നിരുന്നു. പുഴയായ പുഴയെല്ലാം കലങ്ങി ചുവന്നിരുന്നു. പെരുമഴ പെയ്തുകൊണ്ടിരിക്കുകയായിരുന്നു. മഴയിലൂടെ നടന്നുനീങ്ങുന്ന ഒരു ദീർഘകായൻ. ഉവ്വ്, അതയാൾതന്നെ.

പുഴകൾ കടന്നും കുന്നുകൾ കയറിയിറങ്ങിയും അയാൾ കുറ്റൂരിലെത്തിച്ചേർന്നു.

അപ്പോഴേക്കും കുന്നിൻചരിവുകൾ ഹരിതാഭമായിക്കഴിഞ്ഞിരുന്നു. വയലുകളിൽ നെല്ലോലകൾക്ക് കടും പച്ചനിറം കൈവന്നിരുന്നു. കൈത്തോടുകളും പുഴയും നിറഞ്ഞൊഴുകുകയായിരുന്നു. കൈയാലകളുടെ അരികുപറ്റി കൂണുകൾ പൊടിച്ചുനിന്നു. മഴത്തുമ്പികൾ പറന്നു നടന്നു. തവളകൾ നനഞ്ഞ മണ്ണിലൂടെ യാത്ര പുറപ്പെട്ടു. കൈത്തോടുകളിൽ കുട്ടികൾ പരൽമീനുകളോടൊപ്പം നീന്തിക്കളിച്ചു. മരക്കൊമ്പുകളിൽ കാക്കകൾ ചിറകുകൾ കുടഞ്ഞു.

ഏഴ്

കുറുമ്പ കണ്ണമ്പാടിയിലേക്കിറങ്ങുമ്പോഴാണ് മഞ്ചൽക്കാരുടെ മൂളൽ കേട്ടത്. അവൾ തിടുക്കത്തിൽ ഒരു പൊന്തയ്ക്കു പിന്നിൽ മറഞ്ഞു നിന്നു. ഇലപ്പടർപ്പിലൂടെ അവൾ കണ്ടു. മഞ്ചൽ പോവുകയാണ്.

മാരാൻകരയിൽ ആലിമമ്മതിന്റെ പീടികയിലുള്ളവരും കരിമ്പന്റെ

ഷാപ്പിലുണ്ടായിരുന്നവരും ഓച്ഛാനിച്ച് എഴുന്നേറ്റു നിന്നു. മഞ്ചൽ പോയിക്കഴിഞ്ഞപ്പോൾ അവർ വീണ്ടും സ്വസ്ഥാനങ്ങളിൽ ഇരിപ്പുറപ്പിച്ചു.

ഉച്ചാലമ്മയും തമ്പാനും ഉറ്റുനോക്കി. മഞ്ചൽ പോവുകയാണ്.

മരിച്ചുപോയ കാരോന്തന്റെ പെണ്ണ് മീനാക്ഷി കണ്ടു. മഞ്ചൽ പോവുകയാണ്.

അവളെന്തോ ഓർത്തു. പടിഞ്ഞാറ്, കുറ്റിക്കാടുകളിൽക്കിടയിൽ മണ്ണിനടിയിൽ കിടക്കുന്ന കാരോന്തനും ചിലത് ഓർമ്മിച്ചു. തന്റെ ദേഹത്തുനിന്ന് മാംസം മുഴുവൻ നുള്ളിപ്പറിച്ചെടുത്ത്, തന്നെ നാറുന്ന കുറച്ച് എല്ലുകളാക്കി മാറ്റിയത് അതാ, ആ നീങ്ങുന്ന മഞ്ചലിലുള്ളയാളാണ്. മൺതരികളിൽ വിറങ്ങലിച്ചുവീണ ആത്മാവ് വിതുമ്പുകയായി.

മഞ്ചൽ ചുമക്കുന്നവർ വിയർപ്പ് തുടയ്ക്കുകയും കിതയ്ക്കുകയും ചെയ്തു. ഇപ്പോൾ മഞ്ചലിലുള്ളത് കെട്ടിലമ്മയും രണ്ടു പെൺമക്കളുമാണ്. മഞ്ചൽ ചുമക്കുന്നവരുടെ ദേഹങ്ങൾ കുറേക്കൂടി തളർന്നിരിക്കുന്നു. അവരുടെ കണ്ണുകളിൽ വേദനയുണ്ട്. മഞ്ചലിലിരിക്കുന്നവർ മാറിക്കൊണ്ടിരിക്കുന്നു. പ്രയാണത്തിന്റെ മന്ദഗതി അവരെ അസ്വസ്ഥരാക്കുന്നു.

ഉച്ചാലമ്മ മുറ്റത്ത് കൂനിപ്പിടിച്ച് ഇരിക്കുകയാണ്. അവരുടെ പേരക്കിടാവ് തമ്പാൻ അടുത്തുതന്നെയുണ്ട്. കോടിലോനെ ഒരിക്കൽ പൊലീസുകാർ പിടിച്ചുകൊണ്ടുപോവുന്നത് മുത്തശ്ശിയോടൊപ്പം കണ്ടുനിന്ന അതേ കുട്ടി. അന്നവന് പല്ല് കിളിർത്തിരുന്നില്ല. ഇന്നവൻ ലക്ഷണമൊത്ത ഒരാൺകുട്ടിയായി മാറിയിരിക്കുന്നു. ചുരുണ്ടമുടി ഒരുവശത്തേക്ക് മാടിയൊതുക്കിയിട്ടുണ്ട്. നെറ്റിയിൽ ചാന്തുപൊട്ട്. ഒരു തോർത്തുമുണ്ടുടുത്തിട്ടുണ്ട്. കുസൃതിയുടെ സ്ഫടികത്തുണ്ടുകൾ കണ്ണുകളിൽ.

"മുത്തശ്ശ്യേ, ഇതെങ്ങോട്ടാ മഞ്ചലിങ്ങനെ പോയിക്കൊണ്ടിരിക്ക്ന്ന്?" തമ്പാൻ ചോദിച്ചു.

"കാനായിക്ക്" ഉച്ചാലമ്മ പറഞ്ഞു.

"എന്തിന്യാ?"

"ആട്ത്തെ ഒന്നാംമൂപ്പ് ചത്തുപോയി. ഈട്ന്ന് പോയ നായനാരാ ഇനിയാട ഒന്നാമൻ" ഉച്ചാലമ്മ പറഞ്ഞുകൊടുത്തു.

"ഈടേ്യാ?"

"ഈടത്തേക്ക് തലവിലത്തെ നായനാറ് വെരും."

തറവാട്ടുനിയമം അതാണ്. കുറ്റൂരിൽനിന്ന് കനായിലേക്ക്. പാണപ്പുഴയിൽനിന്ന് തലവിലേക്ക്. തലവിൽനിന്ന് കുറ്റൂരിലേക്ക്. കാനായിയാണ് ഭരണത്തിന്റെ സിരാകേന്ദ്രം. കാനായിയിലെ ചിറ്റാരിയുടെ മൂപ്പായ നായനാരാണ് എല്ലാറ്റിന്റെയും തലവൻ. മറ്റുള്ള മഠങ്ങളിലെയും ചിറ്റാരികളിലെയും മൂപ്പന്മാർക്ക് അധികാരപരിധികൾ നിർണ്ണയിച്ചുകൊടുത്തിട്ടുണ്ട്. ഏഴാനകളുടെ ചെലവും ക്ഷേത്രത്തിലെ ഉത്സവങ്ങളുടെ ചെലവും കാനായി മൂപ്പനാണ് വഹിക്കുക. കുറ്റൂർ മഠത്തിലേക്ക് ഇരുപത്തയ്യായിരം സേർ നെല്ല് ചെലവിനു കിട്ടുന്നു. ഇങ്ങനെ ഒരു ചങ്ങല കൊണ്ടെന്ന

പോലെ നാലുദേശങ്ങൾ അഭേദ്യമായി ബന്ധിപ്പിക്കപ്പെട്ടിരിക്കുന്നു. എണ്ണ മറ്റ തലമുറകളും- ഋതുക്കളുമൊക്കെ. തലമുറകൾ മാറിമാറി വരുന്നു. അധികാരം സ്ഥായിയായി നിലനില്ക്കുന്നു. അതിനുമാത്രം മാറ്റമില്ല.

ഇതൊന്നും പൂർണ്ണമായി ഗ്രഹിക്കാനുള്ള കഴിവ് ഉച്ചാലമ്മയുടെ പേര ക്കിടാവിന് ഇപ്പോഴില്ല. പക്ഷേ, അവ്യക്തമായ എന്തെല്ലാമോ അവന്റെ മനസ്സിലുണ്ട്. കുറേ നിഴലുകൾ, കുറേ രൂപങ്ങൾ, കുറേ സംശയങ്ങൾ, അവൻ മുത്തശ്ശിയോട് ചേർന്നുനിന്ന് വഴിയിലേക്ക് ഉറ്റുനോക്കി. മറ്റൊരു മഞ്ചൽ വരികയാണ്.

"അത് പുതിയ മൂപ്പ് കുഞ്ഞിരാമൻ നായനാരാ. നോക്കിക്കണ്ടോ." ഉച്ചാലമ്മ പറഞ്ഞു.

കൊമ്പൻമീശയും ക്രൂരതയുടെ തിളക്കവുമുള്ള ഒരു മുഖം അവൻ കണ്ടു.

മരിച്ചുപോയ കാരോന്തന്റെ പെണ്ണ് മീനാക്ഷി വാതിൽപ്പാളികൾക്ക് പിന്നിൽ പതുങ്ങി നിന്നു. മറ്റൊരു തമ്പുരാൻ വരികയാണ്.

അവളെന്തോ പേടിച്ചു. പടിഞ്ഞാറ്, കുറ്റിക്കാടുകളിൽക്കിടയിൽ നനഞ്ഞ മണ്ണിനടിയിൽ കിടക്കുകയായിരുന്ന കാരോന്തനും ഭയപ്പെട്ടു.

മഞ്ചൽക്കാർ നീട്ടിനീട്ടി മൂളിക്കൊണ്ടിരുന്നു.

മാരാൻ കരയിലുള്ളവർ ഭവ്യത പ്രകടിപ്പിച്ചുകൊണ്ട് നിന്നു. ഗജവിഗ്ര ഹകനായ കുഞ്ഞിരാമൻ നായനാർ മീശതിരുമ്മിക്കൊണ്ട് പുറത്തേക്ക് നോക്കി. അയാൾ കള്ളുനിറച്ച ഒരു തൊണ്ട് കൈയിൽ പിടിച്ച് വണ്ണ ത്താൻ രാമൻ ഷാപ്പിന്റെ മുറ്റത്തേക്കിറങ്ങി. രാമന്റെ മുഖത്ത് വെറുപ്പും പുച്ഛവും തുടിച്ചു. അയാൾ മഞ്ചലിനുള്ളിലേക്ക് രോഷത്തോടെ നോക്കി. അയാളുടെയും നായനാരുടെയും കണ്ണുകൾ മൂർച്ചയുള്ള ഖഡ്ഗങ്ങളെ പ്പോലെ ഏറ്റുമുട്ടി.

* * * * * *

"ഈ തറവാടിനെ പലവട്ടം അപമാനിച്ച അവനെ ഞാൻ വെറുതെ വിടില്ല." കുഞ്ഞിരാമൻ നായനാർ പൂമുഖത്തൂടെ കൈകൾ പിറകിൽ കെട്ടി, കൂട്ടിലകപ്പെട്ട ഒരു വന്യമൃഗത്തെപ്പോലെ തെക്കുവടക്കു നടന്നു.

"ആര്ടെ കാര്യാ നീയിപ്പറയ്ന്ന്?" കുഞ്ഞാക്കമ്മ മകനോട് ചോദിച്ചു.

"ആ വണ്ണത്താൻ രാമന്റെ."

"വെറ്തെ വഴക്കിനും വയ്യാവേലിക്കും പോകണ്ടാന്നാ ഞാൻ പറ യുന്നത്.

"അമ്മ അപ്പുറത്തേക്കു പൊയ്ക്കോളൂ. എന്താണ് ചെയ്യേണ്ടതെന്ന് എനിക്കറിയാം."

കാര്യസ്ഥന്മാർ ചിത്രത്തൂണുകൾക്കരികിലായി നിലയുറപ്പിച്ചിട്ടുണ്ട്. പുതിയ മൂപ്പ് കൃഷ്ണൻനായനാരേക്കാൾ പ്രതാപിയാണെന്ന് അവർ സന്തോഷപൂർവ്വം മനസ്സിലാക്കി.

"ഓനെ ഒര് പാഠം പഠിപ്പിക്കണം." അവറോന്നൻ ചന്തുനമ്പ്യാർ പറഞ്ഞു.

"അതെ, ഇനിയൊര് തോന്ന്യാസോം കാണിക്കറ്." ബോർഡ് സ്കൂളിലെ കേളുമാസ്റ്റർ പറഞ്ഞു.

മറ്റുള്ളവർ തലകുലുക്കി.

"പാണപ്പുഴയിൽനിന്ന് ആളെ കൊണ്ടുവന്ന് തല്ലിച്ചാലോ?" കോരൻ നമ്പ്യാർ ചോദിച്ചു.

നായനാർ ചൊടിച്ചു:

"അതെന്തിനാ? ആണ്ങ്ങള് ഇവിടെ ഇല്ല്യേ."

"ഇല്ലേന്ന് ചോദിച്ചാല്, ഉണ്ട്. എന്നാല് ഓനോട് അട്ക്കാൻ ധൈര്യംള്ള എത്ര എണ്ണം ഉണ്ടെന്ന് ചോദിച്ചാല് ആരും കാണില്ല." രാമൻനായർ പറഞ്ഞു.

"ഫ!" നായനാർ ശക്തിയായി ഒരാട്ടുവെച്ചുകൊടുത്തു. "അവനെ നേരിടാൻ എന്റെ ഒരു കൈ മതി."

കൈകളിലെ പേശികൾ ത്രസിച്ചു.

"പോരാഞ്ഞിട്ടാണോന്ന് ചോദിച്ചാല് അല്ല. പക്ഷേ, അത് വേണോന്ന് ചോദിച്ചാല്.."

"ഏത്?" നായനാർ രാമൻനായരെ തീക്ഷ്ണമായി നോക്കി.

"നായനാര് നേരിട്ട് ഓന്റടുത്ത് പോന്ന്ത്." അയാൾ ക്ഷമാപണത്തിന്റെ മട്ടിൽ പറഞ്ഞൊഴിഞ്ഞു.

ഇത്തരുണത്തിൽ അവറോന്നൻ ഇടപെട്ടു.

"ഞാൻ പറയുന്നത് അങ്ങ് സമ്മതിക്ക്വാ. പാണപ്പൊഴേന്ന് ആള്വളെ കൊണ്ട്വെരവ്വാ നല്ലത്. ഒക്കെ ഞാൻ തന്നെ പോയി ഏർപ്പാടാക്കിക്കൊള്ളാം എന്താ?"

"എന്നാലങ്ങനെ" നായനാർ സമ്മതിച്ചു.

അന്നുതന്നെ അവറോന്നൻ പാണപ്പുഴയ്ക്ക് പോയി.

* * * *

പുത്തരി ദിവസമായിരുന്നു. രാമൻ എണ്ണ തേച്ച് പാറക്കടവിലേക്ക് കുളിക്കാൻ വരികയായിരുന്നു. പുഴയുടെ തീരങ്ങൾ കാടുപിടിച്ച് കിടക്കുകയായിരുന്നു. പെട്ടെന്ന് പരിചയമില്ലാത്ത ഒരാൾ മുന്നിലെത്തി.

"കുറുപ്പച്ചൻ കുളിക്കാൻ പോവ്വോ?" അവൻ തെല്ല് പരിഹാസസ്വരത്തിൽ ചോദിച്ചു.

"അല്ല നിന്റമ്മക്ക് പൊടവ കൊട്ക്കാൻ."

"നെലവിട്ട് വർത്തമാനം പറയേണ്ട."

"നീ പോടാ." രാമൻ മുന്നോട്ടു നടന്നു. "അങ്ങനെ അങ്ങ് പോയാലോ." അവൻ വഴിയിലേക്ക് കയറി നിന്നു.

രാമൻ അവനെ അടിമുടി നോക്കി.

"നീ നിന്റെ ചോറ്റിന്റെ പണിയെട്ത്തോള്വാ. എന്റട്ത്ത് കളിക്കണ്ട കളി."

അത്രയുമായപ്പോൾ, ഓടക്കാടുകളുടെ മറവിൽ പതുങ്ങിനിന്നിരുന്ന അഞ്ചുപത്തുപേർ പാഞ്ഞുവന്നു. രാമന് കാര്യം മനസ്സിലായി. അവരുടെ

നേരെ തിരിഞ്ഞു പറഞ്ഞു:

"പുത്തരി ഉണ്ണണംന്ന് മനസ്സില്ണ്ടെങ്കില് ഒര്ത്തനും എന്റട്ത്ത് വരണ്ട."

അവർ രാമനെ നാലുപാടുനിന്ന് വളഞ്ഞു.

"നിങ്ങക്കിത് വേണ്ടാത്തതാ." രാമൻ ഒരിക്കൽക്കൂടി അവരെ ബോദ്ധ്യപ്പെടുത്താൻ ശ്രമിച്ചു. പക്ഷേ, അവർ ചെവികൊണ്ടിട്ടു വേണ്ടേ? അവർ രാമനോടടുത്തു. അയാൾ എളിയിൽ തിരുകിയിരുന്ന അരക്കാൽ ഉറുപ്പികയുടെ നാണയമെടുത്ത് വായിലിട്ടു. അരയിൽനിന്ന് കത്തി വലിച്ചൂരിയെടുത്തു. ഒരുത്തന്റെ നെഞ്ചിലത് കുത്തിയിറക്കി.അവൻ ചോര ചീറ്റിക്കൊണ്ട് ഒരു നിലവിളിയോടെ മറിഞ്ഞുവീണു. രാമൻ പിന്നെ വട്ടം ചുറ്റി കൈവീശി അടിച്ചുതുടങ്ങി. രണ്ടുകൈയും ചേർത്ത് ഒരുത്തന്റെ ചങ്കിൽ ആഞ്ഞടിച്ചു. അവൻ നൊന്തലറി നിലംപതിച്ചു. മറ്റുള്ളവർ വടികൊണ്ടും കൈകൾകൊണ്ടും രാമനെ തല്ലി. അവരിലൊരാളുടെ വടി പിടിച്ചുപറ്റി രാമൻ ഊറ്റമായി വീശിയപ്പോൾ അവർക്ക് അടുക്കാൻ നിവൃത്തിയില്ലാതായി. പലർക്കും നല്ലപോലെ കിട്ടി. ഒരുത്തന്റെ തല മുറിഞ്ഞ് ചോരയൊഴുകി. കുത്തേറ്റവൻ ചോരയിൽകിടന്ന് മരണവേദനയോടെ പുളഞ്ഞു. മറ്റൊരുത്തൻ നടുവിന് തല്ലുകിട്ടിയ ചേരയെപ്പോലെ പാറപ്പുറത്ത് വീണു പിടഞ്ഞു. രണ്ടുപേരെ രാമനു പിടികിട്ടി. മറ്റുള്ളവർ ഭയന്ന് മാറിക്കളഞ്ഞു.

രണ്ടുപേരും നാട്ടുനടപ്പനുസരിച്ച് കുടുമ നീട്ടിവളർത്തിയിരുന്നു. ആ കുടുമകളിലാണ് രാമൻ പിടിച്ചത്. "രണ്ടിനേം ഞാൻ മുന്നായം കുണ്ടില് മുക്കും." രാമൻ അലറി. രണ്ടെണ്ണവും കുതറിമാറാൻ ആവതും ശ്രമിച്ചു. രണ്ടെണ്ണത്തിനെയും പിടിച്ചുകൊണ്ട് രാമൻ മുന്നായം കുണ്ടിലേക്കു നടക്കുകയായിരുന്നു. പുഴയിലെ ഏറ്റവും ആഴമുള്ള ഭാഗമാണ് "മുന്നായം കുണ്ട്." അവിടേക്ക് നീങ്ങുമ്പോൾ രാമന്റെ കാലുകൾ ചെളിയുള്ള ഒരു കുഴിയിൽ താണുപോയി. ആ തക്കംനോക്കി രണ്ടുപേരും കുതറി. ഭയന്ന് മാറിക്കളഞ്ഞിരുന്നവർ ഇതുതന്നെ നേരമെന്നു കരുതി ആഞ്ഞടുത്തു. അവരിലൊരാൾ വഴിയിൽനിന്ന് ഒരു കയർ നീട്ടിയെറിഞ്ഞു. അതിന്റെ കുരുക്ക് രാമന്റെ കഴുത്തിൽ ചെന്നുവീണു. പിന്നിൽനിന്ന് പിടിച്ചുവലിച്ചപ്പോൾ രാമന് നിലയുറച്ചില്ല. കയർ ഊരിക്കളയാൻ കഴിഞ്ഞെങ്കിലും എഴുന്നേല്ക്കാൻ സഹായം കിട്ടിയില്ല. ഓടിയടുത്തവരുടെ കൈകളിൽ കാരമുള്ളിന്റെ വടികളുണ്ടായിരുന്നു. മുള്ളുകൾ എഴുന്നു നിന്നു. അവർക്കു പിടിക്കേണ്ടടത്തുമാത്രം മുള്ളുചെത്തിക്കളഞ്ഞിരുന്നു. മുൾവടികൊണ്ട് അവർ രാമനെ ഇടംവലം നോക്കാതെ തല്ലി. രാമന്റെ ദേഹത്ത് മുള്ളുകൾ തറച്ചുകയറി. അയാൾക്ക് ഒന്നും ചെയ്യാൻ പറ്റിയില്ല. അവർ നാലുപാടുനിന്നും തുടരെ തല്ലുകയാണ്. അതിന്നിടയിൽ തന്നോടടുത്ത ഒരുത്തനെ കടന്നുപിടിച്ച് രാമൻ അവന്റെ ചൂണ്ടുവിരൽ കടിച്ചുതുപ്പി. അവൻ ഒരലർച്ചയോടെ ഇരുന്നു. ഒടുവിൽ തല്ലുകൊണ്ട് രാമൻ തളർന്നപ്പോൾ അവർ കയറെടുത്ത് വരിഞ്ഞുകെട്ടി. കാരമുള്ളുകൾ പിന്നെയും ദേഹത്ത് തുളച്ചിറങ്ങിക്കൊണ്ടിരിക്കുമ്പോൾ അയാൾ കരയുകയോ നിലവിളിക്കു

കയോ ചെയ്തില്ല.

അവറോന്നൻ ആ നേരത്ത് സംഭവസ്ഥലത്തെത്തി. ദേഹം നിറയെ മുള്ളുതറച്ച്, ചോരയൊഴുക്കിത്തളർന്നുകിടക്കുന്ന രാമനെ പുറം കാൽകൊണ്ട് തട്ടി.

"നിന്റെ മദം അടങ്ങ്യോടാ?"

ദഹിപ്പിക്കുന്ന ഒരു നോട്ടം, മറുപടി.

അവറോന്നൻ ചുറ്റിലും നോക്കി.

പാണപ്പുഴക്കാരിൽ ഒരുത്തനായ അമ്പു ഇതിനകം പിടഞ്ഞ് നിശ്ച ലനായിക്കഴിഞ്ഞിരുന്നു. അവറോന്നൻ കുനിഞ്ഞ് അവന്റെ കൈപിടിച്ച് നാഡിമിടിപ്പ് ശ്രദ്ധിച്ചു.

"ചത്തു." അങ്ങനെ പറഞ്ഞുകൊണ്ട് അയാൾ നിവർന്നു.

"ഇവനേം കൊന്നേക്കാം." കൊളമ്പക്കാരൻ ചന്തൻ പറഞ്ഞു.

അവറോന്നൻ ആലോചിച്ചു.

"വേണ്ട. ഇവനെ നമ്മള് കൊല്ലണ്ട. സർക്കാർ തൂക്കിക്കൊന്നോളും. അതാ നല്ലത്."

പൊലീസിലേക്ക് അപ്പോൾത്തന്നെ ആളെ വിട്ടു.

സന്ധ്യയായപ്പോഴാണ് പൊലീസ് വന്നത്.

യാത്ര തുടങ്ങുന്നതിനുമുമ്പ് രാമൻ, അവിടേക്കു വന്ന നായനാരുടെ മുഖത്ത് നോക്കി തുപ്പിയപ്പോൾ വായിൽനിന്ന് അരക്കാൽ ഉറുപ്പികയുടെ നാണയം തെറിച്ചുവീണു.

രാമന്റെ സഹനശക്തിയുടെ തെളിവായി ആ നാണയം തിളങ്ങി.

രാത്രി പൊലീസുകാർ രാമനെയുംകൊണ്ട് നടന്നു. രാമന്റെ കൈകൾ പിറകിൽ ബലമായി കെട്ടിയിരുന്നു. മുന്നിലും പിന്നിലും മഠത്തിലെ നാലഞ്ച് പണിക്കാർ ചൂട്ടുവീശിക്കൊണ്ട് നടന്നു. ഇരുട്ടിലൂടെ ആ യാത്ര നീങ്ങി.

* * * * * *

ജയിലിൽവെച്ച് കോടിലോൻ കാണുമ്പോൾ രാമന്റെ ദേഹമാസകലം നീരുവെച്ചിരുന്നു. പരിക്കുകളുണ്ടായിരുന്നു. മുള്ളുകൾ തറച്ചുകയറിയ മുറിവുകൾ പഴുത്തിരുന്നു. രാമൻ വേദന കടിച്ചമർത്തിക്കൊണ്ട് കൂട്ടു കാരനോട് പറഞ്ഞു:

"എന്നെ അവര് ഇങ്ങ്ന്യൊക്കെ ചെയ്തൂടോ. ജെയില് വിട്ടാ നീ കർതിവേണം നടക്കാൻ."

കോടിലോന്റെ മുഖത്ത് വിയർപ്പ് പൊടിഞ്ഞു.

ജയിൽ ഡോക്ടർ വന്ന് രാമന്റെ ദേഹത്തുനിന്ന് മുപ്പതോളം മുള്ളു കൾ നീക്കം ചെയ്തു. രാമൻ ചോദിച്ചു.

"എത്രയായി."

ഡോക്ടർ സ്തബ്ധനായി രാമനെ നോക്കിനിന്നു. മറ്റാരെങ്കിലുമാ യിരുന്നെങ്കിൽ നിലവിളിച്ച് ബഹളം കൂട്ടുമായിരുന്നു. ഇയാളിത് എങ്ങ നെയാണ് സഹിക്കുന്നത്. മനുഷ്യൻ എന്തൊരത്ഭുതമാണ്! അവനെ അതി

ശയിക്കാൻ ഭൂമിയിലെന്തുണ്ട്! അയാൾ ഒരുനിമിഷത്തേക്ക് പതറിപ്പോയി. പിന്നീട് മനസ്സിനെ നിയന്ത്രിച്ചു നിർത്തി അന്വേഷണത്തിൽ വീണ്ടും മുഴുകി. മുള്ള്, മുള്ള്...

രാമന്റെ പേരിൽ കൊലക്കേസ് ചാർജ് ചെയ്തിരുന്നു. ജഡ്ജിയുടെ പേനത്തുമ്പ് ജീവപര്യന്തം തടവുശിക്ഷ രേഖപ്പെടുത്താനുള്ള മുഹൂർത്തത്തെ കാത്തുകഴിയുന്നു. ദീർഘകാലത്തേക്ക് ഒരതിഥിയെ പാർപ്പിക്കാൻ ജയിൽമുറി ഒരുങ്ങി നില്ക്കുന്നു.

മുഴുവൻ മുള്ളുകളും ജയിലിനകത്തുവെച്ച് നീക്കം ചെയ്യാൻ കഴിഞ്ഞില്ല. നായനാർ പ്രേരിപ്പിച്ച് രാമനെ പുറത്തുള്ള ആശുപത്രിയിലേക്ക് മാറ്റി. ഓപ്പറേഷൻ വേണമെന്ന് അവിടത്തെ ഡോക്ടർ പറഞ്ഞു. നായനാരുടെ പക ശമിച്ചില്ല. അയാൾ ഡോക്ടർക്ക് പണം കൊടുത്ത്, രാമന്റെ വലത്തെ കാലിലെ ഞരമ്പുകൾ മുറിച്ചുമാറ്റിച്ചു. രാമൻ അങ്ങനെ എന്നെന്നേക്കുമായി മുടന്തനായിത്തീർന്നു.

തന്നെ ചതിച്ചുവെന്ന് മനസ്സിലായപ്പോൾ രാമൻ സംഹാരരുദ്രനായി മാറി. ജയിലധികൃതർ അയാളെ ഒറ്റയ്ക്കൊരു സെല്ലിൽ അടച്ചിട്ടു. അതിനകത്തു നിന്ന് രാമൻ അലറി വിളിക്കുന്നത് കോടിലോൻ നിറകണ്ണുകളോടെ കേട്ടുനിന്നു. രാമനെ കാണാൻ ആരെയും അനുവദിച്ചില്ല. മൂന്നുനാൾ കഴിഞ്ഞപ്പോൾ രാമന്റെ ശബ്ദം ക്ഷീണിച്ചു. കണ്ണുനീര് അണപൊട്ടിയൊഴുകി. പരുപരുത്ത തറയിൽ വീണുകിടന്ന് അയാൾ പൊട്ടിക്കരഞ്ഞു. പുറത്തു കാവൽ നില്ക്കുന്ന വാർഡൻ അത് കാണാനാവാതെ മുഖംതിരിച്ചുകളഞ്ഞു. അയാൾക്കും കണ്ണുനിറഞ്ഞിരുന്നു.

എട്ട്

“അമ്മാമൻ വരുന്നുണ്ട്” കണ്ണൻ അമ്മയെ വിളിച്ചു പറഞ്ഞു.

പാട്ടിയമ്മ ഇറയത്തേക്ക് വന്നത് കരഞ്ഞുംകൊണ്ടാണ്.

കോടിലോൻ പെങ്ങളുടെ നേർക്ക് മുഖമുയർത്തി.

പാട്ടിയമ്മ പുടവയുടെ കോന്തലയെടുത്ത് കണ്ണുതുടച്ചു.

കോടിലോന്റെ മുഖത്ത് താടിയും മീശയും വളർന്നിരുന്നു.

മനസ്സിൽ സങ്കടങ്ങൾ വിങ്ങി.

പാട്ടിയമ്മ ഒന്നും ചോദിച്ചില്ല. അകത്തേയ്ക്കുപോയി. കിണ്ണത്തിൽ കഞ്ഞി വിളമ്പി.

കോടിലോൻ കഞ്ഞി കുടിക്കാനിരുന്നു. ഒരു പിടി വാരിയപ്പോൾതന്നെ വേണ്ടെന്നുതോന്നി.

പാട്ടിയമ്മ പറഞ്ഞു

“കുടിക്ക്, നല്ല ക്ഷീണംണ്ട് മുഖത്ത്.”

കോടിലോൻ ഒന്നും പറയാതെ കഞ്ഞികുടിച്ചു.

പിന്നെ ഇറയത്ത് മലർന്നുകിടന്ന് പറഞ്ഞു:

"അവര് ആശ്വത്രീല് കൊണ്ടുപോയിറ്റ് രാമന്റെ ഞരമ്പ് മുറിച്ചുകളഞ്ഞ് മൊടന്തനാക്കി."

ആ വിവരം, പാട്ടിയമ്മയ്ക്കുമാത്രമല്ല, കുറ്റൂരിലെ മിക്കവർക്കും നടുക്കം പകരുന്നതായിരുന്നു. കൂരകൾക്കുള്ളിൽനിന്ന് ചുഴികൾപോലെ തേങ്ങലുകളുയർന്നു.

ഉച്ചാലമ്മ കരയുന്നതു കണ്ടപ്പോൾ തമ്പാൻ ചോദിച്ചു.

"എന്തിന്യാ മുത്തശ്ശ്യേ കരയ്ന്നത്?"

അവർ തമ്പാനെ ചേർത്തുപിടിച്ചു.

"നമ്മടെ കുറുപ്പച്ചനെ മൊടന്തനാക്കീലെ അപ്യാ."* ഉച്ചാലമ്മ ഏങ്ങലടിച്ചു. അതുകണ്ട് അവന്റെയും മനസ്സലിഞ്ഞു.

കൂവപ്പക്കുന്നിന്റെ ചോട്ടിലിരുന്ന് ചീരൂട്ടി കണ്ണീർ വാർത്തു.

കണ്ണമ്പാടിയിലൂടെ കണ്ണുനീരൊഴുകി.

ആകാശച്ചെരുവുകളിൽ ദുഃഖച്ഛവി കലർന്നു. മരങ്ങൾ വിറങ്ങലിച്ചുനിന്നു. കാറ്റുപോലും വീർപ്പടക്കിപ്പിടിച്ചു.

പാറക്കടവിലേക്ക് നോക്കിനിന്ന് കൊല്ലത്തി ചീയേയി തേങ്ങി. മുന്നായം കുണ്ടിൽ കണ്ണുകൾ ഉടക്കി. അതിന്റെ ആഴത്തിൽനിന്ന് ഒരു കാറ്റ് വീശിപ്പടരുന്നമാതിരി തോന്നി.

*   *   *   *   *

നെല്ല്യാട്ട് വയലിൽ പുഞ്ചവിതയ്ക്കുകയാണ്. കോടിലോനും മരുമകൻ കണ്ണനും ചേർന്നാണ് വയൽ പൂട്ടുന്നത്. പോത്തുകൾ ചെളിക്കണ്ടത്തിലൂടെ നടന്നുനീങ്ങി. ചെന്നെല്ലിന്റെ വിത്തുകൾ മണ്ണിൽ പുതഞ്ഞു. കാക്കകൾ താണു പറന്നു. തോട്ടിറമ്പിലെ കാട്ടെരിക്കുകൾ വൃശ്ചികക്കാറ്റിൽ ഉലഞ്ഞു.

തോടുകടന്ന് കാരള കോരൻ വയലിലേക്ക് നടന്നു. കോടിലോൻ പൂട്ടിക്കൊണ്ടിരിക്കുന്ന പാടത്തിന്റെ വരമ്പത്തു കയറിനിന്ന് കോരൻ ചോദിച്ചു:

"നിങ്ങളോടാരാ ഇത് പൂട്ടാൻ പറഞ്ഞത്?"

കോടിലോൻ പോത്തുകളെ പിടിച്ചു നിർത്തി. കണ്ണന്റെ പോത്തുകളും നിന്നു.

"എന്താടാ പറഞ്ഞത്?" കോടിലോൻ ചോദിച്ചു.

"ഇത് നായനാര് എന്റെ പേരില് എഴുതിത്തന്നതാ. നിങ്ങക്ക് ഇതില് അവകാശമില്ല."

അതിന്നു മറുപടിയായി കോടിലോൻ മുടിങ്കോൽ നീട്ടിപ്പിടിച്ചുകൊണ്ട് കോരന്റെ നേർക്കോടി. കോരൻ അവിടെ നിന്നില്ല. പറ്റുന്നത്ര വേഗത്തിൽ ചലിച്ച് മഠത്തിലെത്തി. നായനാരെ വിവരം ധരിപ്പിച്ചു.

നായനാർ പറഞ്ഞു:

"അഞ്ചാറ് വാലിയക്കാരേം കൂട്ടി നീ പോയി മേൽവിത്തിട്."

നായനാർ പറഞ്ഞപ്രകാരം കോരൻ ആളുകളെ വിളിച്ചുചേർത്തു.

* അപ്യ - അവർ

കാനത്തുമ്പൊയില് ശങ്കരൻ, തോട്ടത്തില് കുഞ്ഞപ്പു, ഉറുവാടന്റെ രാമൻ, കുവ കൊട്ടൻ - ഇവർക്കു പുറമെ പാടത്തുനിന്ന് കരിമ്പൻ പുലയനെയും വെള്ളിപ്പുലയനെയും ഒപ്പം കൂട്ടി. കാര്യസ്ഥന്മാരായ പുല്ലായിക്കൊടി കോരൻ നമ്പ്യാരും പനയന്തട്ട രാമൻ നായരും അവരോടുകൂടെ ചേർന്നു. അഞ്ചേർകാലികളെയും തെളിച്ചുകൊണ്ടായിരുന്നു പോക്ക്.

കാര്യങ്ങൾ നേരിൽ കണ്ടറിയാൻ ഒന്നാം കാര്യസ്ഥനായ അവരോന്നനും നെല്ല്യാട്ട് വയലിലേക്കു നടന്നു.

നായനാർ പടിപ്പുരയിലിരുന്നു.

* * * * *

കാലികളും ആൾക്കാരും വരുന്നത് കണ്ണനാണ് ആദ്യം കാണാനിടയായത്.

"അതാ, വെര്ന്ന്" അവൻ പകച്ച് പറഞ്ഞു.

കോടിലോൻ അങ്ങോട്ടു നോക്കി.

"എരുതുകളെ കെട്ട്ടാ" കോരൻ പുലയരോടു പറഞ്ഞു.

അവർ എരുതുകളെ നേരെ നിർത്തി നുകംവെച്ച് ഞേങ്ങോലു കെട്ടുകയായി.

കോരൻ വിത്തുകുട്ടയുമായി വയലിൽ മേൽവിത്തു കൂട്ടാനിറങ്ങി.

കോടിലോൻ ഒരു കൊടുങ്കാറ്റുപോലെ ചീറിക്കൊണ്ട് കോരന്റെ നേർക്ക് കുതിച്ചു. വിത്തുകുടയോടൊപ്പം കോരൻ കണ്ടത്തിൽ മലർന്നടിച്ചു വീണു.

തോട്ടുവക്കിൽനിന്ന്, കൈതകളുടെയും കാട്ടെരുക്കുകളുടെയും മറവിൽനിന്ന് കാലികൾ വയലുകളിൽ ചാടിയിറങ്ങി. അവയുടെ പിന്നാലെ ഉറുവാടന്റെ രാമനും മറ്റുള്ളവരും ഓടി. കാലികൾ നിയന്ത്രണമില്ലാതെ വയലുകളിലൂടെ പായുന്നതും കുറേ മനുഷ്യരൂപങ്ങൾ തന്റെ നേർക്ക് ഓടിയടുക്കുന്നതും കോടിലോൻ കണ്ടു

* * * * * *

അമ്മാമന്റെ നേർക്ക് ആളുകൾ പാഞ്ഞടുക്കുന്നതു കണ്ട് കണ്ണൻ നിലവിളിക്കാൻ പോലും മറന്നു. അവന്റെ കണ്ണുകളിൽ ഭീതിയുടെ പായൽ നിറഞ്ഞു. അവൻ അറിയാതെ ഞെങ്ങോലിൽനിന്ന് പിടിവിട്ടു. എന്നിട്ടും പോത്തുകൾ അനങ്ങിയില്ല. വയലുകളിലങ്ങിങ്ങ് ചിറകൊതുക്കിച്ചികഞ്ഞു നടന്ന കൊക്കുകളും കാക്കകളും ഉറക്കെ കരഞ്ഞുകൊണ്ട് പറന്നു പൊങ്ങി. കാട്ടെരിക്കുകൾ കാറ്റിൽ വിറച്ചുലഞ്ഞു. കോടിലോന്റെ അടിയേറ്റ് രണ്ടുപേർ ചെളിയിൽ വീണു ഞരങ്ങി. കാലുയർത്തിയും കൈകൾ വീശിയും അയാൾ മറ്റുള്ളവരോട് എതിരിട്ടു. അവരിൽ ചിലർ അടിതെറ്റി ചെളി വയലിൽ പിടഞ്ഞു വീഴുകയും എഴുന്നേറ്റ് വീണ്ടും ആക്രമണം തുടരുകയും ചെയ്തു. ഒരാൾ പിന്നിൽനിന്ന് കോടിലോന്റെ ചുമലിൽ കുത്തി.

അവർ അമ്മാവനെ പൊതിഞ്ഞുനിന്ന്, കൈചുരുട്ടിയിടിക്കുന്നതു കണ്ട് കണ്ണൻ, വിറയ്ക്കുന്ന ഒച്ചയിൽ നിലവിളിച്ചു.

"അയ്യോ അമ്മാവനെ കൊല്ലുന്നേ." അവൻ അവരുടെ നേർക്കോടി.

ഒരാൾ അവനെ വയറ്റത്ത് തൊഴിച്ച് വീഴ്ത്തി. അവൻ ചാടിയെണീറ്റ് പിന്നെയും അവരുടെ ഇടയിലേക്കു പാഞ്ഞു. ആരോ അവനെ വീണ്ടും പിടിച്ചുതള്ളി. വീണുകിടക്കുമ്പോൾ അവൻ കണ്ടു. അമ്മാവൻ അവരുടെ നടുവിൽ കാലുതളർന്ന് മുഖംകുത്തി വീഴുകയാണ്.

"അമ്മാവനെ കൊല്ലല്ലേ." എന്ന് കരഞ്ഞുകൊണ്ട് അവൻ പിടഞ്ഞെണീറ്റു.

ഒരാൾ ഒരു തോർത്തുകൊണ്ട് കോടിലോന്റെ കൈകൾ ചേർത്തു കെട്ടുമ്പോൾ മാളത്തിൽ കണ്ണൻ ദൂരെനിന്ന് ഓടിവന്നു. അയാളുടെ കൈയിലൊരു ചെറിയ കത്തിയുണ്ടായിരുന്നു. കോടിലോൻ അയാളെ തിരിച്ചറിഞ്ഞ് ഞരങ്ങുംപോലെ വിളിച്ചു.

"കണ്ണാ, ഓടിവാ."

നാലുപേർ കണ്ണന്റെ നേർത്ത് തിരിഞ്ഞുനിന്നു. കോരൻനമ്പ്യാർ പറഞ്ഞു:

"ജീവനും കൊണ്ട് തിരിച്ചുപോണംന്നുണ്ടെങ്കില് ഓടിക്കോ."

അവിടെനിന്ന് ഒന്നും ചെയ്യാൻ കഴിയില്ലെന്ന് കണ്ണന് ക്ഷണത്തിൽ ബോദ്ധ്യമായി. നെഞ്ചിടിപ്പേറി. എന്താണ് ചെയ്യുകയെന്ന് ഒരു നിമിഷം ആലോചിച്ചു. പിന്നെ, പതിനഞ്ചു നാഴിക അകലെയുള്ള പൊലീസ് സ്റ്റേഷൻ ലക്ഷ്യമാക്കി. അതിവേഗത്തിൽ ഓടി.

വയലുകളും വടക്കും തെക്കും കരകളിലുള്ള വീടുകളിൽനിന്ന് ആരെല്ലാമോ നോക്കുന്നുണ്ടായിരുന്നു. ആരും അവിടേക്ക് അടുക്കാൻ ധൈര്യപ്പെട്ടില്ല.

രണ്ടുപേർ ചേർന്ന് കോടിലോനെ വലിച്ചിഴച്ചു.

"പാതാറിന്റെ കല്ലിങ്ങെടുത്തുകൊണ്ട് വാടാ." രാമൻനായർ പുലയരോട് പറഞ്ഞു.

കരിമ്പനും വെള്ളിപ്പുലയനും ഓടിപ്പോയി. പാതാറിന്റെ കല്ലുകൾ ഇളക്കിയെടുത്തുകൊണ്ടുവന്നു.

കൊട്ടൻ കോടിലോന്റെ തലപിടിച്ച് സർവ്വേക്കല്ലിൽ വെച്ചുകോരനും ഉർവാടന്റെ രാമനും ഓരോ കല്ലെടുത്ത് കോടിലോന്റെ മുഖത്തിനു നേരെ ഉയർത്തിപ്പിടിച്ചു.

കലക്കവെള്ളം പരന്ന കണ്ണുകൾകൊണ്ട് കോടിലോൻ അവ്യക്തമായി കണ്ടു: രണ്ടു കല്ലുകൾ.

കൃഷ്ണമണികൾ സ്ഫടികംപോലെ തിളങ്ങി.

ഒരു കല്ല് മൂക്കിനുമീതെ ആഞ്ഞമർന്നു. കോരൻ അതുയർത്തിയപ്പോൾ രാമൻ തന്റെ കൈയിലുണ്ടായിരുന്ന കല്ലുകൊണ്ട് ഇടത്തേകണ്ണിന് കുത്തി. ആ കണ്ണിലാകെ കൽക്കഷണങ്ങളും ചോരയും നിറഞ്ഞു. കോടിലോന്റെ മുഖം ആ ആഘാതത്തിൽ ഒരുവശത്തേക്ക് ചരിഞ്ഞു.

തോട്ടുവക്കിൽ കണ്ണട ധരിച്ച, ദീർഘകായനായ ഒരാൾ കുട തുറന്നുപിടിച്ച് ബിംബംപോലെ നില്ക്കുന്നതുകണ്ടു.

അമ്മാവനെ കൊല്ലരുതേ എന്ന് മരുമകൻ നിലവിളിക്കുന്നതുകേട്ടു.

ഇടത്തേ കവിളിൽ ഒരു കല്ലുകൂടി അമർന്നു. കണ്ണുകളിൽ, നെറ്റിയിൽ, കവിളിൽ, വായിൽ അവിടെയെല്ലാം കല്ലുകളമർന്നുകൊണ്ടിരുന്നു. മുഖമാകെ ചതഞ്ഞരഞ്ഞു. കോടിലോൻ തന്റെ മരണം ഈവിധത്തിലാണല്ലോ എന്നോർത്തുകൊണ്ട് കിടന്നു പുളഞ്ഞു. വരണ്ട തൊണ്ട നനയ്ക്കാൻ ഒരിറ്റു വെള്ളത്തിനുവേണ്ടി നാവുനീട്ടി.

കൂവകൊട്ടൻ കൈക്കുടന്നയിൽ ചെളിവെള്ളം കോരിയെടുത്തു. അതങ്ങനെതന്നെ അയാളുടെ വായിലൊഴിച്ചുകൊടുത്തു. ചോരയും ചെളിവെള്ളവും ഒരുമിച്ചു കലർന്ന്, തൊണ്ടയിൽ നിറഞ്ഞു.

മരുമകൻ കണ്ണൻ പൊട്ടിക്കരഞ്ഞുകൊണ്ട് വയലുകളിലൂടെ പാഞ്ഞു- വെള്ളോറയിൽ പോയി കേളുവമ്മാവനെ വിവരമറിയിക്കാൻ. അവൻ വഴിനീളെ കരഞ്ഞു. അവന്റെ ശരീരമാസകലം ചെളിയായിരുന്നു. അവന്റെ നെഞ്ച് ഒരു അരയാലിലപോലെ വിറച്ചു. കരഞ്ഞുകൊണ്ട്, കിതച്ചുകൊണ്ട് അവനോടി.

മറ്റൊരു വഴിയിലൂടെ പൊലീസ് സ്റ്റേഷനിലേക്കു മാളത്തിൽ കണ്ണനും ഓടിക്കൊണ്ടിരുന്നു. അയാളും കരയുകയായിരുന്നു. മനസ്സ് പ്രക്ഷുബ്ധമായിരുന്നു. വീഴുമെന്നു തോന്നിയിട്ടും ഒരിടത്തും നില്ക്കാതെ ഓടി.

സർവ്വേക്കല്ലിൽ ചാഞ്ഞുക്കിടക്കുന്ന മുഖത്ത് പിന്നെയും കല്ലുകളമർന്നു.

* * * * *

വെയിലേറ്റുകൊണ്ട് നടുവയലിൽ ചതയ്ക്കപ്പെട്ട മുഖം ഒരു സർവ്വേക്കല്ലിൽ ചേർത്തുവെച്ച് അയാൾ കിടന്നു.

വയലുകളിൽ വേറെ ആരുമില്ല. എല്ലാവരും പൊയ്ക്കഴിഞ്ഞിരിക്കുന്നു. നാലുപോത്തുകൾ നുകം പേറി ചുരമാന്തിക്കൊണ്ട് നിന്നു. അവയെ ഊറ്റമായി ചാടിച്ച ശബ്ദം ഇപ്പോഴൊരു തളർന്ന ഞരക്കം പോലുമല്ല. കല്ലുകൾകൊണ്ട് കരുണയില്ലാതെ കുത്തിച്ചതച്ച മുഖം സർവ്വേക്കല്ലിൽ ചേർത്തുവെച്ച്, വയലുകൾക്ക് നടുവിൽ, പൊരിവെയിലിൽ അയാൾ കിടന്നു.

തെങ്ങുകളുടെയും എരുക്കുകളുടെയും കണ്ണാവണക്കുകളുടെയും മറവിൽ-

ആരും അനങ്ങിയില്ല

കൊത്തിവെച്ച പാവപോലെ അവർ നിന്നു. അന്യോന്യം നോക്കാൻ പോലും അവർ ഭയപ്പെട്ടു.

മുഖത്ത് കുറ്റബോധവും നിസ്സഹായതയും അനുനിമിഷം പെരുകി. ഓടിയെത്തിയ പാട്ടിയമ്മ അവരുടെ അടുത്തായി മൂർച്ഛിച്ചു വീണു.

വയലുകൾക്കു നടുവിൽ, സർവ്വേക്കല്ലിൽ തല ചേർത്തുവെച്ച് അയാൾ കിടന്നു. കല്ലിലേക്ക് ചോര വാർന്നൊഴുകിക്കൊണ്ടിരുന്നു.

ഒൻപത്

ചുവന്ന നാട്ടുവഴിയിലൂടെ ഒരു കാളവണ്ടി വരികയാണ്. വീണു കിടക്കുന്ന പോക്കുവെയിൽ കുളമ്പുകൾക്കുകീഴെ ഞെരിഞ്ഞു. വണ്ടിക്കാരൻ ആടലോടകത്തിന്റെ ചില്ലകൊണ്ട് കാളകളെ പ്രഹരിച്ചു. അവ മനസ്സില്ലാമനസ്സോടെ വേഗം വർദ്ധിപ്പിച്ചു. കഴുത്തിൽകെട്ടിയ മണികൾ കിലുങ്ങി.

വണ്ടിയിലിരിക്കുന്നത് മജിസ്ട്രേട്ടായ അനന്തരാമയ്യരും സർക്കിൾ ഇൻസ്പെക്ടർ വാര്യരുമാണ്. തോക്കുകളേന്തിയ അഞ്ചു പൊലീസുകാർ വണ്ടിയുടെ പിന്നാലെ ചിട്ടയോടെ നടക്കുന്നു. അവരോടൊപ്പം തളർന്ന വശനായ മാളത്തിൽ കണ്ണനുമുണ്ട്. സകല ചലനവും നിലയ്ക്കുന്നതായി കണ്ണനു തോന്നി. കാഴ്ച മങ്ങി. ഞരങ്ങുകപോലും ചെയ്യാതെ പെട്ടെന്ന് നിലംപതിച്ചു.

മജിസ്ട്രേട്ട് വണ്ടി നിർത്താൻ കല്പിച്ചു.

പൊലീസുകാർ കണ്ണനെ താങ്ങി എഴുന്നേല്പിച്ചു. അയാൾ കണ്ണ് തുറന്ന് ചുറ്റിലും നോക്കി.

"വെ....ള്ളം..."

ഒരു പൊലീസുകാരൻ ഓടിപ്പോയി നീർച്ചാലിൽനിന്ന് ഒരിലക്കുമ്പിളിൽ വെള്ളം കൊണ്ടുവന്നു. കണ്ണൻ പരവേശത്തോടെ കുടിച്ചു.

"ഇനി വേണോ?"

കണ്ണൻ വേണ്ടെന്ന് തലകുലുക്കി.

"നടക്കാൻ കഴിയ്യോ?" മജിസ്ട്രേട്ട് ചോദിച്ചു.

കണ്ണൻ മജിസ്ട്രേട്ടിന്റെ നേരെ പകച്ചുനോക്കി.

"ഇവിടെ കേറിയിരുന്നോ."

കണ്ണൻ ആ മൂലയ്ക്ക് ഒതുങ്ങിയിരുന്നു. അയാൾ കരയുന്നുണ്ടായിരുന്നു.

മണി കിലുക്കിക്കൊണ്ട് കാളകൾ യാത്ര പുനരാരംഭിച്ചു.

* * * * *

മാരാൻ കരയിലൂടെ കാളവണ്ടി നീങ്ങുമ്പോൾ ഭയന്നു വിളറിയ ഏതാനും പേർ നോക്കിനിന്നു. കാളവണ്ടി അവിടെ നില്ക്കാതെ താഴേക്കിറങ്ങി.

ബോർഡ് സ്കൂളിനു സമീപമെത്തിയപ്പോൾ കാളവണ്ടിയുടെ ചലനം മന്ദഗതിയിലായി. വണ്ടിക്കാരൻ കടിഞ്ഞാൺ പിടിച്ചു.

കണ്ണൻ ചാടിയിറങ്ങി. പിന്നെ മജിസ്ട്രേട്ടും സർക്കിൾ ഇൻസ്പെക്ടറും.

ഇറയത്തുകണ്ട ബഞ്ചിൽ മജിസ്ട്രേട്ട് ഇരിക്കാൻ ഭാവിച്ചപ്പോൾ സർക്കിൾ ഇൻസ്പെക്ടർ പറഞ്ഞു

"കസേര കൊണ്ടുവരാം സാർ."

"വേണ്ട ആ നായനാരെ ഇങ്ങോട്ടു വിളിപ്പിക്കൂ."

രണ്ടു പൊലീസുകാർ ഝടുതിയിൽ മഠത്തിലേക്ക് നീങ്ങി.

നായനാർ അവരോടു പറഞ്ഞു:

"മജിസ്ട്രേട്ടിനോടു ഇങ്ങോട്ടു വെരാൻ പറയ്."

പൊലീസുകാർ എത്രയും വേഗത്തിൽ മജിസ്ട്രേട്ടിന്റെ മുമ്പിലെത്തി വിവരമറിയിച്ചു. ആ ഔദ്ധത്യം മജിസ്ട്രേട്ടിനെ അരിശം കൊള്ളിച്ചു. എങ്കിലും ക്ഷോഭം നിയന്ത്രിക്കാൻ പണിപ്പെട്ടു കൊണ്ട് അയാൾ പറഞ്ഞു.

"നമുക്ക് സംഭവസ്ഥലത്തേക്ക് പോകാം."

കണ്ണൻ വഴി കാണിക്കാൻ മുന്നിൽ നടന്നു.

* * * * *

വയലുകളുടെ നടുവിൽ ചതഞ്ഞ മുഖവുമായി കോടിലോൻ കിടന്നു. കല്ലിൽ ചോര കട്ടപിടിച്ചിരുന്നു.

മജിസ്ട്രേട്ട് ആ മുഖത്തേക്ക് നോക്കിയതും നടുങ്ങിപ്പോയി.

കണ്ണൻ വിമ്മിക്കരഞ്ഞു.

സർക്കിൾ ഇൻസ്പെക്ടർ കുനിഞ്ഞ് നെഞ്ചിൽ കൈവെച്ചു നോക്കി. ഹൃദയം ദുർബ്ബലമായി മിടിക്കുന്നുണ്ട്. മരിച്ചിട്ടില്ല. അയാൾ കണ്ണനോടു പറഞ്ഞു:

"ഓടിപ്പോയി കുറച്ച് വെള്ളം കൊണ്ടുവരൂ."

കണ്ണു തുടച്ചുകൊണ്ട് കണ്ണൻ വെള്ളമെടുക്കാനോടി.

എതിരെ നിന്ന് കേളുവും മരുമകൻ കണ്ണനും ഓടിവരുന്നു. "എന്തിന്നാ കണ്ണാ എന്റനിയനെ ചെയ്തത്?" കേളു ഓടുന്നതിനിടയിൽ വിളിച്ചു ചോദിച്ചു. ഓടിക്കിതച്ച് സർവ്വേക്കല്ലിനടുത്തെത്തിയപ്പോഴേക്കും അയാളാകെ തളർന്നിരുന്നു. അയാളെ കണ്ട് പാട്ടിയമ്മ കരഞ്ഞു പറഞ്ഞു:

"നീയിത് കണ്ടോ കേളൂ. രാമൻ കെടക്ക്ന്നത് കണ്ടോ നീ." തൊണ്ടയിടറി നാവു വരണ്ടു പാട്ടിയമ്മ വരമ്പത്തിരുന്നു.

കേളു അനിയന്റെ കിടപ്പുകണ്ട് തരിച്ചു നിന്നു. മരുമകൻ വാവിട്ട് കരഞ്ഞു.

മാളത്തിൽ കണ്ണൻ വെള്ളവുമെടുത്തു വന്നു. സർക്കിൾ ഇൻസ്പെക്ടർ മന്താലം വാങ്ങി. കോടിലോന്റെ വായിൽ കുറേശ്ശെയായി ഒഴിച്ചു.

തെല്ലുകഴിഞ്ഞപ്പോൾ നാവു പതുക്കെ ചലിച്ചു. തന്റെ ചുറ്റും ആരോചിലർ കൂടി നില്ക്കുന്നുണ്ടെന്ന് കോടിലോന് തോന്നി. കണ്ണുകൾ ചതയ്ക്കപ്പെട്ടിരുന്നതിനാൽ അവർ ആരെല്ലാമാണെന്ന് കാണാൻ കഴിഞ്ഞില്ല. തനിക്കെന്താണ് പറ്റിയതെന്ന് ഓർമ്മിക്കാൻ ശ്രമിച്ചു. ഒന്നൊന്നായി ഓർമ്മയിൽ തെളിയുകയാണ്. ഉടലാകെ നോവുകയാണ്. അയാൽ ദീനമായ ഒരു ശബ്ദം പുറപ്പെടുവിച്ചു.

മരണമൊഴി രേഖപ്പെടുത്താൻ മജിസ്ട്രേട്ട് ആകാംക്ഷയോടെ ചെവിയോർത്തു

* * * * *

ദേശത്ത് വന്നുംപോയും കഴിഞ്ഞിരുന്ന കുഞ്ഞിരാമൻ അധികാരി

മജിസ്ട്രേട്ട് വന്നിട്ടുണ്ടെന്ന വിവരം ഗ്രഹിച്ച്, കോണകവാൽ വീശിക്കൊണ്ട് കുതിച്ചുവന്നു.

"ഇത്രയും നേരമായിട്ടും ഇങ്ങനെയൊരു സംഭവം നടന്നത് നിങ്ങളറിഞ്ഞില്ലേ." മജിസ്ട്രേട്ട് ക്രുദ്ധനായി ചോദിച്ചു.

"അടിയൻ ഇവിടെ ഇല്ലാർന്ന്" അയാൾ വിനയവും വിമ്മിട്ടവും നടിച്ച് വിതുമ്പി.

"ഉം."

അയാൾ കോടിലോനെ കീഴ്മേൽ വീക്ഷിച്ചശേഷം പറഞ്ഞു.

"പോത്തു കുത്തിയതാവും."

മജിസ്ട്രേട്ട് ശാന്തമായി പ്രതിവചിച്ചു.

"അതെ."

മജിസ്ട്രേട്ട് നിർദ്ദേശിച്ച പ്രകാരം കണ്ണനും കേളുവും പൊലീസുകാരും ചേർന്ന്, മൃതപ്രായനായ കോടിലോനെ വയൽക്കരയിലുള്ള ഒരു കുടിലിന്റെ മുറ്റത്ത് കിടത്തി. അവിടെനിന്ന്, ഒരു ചൂടിക്കട്ടിലിൽ എടുത്ത് ആശുപത്രിയിലേക്ക് പുറപ്പെട്ടു. യാത്രയ്ക്കിടയിൽ ചോര കട്ടപിടിച്ച കണ്ണുകൾകൊണ്ട് എന്തോ കാണാനാഗ്രഹിച്ച് ഒന്നും കാണാനാകാതെ, എന്തോ പറയാൻ തുടങ്ങി. ഒന്നും പറയാതെ, കോടിലോൻ മരിച്ചു.

കട്ടിൽ ചുമക്കുന്നവർ, കോടിലോൻ മരിച്ചുവെന്നറിയാതെ, നേരമൊട്ടും വൈകിക്കരുതെന്ന വെമ്പലോടെ ആവുന്നത്ര വേഗത്തിൽ നടന്നു.

നേരം സന്ധ്യയാകുകയാണ്. നാട്ടുവഴിയിലൂടെ കാളവണ്ടി മടങ്ങിപ്പോകുന്നു. മജിസ്ട്രേട്ടും സർക്കിൾ ഇൻസ്പെക്ടറും എങ്ങോ കണ്ണുനട്ട് നിശ്ചേഷ്ടരായി ഇരിക്കുകയാണ്. കാളവണ്ടിയുടെ പിന്നാലെ രണ്ടു കൂട്ടങ്ങളായി പത്തിരുപത് ആളുകളും നടക്കുന്നു. അവർ പ്രതികളും സാക്ഷികളുമാണ്. കാൽവെപ്പുകളുടെ ശബ്ദമുയരുന്നു. മണിക്കിലുക്കം കേൾക്കുന്നു. അവർ പോകുന്നു.

* * * * *

ദിവസങ്ങൾക്കുശേഷം.

തലശ്ശേരി സെഷൻസ് കോടതി. ചുവർഘടികാരത്തിന്റെ നെഞ്ചിടിപ്പ് കേൾക്കാം. അതിനു ചോട്ടിലായി, നീതിപീഠത്തിൽ സെഷൻസ് ജഡ്ജിയായ സായ്പ് ഇരിക്കുന്നു.

കോടതിക്കെട്ടിടത്തിനു പടിഞ്ഞാറ് നുരയും പതയും ചിതറുന്ന കടലാണ്.

കോടതിമുറിയിൽ, പടിഞ്ഞാറൻ കടലിലെ തിരകളെപ്പോലെ സാക്ഷിമൊഴികൾ വീശിപ്പടരുന്നു.

"ഞാൻ നെല്ല്യാട്ട് വയലിലേക്ക് വരികയായിരുന്നു. അവിടെ, വയലിന്റെ നടുക്ക് കുറേയാളുകള് കൂടിനില്ക്കുന്നതുകണ്ടു. കോടിലോനെ അവർ വളഞ്ഞുവെച്ചിരിക്കുകയാണെന്ന് കണ്ട് ഞാനങ്ങോട്ടോടി. അവരുടെ ഇടയിൽനിന്ന് കോടിലോൻ എന്നെ വിളിച്ചു. ഞാനോടിച്ചെന്നപ്പോൾ കോരൻ നമ്പ്യാര് എന്നെ പേടിപ്പിച്ചു. ജീവനും കൊണ്ട് മടങ്ങിപ്പോവൂ

ല്ലാന്ന് പറഞ്ഞു. ഞാൻ തിരിഞ്ഞോടി. മജിസ്ട്രേട്ടിനെ ചെന്നുകണ്ട് വിവരമറിയിച്ചു. മജിസ്ട്രേട്ടിനേം സർക്കിൾ ഇൻസ്പെക്ടറേം കൂട്ടി കുറ്റൂരിലേക്ക് പോയി."

കണ്ണൻ ആ സംഭവം വിവരിച്ചു. അയാളിറങ്ങിയപ്പോൾ കോടിലോന്റെ മരുമകന്റെ ഊഴമായി.

അവൻ പേടിച്ചുവിറച്ചുകൊണ്ട് സാക്ഷിക്കൂട്ടിൽ കയറിനിന്ന് ഉയർന്ന ഇരിപ്പിടത്തിലിരിക്കുന്ന സായ്പ്പിനെയും കറുത്തവേഷം ധരിച്ച വക്കീലന്മാരെയും വാതില്ക്കൽ തടിച്ചുകൂടി നില്ക്കുന്ന ആൾക്കാരെയും കണ്ട് അവന്റെ അധൈര്യം ഇരട്ടിച്ചു. എല്ലാ കണ്ണുകളും അവനിൽ, കറുത്തു മെലിഞ്ഞ ആ ബാലനിൽ, കേന്ദ്രീകരിച്ചു.

അവൻ വിക്കി വിക്കി പറഞ്ഞുതുടങ്ങി.

"ഞാനും അമ്മാവനും കൂടി കണ്ടം പൂട്ട്വാർന്നു. അന്നേരത്താ അവര് വന്നത്. കോരൻ മേൽവിത്ത് കൂട്ടാൻ തൊടങ്ങ്യാപ്പോ അമ്മാവൻ തടഞ്ഞു. അവരെല്ലാംകൂടി അമ്മാമന്റെ നേരെ ചാടി. ഞാൻ കൊല്ലുന്നേന്ന് വിളിച്ച് കരഞ്ഞു. അവരെന്നെ ചവിട്ടി ചെളീലിട്ടു. അമ്മാവനെ കെട്ടിയിട്ട് മുഖത്ത് കല്ലെടുത്ത് കുനിക്കുന്നത് ഞാൻ കണ്ടതാ."

അവർ ആരെല്ലാമായിരുന്നുവെന്ന വക്കീലിന്റെ ചോദ്യത്തെത്തുടർന്ന് അവൻ പ്രതികളെ തിരിച്ചറിഞ്ഞു. പ്രതികൾ മുഖം താഴ്ത്തിനിന്നു.

അമ്മാവനെ കൊന്നതിനെക്കുറിച്ച് പറഞ്ഞപ്പോൾ അവന്റെ നിയന്ത്രണം നഷ്ടപ്പെട്ടു. അവൻ ഏങ്ങലടിച്ചു കരഞ്ഞു.

ആ കുട്ടിയുടെ കരച്ചിൽ തെല്ലുനേരത്തേക്കു കോടതിമുറിയെ സ്തബ്ധമാക്കി. പുറത്തുനില്ക്കുന്നവരിൽ ചിലർ കണ്ണുതുടയ്ക്കുന്നതു കാണാമായിരുന്നു.

അവൻ കൂട്ടിൽനിന്നിറങ്ങി വേച്ചുവേച്ച് വരാന്തയിൽ ചെന്നു ചുമരു ചാരിയിരുന്ന് ആരെയും ശ്രദ്ധിക്കാതെ വിമ്മിക്കരയുമ്പോൾ സാക്ഷിക്കൂട്ടിലേക്ക് പുതിയൊരാൾ കയറിനിന്നു.

പാട്ടി.

അവന്റെ അമ്മായി.

കോടിലോന്റെ ഭാര്യ

"ഞാനും ആ സമയത്ത് കണ്ടത്തില്ണ്ടാർന്നു. ഓറ് പൂട്ടിക്കൊണ്ടിരിക്കുമ്പം ചെളീല് വീണുപോയി. ഓറെ പോത്ത് ചവിട്ടിക്കൊന്നു."

സങ്കടമഭിനയിച്ചുകൊണ്ട് പറഞ്ഞു.

നായനാരുടെയും സിൽബന്തികളുടെയും നായനാർ ഏർപ്പെടുത്തിയ വക്കീലിന്റെയും മുഖങ്ങളിൽ പ്രസന്നത കളിയാടി.

കുഞ്ഞിരാമൻനായനാരായിരുന്നു കേസിൽ ഒന്നാം പ്രതി. വരമ്പിൽ കണ്ണട ധരിച്ചു കുടചൂടിനില്ക്കുന്ന കാര്യസ്ഥനെ കണ്ട് നായനാരാണെന്നാണ് കോടിലോൻ ധരിച്ചത്. കണ്ണുകളിൽ ചോര പൊടിഞ്ഞുതുടങ്ങിയിരുന്നു. കാഴ്ച മങ്ങിത്തുടങ്ങിയിരുന്നു. കോടിലോൻ ചരമഗതിക്ക് തയ്യാറെടുത്തുകൊണ്ടിരിക്കെ അസ്പഷ്ടമായി നല്കിയ മരണമൊഴിയെ അടി

സ്ഥാനമാക്കിയാണ് മജിസ്ട്രേട്ട് പ്രതികളുടെ പേരുവിവരം കുറിച്ചത്. അങ്ങനെ കുഞ്ഞിരാമൻനായനാർ ഒന്നാംപ്രതിയായി. അയാളെ അറസ്റ്റ് ചെയ്ത് തലശ്ശേരിയിൽ വീട്ടുതടങ്കലിൽ വെച്ചു. അയാൾ തടങ്കലിൽ കഴിഞ്ഞ വീട്ടിൽ നിത്യവും സദ്യയായിരുന്നു. അയാൾ ആജന്മശത്രുവിന്റെ മരണം കൊണ്ടാടുകയായിരുന്നു.

അടുത്ത സാക്ഷി, കുഞ്ഞിരാമൻ അധികാരി. അയാളുടെ മുഖത്ത് പരിഭ്രമമോ ഉൽക്കണ്ഠയോ ഇല്ല. തന്നെ ഏല്പിച്ച കാര്യം അയാൾ ഭംഗിയായി ചെയ്തുതീർത്തു.

"ഞാൻ കുറ്റൂരംശം അധികാരിയാണ്. കോടിലോൻ രാമൻ ആളുകള് ഉപദ്രവിച്ച് മരണപ്പെട്ടതല്ലെന്ന് എനിക്കു തീർത്തു പറയാൻ കഴിയും. ഞാൻ സംഭവസ്ഥലത്തുപോയി സസൂക്ഷ്മം പരിശോധിച്ചതാണ്. കണ്ടം പൂട്ടുമ്പോ ശ്രദ്ധവെച്ചില്ലേങ്കില് പോത്തുകളും മൂരികളും ചവിട്ടിക്കൊന്നേക്കും. കോടിലോനെ പോത്തുകളാ കൊന്നത്. മുഖത്തുണ്ടായിരുന്ന പരിക്കുകള് പോത്തുകൾ ചവിട്ടിയതാണ്."

ഇപ്രകാരമുള്ള യാദാസ്ത് നല്കിയ ശേഷം അയാൾ വിജയഭാവത്തിൽ താഴെയിറങ്ങി.

കേസ് ഒരുപാടുനാൾ നീണ്ടുനിന്നു. വാദവും എതിർവാദവും ഗംഭീരമായി നടന്നു. നായനാരുടെ വക്കീൽ പ്രഗല്ഭനായിരുന്നു. കാലി പൂട്ടുന്നതിന്റെ ക്രമവും ഊർച്ചപ്പലകകളുടെ ഉറപ്പും അയാൾ സായ്പ്പിനെ പറഞ്ഞു ബോദ്ധ്യപ്പെടുത്തി. ഊർച്ചപ്പലകകളുടെ ചിത്രം വരഞ്ഞു കാണിച്ച് സായ്പിന്റെയുള്ളിൽ വ്യക്തമായ ഒരു ധാരണയുണ്ടാക്കുന്നതിൽ അയാൾ വിജയിച്ചു.

* * * * *

ഒടുവിൽ കേസ് വിധിയായി.

നായനാരുൾപ്പെടെ എല്ലാ പ്രതികളെയും കോടതി നിരുപാധികം മോചിപ്പിച്ചു. അവരെല്ലാം അത്യധികമായ ആഹ്ലാദത്തോടെ ആർത്തുവിളിച്ചു. വിജയമാഘോഷിക്കാൻ തീനും കുടിയും ഏർപ്പെടുത്തപ്പെട്ടു.

ഏറ്റവും ദുഃഖിതനായി കാണപ്പെട്ടത് അനന്തരാമയ്യർ മജിസ്ട്രേട്ടാണ്. ചോരമൂടിയ രണ്ടു നേത്രങ്ങൾ എവിടെനിന്നോ തന്നെ വേദനയോടെ ഉറ്റുനോക്കുന്നുണ്ടെന്ന് അയാൾക്ക് തോന്നി. നെല്ല്യാട്ടുവയലിൽ താൻ ദർശിച്ച രൂപം ഉയിർകൊണ്ട് മുന്നിൽ വന്നു നില്ക്കുന്നതായി അയാൾ സങ്കല്പിച്ചു. ഇതാണോ സത്യം? ഇതാണോ നീതി? ഇതിനുവേണ്ടിയാണോ താൻ വ്യക്തിപരമായി ഇത്രയും കഷ്ടതകൾ സഹിച്ചത്? നീതി നിറവേറ്റപ്പെടണമെന്ന ഒരാശയേ മനസ്സിലുണ്ടായിരുന്നുള്ളൂ. അങ്ങനെ പ്രതീക്ഷിക്കുകയും ചെയ്തു. എന്നിട്ട്, ഇപ്പോൾ ലഭിച്ചിരിക്കുന്നതോ? താങ്ങാനാവാത്ത ഒരാഘാതം. അപമാനം. പുച്ഛം. അയാൾ ഒരു ജീവച്ഛവത്തെപ്പോലെ വിളറി നിന്നു. മനസ്സ് വീർപ്പുമുട്ടി. മുറിയുടെ നാലു ചുവരുകൾക്കിടയിലൂടെ അസ്വസ്ഥനായി അങ്ങോട്ടുമിങ്ങോട്ടും നടന്നു. കാലുകൾ തളർന്നപ്പോൾ കട്ടിലിൽ കയറിക്കിടന്നു. ഒരുപോള കണ്ണടയ്ക്കാൻ കഴിഞ്ഞില്ല. എമ്പാടും

ഇരുട്ട്. ദുഃസ്വപ്നങ്ങൾ. കണ്ണുനീരിന്റെ നനവ്. ചോരയുടെ ഗന്ധം. ഇല്ല. എന്തെങ്കിലും ചെയ്തില്ലെങ്കിൽ ഇനിയൊരിക്കലും മനശ്ശാന്തി ലഭിക്കുകയില്ല. അയാൾ തീരുമാനിച്ചു.

അടുത്ത ദിവസം മദിരാശിയിലേക്ക് വണ്ടികയറി.

സെഷൻസ് കോടതി വിധിക്കെതിരെ മദിരാശി ഹൈക്കോടതിയിൽ അപ്പീൽ ബോധിപ്പിച്ചു. അപ്പീൽ സ്വീകരിച്ച്, പ്രതികളെ അറസ്റ്റ് ചെയ്യാൻ ഹൈക്കോടതി ഉത്തരവിട്ടു. അതുപ്രകാരം വലിയൊരു പൊലീസ് സംഘം കുറ്റൂരിലെത്തിച്ചേർന്നു.

അന്ന് കേസിൽ അനുകൂലമായ വിധിയുണ്ടായതിന്റെ സന്തോഷം പ്രകടിപ്പിക്കാൻ, കൂവകൊട്ടന്റെ വീട്ടിൽ കതിനൂർ വീരൻ തെയ്യം കെട്ടിയാടിക്കാനുള്ള ഒരുക്കങ്ങൾ നടക്കുകയായിരുന്നു.

തെയ്യംകെട്ടിയാടിക്കൽ ഏതായാലും മുടങ്ങി. എല്ലാവരും കസ്റ്റഡിയിലെടുക്കപ്പെട്ടു.

കേസ് വിചാരണതീർന്ന്, ഹൈക്കോടതി വിധി പ്രസ്താവിച്ചു. കോരൻ, ഉറുവാടൻ രാമൻ, കൂവകൊട്ടൻ എന്നിവർക്ക് പത്തുകൊല്ലം വീതവും ശങ്കരൻ, കുഞ്ഞപ്പു എന്നിവർക്ക് ഏഴുകൊല്ലം വീതവും കഠിനതടവ് ലഭിച്ചു. കുഞ്ഞിരാമൻ നായനാരേയും കാര്യസ്ഥന്മാരേയും രണ്ടു പുലയരേയും കുറ്റക്കാരല്ലെന്ന് കണ്ട് കോടതി വെറുതെവിട്ടു. തെറ്റായ യാദാസ്ത് സമർപ്പിച്ച കുഞ്ഞിരാമൻ അധികാരിക്ക് ഉദ്യോഗം നഷ്ടപ്പെട്ടു.

പത്ത്

രാജകൊട്ടാരംപോലെ മഠം ഉയർന്നുനിന്നു.

അതിന്റെ നിലനില്പിനെ ചോദ്യം ചെയ്തവരുടെ ജീവിതം ദാരുണമായ ദുരന്തങ്ങളിലൊടുങ്ങി. ഇനി ഒരാൾ മാത്രമേ അവശേഷിക്കുന്നുള്ളൂ. ഒരു മുടന്തൻ. ജീവപര്യന്തം തടവുശിക്ഷയെ അതിജീവിച്ച് അവൻ മുടന്തിക്കൊണ്ട് തിരിച്ചു വന്നാലും സാരമാക്കാനില്ല. മഠത്തിന് ഏതു നിലയ്ക്കും അഭിമാനിക്കാം. അന്തസ്സും പ്രൗഢിയും വീണ്ടെടുക്കപ്പെട്ടിരിക്കുന്നു. ശൈഥില്യങ്ങൾ വിട്ടകന്നിരിക്കുന്നു. ഇനിയാരും ചെറുവിരലനക്കാൻപോലും ധൈര്യപ്പെടില്ല. നിയമങ്ങൾ കുറേക്കൂടി കർശനമാക്കപ്പെട്ടു. പെരുമാറ്റം കർക്കശവും. നാട്ടിലെ മൃഗയാവിനോദങ്ങളുടെ കഥകൾ പെരുകി. കാര്യസ്ഥന്മാരുടെ ഊർജ്ജസ്വലത വർദ്ധിച്ചു. അവരുടെ വാക്കുകൾക്ക് മൂർച്ചയേറി. വയൽപ്പൂക്കൾ കൊടുംവേനലിൽ കരിഞ്ഞു.

കുഞ്ഞിരാമൻനായനാർക്കുശേഷം ചാത്തുട്ടിനായനാർ അധികാരത്തിൽ വന്നു. അയാൾ കാനായി ചിറ്റാരിയിലേക്ക് ഒന്നാം മൂപ്പായി നീങ്ങിയപ്പോൾ, ഉഗ്രപ്രതാപിയായ നാരായണൻനായനാരുടെ കാലമായി. അധികാരമാറ്റങ്ങൾ പല്ലക്കു ചുമക്കുന്നവരുടെ ചുമലുകളിലെ തഴമ്പുകൾക്ക് കനമേറ്റി. അതിനപ്പുറം ഒന്നുമുണ്ടായില്ല. മഠം എന്നത്തേയും പോലെ

പ്രതാപത്തോടെ നിലകൊണ്ടു. വിസ്തൃതമായ തൊടിയിൽ ഏഴാനകൾ ചിന്നംവിളിച്ചു. അവയുടെ മസ്തകങ്ങളിൽ കുങ്കുമവും ചന്ദനവും തിളങ്ങി. വയലുകളിൽ വിലകുറഞ്ഞ മനുഷ്യജീവികൾ എല്ലുമുറിയെ അദ്ധ്വാനിച്ചു. കളത്താലയിൽ നെല്ല് കുമിഞ്ഞുകൂടി. തേവാര മഠത്തിൽ മുടങ്ങാതെ പൂജ തുടർന്നു. ചാമ്പയ്ക്കയും ഞാവൽപ്പഴങ്ങളും കാറ്റത്ത് ഉതിർന്നു വീണു. കരിഞ്ചാമുണ്ഡിയുടെ കോലം പലവട്ടം അണിഞ്ഞൊരുങ്ങി ആടിത്തിമിർത്തു. മദനപ്പൂമരം പലവട്ടം പൂത്തു. ചന്തുപ്പണിക്കരാശാന്റെ നേതൃത്വത്തിലുള്ള കഥകളിസംഘം കാനായിയിൽനിന്ന് കുറ്റൂരിലേക്ക് വന്ന് *കിർമ്മീരവധവും ഉത്തരാസ്വയംവരവും കല്യാണസൗഗന്ധികവും നളചരിതവും* അവതരിപ്പിച്ചു. പടിഞ്ഞാറ്റയിലെ മനോഹരമായ കട്ടിലിൽ അലങ്കരിച്ച മെത്തയിൽ, ദമ്പതികൾ ആദ്യരാത്രിയുടെ വിസ്മയം നൊട്ടിനുണഞ്ഞു. വംശസമ്പത്ത് പെറ്റുപെരുകി.

നിതംബം കവിഞ്ഞുനില്ക്കുന്ന നീണ്ടമുടിയുള്ള ജാനകിയമ്മ, കത്തുന്ന സൗന്ദര്യവുമായി കിടപ്പുമുറിയിൽ തമ്പുരാനെ കാത്തുകിടന്നു.

നാടൻ ചാരായത്തിന്റെ രൂക്ഷഗന്ധവും, ഇടറുന്ന കാൽവെപ്പുകളുമായി തമ്പുരാൻ കടന്നുവന്ന് പ്രേയസിയെ പുണർന്നു.

ഒരുനാൾ നാരായണൻ നായനാർ കയറിവന്നത് മുഖം നിറയെ ചോരയുമായാണ്.

ജാനകിയമ്മയ്ക്ക് പരിഭ്രമമായി.

“എന്താ ഇത്?” അവർ നിലവിളിക്കും പോലെ തിരക്കി.

“ഒന്നുമില്ല. വീണതാണ്.” അയാൾ മറുപടി പറഞ്ഞു.

* * * * *

ഈ സമയത്ത് ഒരാൾ അതിവേഗത്തിൽ കിഴക്കോട്ടു പായുകയാണ്. വല്ലാതെ ഭയപ്പെട്ട മട്ടുണ്ട്. ആരെങ്കിലും പിന്തുടരുന്നുണ്ടോയെന്ന് ഇടയ്ക്കിടെ തിരിഞ്ഞുനോക്കുന്നുണ്ട്. അങ്ങകലെയുള്ള കുടക് ലക്ഷ്യമാക്കിയാണ് അയാളുടെ ഓട്ടം.

കണ്ണങ്കാട്ടിന് പടിഞ്ഞാറുള്ള ഒരു കുടിലിന്റെ ഇറയത്ത് ചോരപുരണ്ട വെട്ടുകത്തി വീണുകിടക്കുന്നു. അതിനപ്പുറത്തായി കുടിലിലുള്ള വർ കൂനിപ്പിടിച്ചിരുന്ന് കരയുന്നു. മുറ്റത്ത് ഭംഗിയുള്ള ഒരു മുറുക്കാൻചെല്ലം പതറിപ്പോയ ഒരു നിമിഷത്തിൽ ആരുടെയോ പക്കൽനിന്ന് താഴെ വീണതാണെന്ന് സ്പഷ്ടമാക്കും വിധത്തിൽ അലങ്കോലപ്പെട്ട് കാണപ്പെടുന്നു. അകത്തുനിന്ന് ഒരു യുവതിയുടെ തേങ്ങലുയരുന്നു. അവളുടെ ഭർത്താവായ ചന്തു ഇടയ്ക്കിടെ തിരിഞ്ഞുനോക്കിക്കൊണ്ട് രക്ഷപ്പെടാനുള്ള ഉൽക്കടമായ അഭിവാഞ്ഛയോടെ കുടകിലേക്ക് പായുന്നു.

അകത്തുവീണ് കരയുന്ന യുവതിയും അതിദ്രുതം പായുന്ന പുരുഷനും ഇനി കണ്ടുമുട്ടുക പന്ത്രണ്ടുവർഷങ്ങൾക്കുശേഷമാണ്. അത്രയും കാലം അയാൾ ക്ഷമയോടെ കുടകിൽ ഒളിച്ചുപാർക്കും. പടിഞ്ഞാറൻ കാറ്റ് വീശിയെത്തുമ്പോൾ ഏതെങ്കിലും വാർത്തകളുണ്ടോയെന്ന് അയാൾ ചെവിയോർക്കും. രാത്രികളിൽ ഇലയനങ്ങുന്ന ഒച്ച കേട്ടാൽപോലും

ഞെട്ടിയുണരും. ഉണർന്ന് ആകാശത്തിന്റെ താഴ്‌വരകളിലേക്കും കുടകിനെ മൂടിപ്പൊതിഞ്ഞ വന്ധ്യമായ ഇരുട്ടിലേക്കും പകച്ചുനോക്കും. കറ്റൂരിലാകട്ടെ, നാരായണൻ നായനാർ ആൾക്കണ്ണാടിയുടെ മുന്നിൽനിന്ന് മുഖത്തെ മാഞ്ഞുപോകാത്ത മുറിപ്പാടിനെ ശപിക്കും. രോഷംകൊണ്ട് ഉൾഞരമ്പുകൾ വിറയ്ക്കും. കോപാകുലനായി തോക്കുമെടുത്ത് പാഞ്ഞുവന്ന്, മച്ചിനുമുകളിൽ മുൻവശത്തുനിന്ന്, ശുഭ്രമായ ആകാശത്തിലേക്ക് നിറയൊഴിക്കും.

* * * * *

മൃതിയടഞ്ഞ കോടിലോനും തടവിൽ കഴിയുന്ന മുടന്തനായ വണ്ണത്താൻ രാമനും നായനാരെ മുറിവേല്പിച്ച് പ്രാണരക്ഷാർത്ഥം കുടകിലേക്കോടിപ്പോയ ചന്തുവും ഗ്രാമീണരുടെ ഓർമ്മകളിൽ നിറഞ്ഞു. വർഷമേഘങ്ങളെക്കൊണ്ട് മനസ്സിരുണ്ടു. കണ്ണുകളിൽ മഴക്കാലമായി. ഒരിടത്തിരുന്ന് ഓർത്ത് കരയുന്ന ഉച്ചാലമ്മയെ നോക്കിനില്ക്കെ, തമ്പാന് മനസ്സ് നൊന്തു. അവൻ അടുത്തുചെന്ന് അവരുടെ ജര പടർന്ന കവിളിലെ കണ്ണുനീര് തുടച്ചു.

"മോനേ."

ഉച്ചാലമ്മ തേങ്ങി.

"കുറുപ്പച്ചനെ എപ്പളാ ഇനി ജെയിലീന്ന് വിടാ?"

തമ്പാൻ പറഞ്ഞില്ല.

"നമ്മടെ സങ്കടങ്ങള് ഏതുകാലത്താ തീരു, മോനേ?"

ഉച്ചാലമ്മ അവനെ ചേർത്തുപിടിച്ച് കരഞ്ഞു. അവൻ ഇന്ന്, വിരിഞ്ഞ നെഞ്ചുള്ള ഒരു വാലിയക്കാരനാണ്. എന്നും മുത്തശ്ശിയുടെ മാറിൽ ചേർന്നു നിന്ന് ഗ്രാമത്തിലെ സംഭവങ്ങൾ നോക്കിക്കാണാറുണ്ടായിരുന്ന ചെറിയ കുട്ടി വളർന്നിരിക്കുന്നു.

* * * * *

രാമൻകുറ്റ്വൻ കള്ളുനിറച്ച തൊട് ചുണ്ടോടടുപ്പിച്ചുവെങ്കിലും, ഒരു കവിൾ പോലും ഇറക്കാതെ, പൊടുന്നനെ ഏതോ ഓർമ്മയിൽ വേദനിച്ച്, തൊട് താഴെ വെച്ച് കരിമ്പനോട് ചോദിച്ചു:

"രാമനെ എന്നാ ഞാൻ കാണ്വാ."

കരിമ്പൻ നിസ്സഹായതയോടെ കൈമലർത്തി.

"ഞാൻ കാണൂല്ലേ?" ഇത്തിരികൂടി നീങ്ങിയിരുന്ന് രാമൻകുറ്റ്വൻ ചോദിച്ചു.

മുഖത്ത് ഉദ്വേഗം തുടിച്ചു.

"കാണാണ്ടിരിക്കില്ല."

കരിമ്പൻ അയാളെ സമാധാനിപ്പിക്കാൻ പറഞ്ഞു.

"കാണാണ്ട് ചത്താല് എന്റെ കണ്ണടയൂല്ല." അയാൾ മന്ത്രിച്ചു.

കണ്ണമ്പാടിയിലൂടെ നടക്കുമ്പോൾ കാനാകൊറോശ്ശൻ കൂടെയുള്ള തമ്പാനോട് ചോദിച്ചു.

"രാമന്റെ വിവരം ഏതെങ്കിലുംണ്ടോ?"

തമ്പാൻ കൗതുകത്തോടെ അയാളെ നോക്കി.

“എനിക്കൊന്ന് കാണണം.” കൊറോശ്ശൻ പതിഞ്ഞ ശബ്ദത്തിൽ പറഞ്ഞു.

“അടുത്തുതന്നെ വെരും.” തമ്പാൻ അയാളുടെ ചുമലിൽ കൈവച്ചു.

കാനാകൊറോശ്ശൻ കുണ്ടോർ ചാമുണ്ഡിയെ മനസ്സിൽ നിനച്ചു. ചാമുണ്ഡിയുടെ കോമരമാണ് അയാൾ. അതു പറഞ്ഞിട്ടെന്താണ് കാര്യം? നാല്പത്തെട്ടിൽ തന്റെ നെല്ലറ കുത്തിത്തുറക്കുന്ന ആൾക്കൂട്ടത്തിൽ കൊറോശ്ശന്റെ മുഖം, രയരപ്പൻ നായനാർ കണ്ടെത്തും. നെല്ലറ കുത്തിത്തുറന്ന്, ആവേശത്തോടെ ആർത്തുവിളിച്ച്, കാട്ടാറുപോലെ അകത്തേക്ക് ഇരച്ചു കയറുന്ന ആൾക്കൂട്ടത്തിൽ ഒരാളായിത്തീർന്ന കൊറോശ്ശൻ തൊട്ടടുത്തുള്ള രാമനോട് ചോദിക്കും. “ഇത് നേര് തന്ന്യോ രാമാ. സ്വപ്നം കാണ്വോ മറ്റോ ആണോ?” രാമൻ ചിരിച്ചുകൊണ്ട് പറയും. “ഞാൻ പണ്ടേ കണ്ട ഒരു സ്വപ്നമാണ്.”

എന്നാൽ ഈ സമയത്ത് അത്ര വലിയ ഒരു സംഭവം മുന്നിൽ കാണാൻ കൊറോശ്ശന് ത്രാണിയില്ല. മറ്റുള്ളവരുടെയും സ്ഥിതി ഇതു തന്നെ. നെടുനാളത്തെ ദുഃഖങ്ങളിൽനിന്ന് പിടഞ്ഞെണീറ്റ്, കുന്തങ്ങളും വാക്കത്തികളും ഉലക്കകളുമായി, മരിച്ചവരുടെയും ജീവിച്ചിരിക്കുന്നവരുടെയും പ്രതികാര ദാഹത്താൽ ആർത്തുവിളിച്ചുകൊണ്ട്, ഒരു പുലരിയിൽ തങ്ങൾ മഠത്തിനുനേരെ കുതിക്കുമെന്ന് അവരാരും സങ്കല്പിക്കില്ല. പക്ഷേ, അങ്ങനെയൊരു കുതിച്ചുചാട്ടത്തിന് അവർ നിർബ്ബന്ധിതരായി തീരും. അതിനുള്ള ശ്രമങ്ങൾ തുടങ്ങിക്കഴിഞ്ഞു. ഇരുട്ടിൽ, ഒറ്റയടിപ്പാതകളിൽ ചലനങ്ങൾ, കൂരകളുടെ മുറ്റങ്ങളിൽ ഒത്തുചേരൽ, അടക്കിപ്പിടിച്ചുള്ള സംസാരം.

പിന്നെ, നാല്പത്തെട്ടിലെ ഒരു പ്രഭാതത്തിൽ, പ്രാകൃതമായ ആയുധങ്ങളുയർത്തിപ്പിടിച്ച്, അങ്ങേയറ്റത്തെ ആവേശത്തോടെ, ദൃഢചിത്തരായ, ആണും പെണ്ണും വൃദ്ധരും കുട്ടികളുമടങ്ങുന്ന വലിയൊരാൾക്കൂട്ടം മഠത്തിനു നേർക്ക് ഇരച്ചു പായും. ആദ്യത്തെ നിരയിൽ, വെളുത്ത നീണ്ട ശരീരമുള്ള ഒരു വൃദ്ധനുണ്ടാകും. അയാൾ, ഞരമ്പുകൾ മുറിച്ചു മാറ്റപ്പെട്ട വലതുകാൽ വലിച്ചുവെച്ചായിരിക്കും നടക്കുക. അയാളുടെ ശേഷിച്ച ഞരമ്പുകളത്രയും കൊടും കോപത്തിൽ പിടയ്ക്കുകയാവും. നെല്ലറയുടെ നേർക്ക് വിരൽ ചൂണ്ടിക്കൊണ്ട് ഇടിമുഴക്കം പോലെ അയാൾ അലറും. “പൊളിക്കെടാ പൊളിക്ക്” ആ ശബ്ദം കേട്ട് ആകാശം പോലും നടുങ്ങും.

പിന്നീട്, പാറക്കടവിലുള്ള വായനശാലയിൽ മരണം കാത്തുകിടക്കുന്ന അയാൾക്ക് ആഹാരവുമായി പല വഴിക്ക് പാഞ്ഞെത്തുന്ന സ്നേഹസമ്പന്നരായ ഗ്രാമീണരെല്ലാം അത്യന്തം വേദനയോടെ ആ ക്ഷീണിച്ച മുഖത്ത് കണ്ണുനട്ടുനിന്ന്, പലതുമോർമ്മിക്കും. ആ ഓർമ്മകളെല്ലാം എത്രയും ഹൃദയഭാരത്തോടെ അവർ വിടർന്ന കണ്ണുകളും തുറന്ന കാതുകളുമുള്ള ഇളം തലമുറയിലേക്ക് പകരും.

ഉച്ചാലമ്മ തമ്പാനോട് ചോദിച്ചു

"എന്താ മോനേ വെരാനിരിക്കുന്നത്?"

എന്താണ് വരാനിരിക്കുന്നതെന്നതിനെക്കുറിച്ച് തമ്പാനു തന്നെ വ്യക്തമായ രൂപമില്ല.

"എന്നോട് പറയ് മോനേ."

എന്താണ് പറയേണ്ടതെന്ന് തമ്പാൻ ആലോചിച്ചു.

ഗ്രാമം പതുക്കെപ്പതുക്കെ നിദ്രവിട്ടുണരുകയായിരുന്നു. ഇതിന്റെ ഫലമായി കുറ്റൂരിൽ എല്ലാവർക്കുംവേണ്ടി ഒരു സ്കൂളും വായനശാലയും പണിതുയർത്തപ്പെടും. സ്കൂൾ പൊളിച്ചുമാറ്റാൻ, പുറംനാട്ടുകാരായ പോക്കിരികളെ കൊണ്ടുവന്ന് നായനാർ ഒരന്ത്യശ്രമം നടത്തിനോക്കും. എന്നാൽ പണി തീർന്നുകൊണ്ടിരിക്കുന്ന സ്കൂളിനെ വലയം ചെയ്തു നില്ക്കുന്ന ജനക്കൂട്ടത്തെ കണ്ട്, അന്യദേശക്കാരും അവരെ പിന്തുണയ്ക്കാൻ ചെന്ന വേട്ടുവരും ജീവനിലുള്ള കൊതിമൂലം പിന്തിരിഞ്ഞോടുകയാണ് ചെയ്യുക. സ്കൂളിന്റെ സരക്ഷണത്തിന് ഒരുങ്ങി നില്ക്കുന്ന ജനക്കൂട്ടത്തിൽ, ഇനിയും തടിമിടുക്ക് നഷ്ടപ്പെടാത്ത വെളുത്തു നീണ്ട ഒരു വൃദ്ധനുമുണ്ടായിരിക്കും. സ്കൂൾ തകർക്കാനുദ്ദേശിച്ചെത്തുന്നവരുടെ മുന്നിൽ, ഒരു കത്തി നിവർത്തിപ്പിടിച്ചുനിന്നു അയാൾ ഉച്ചത്തിൽ വിളിച്ചു പറയും: "കാലം മാറീന്ന് നായനാരോട് പറഞ്ഞേക്കിൻ." ആ സംഭവത്തിന് ശേഷം ഏഴെട്ടുവർഷങ്ങൾ കഴിഞ്ഞ്, രവിവർമ്മയുടെ ചിത്രങ്ങൾ കൊണ്ടലങ്കരിച്ച മുറിയിൽ മയങ്ങിക്കിടക്കുമ്പോൾ രയരപ്പൻ നായനാർ വലുതായ ഒരു ആരവം കേട്ട് ഞെട്ടിയുണരും. അയാൾ ചില്ലുജാലകം തുറന്ന് പുറത്തേക്ക് നോക്കുമ്പോൾ കാണുക, പാഞ്ഞിരച്ചുവരുന്ന ഒരാൾക്കൂട്ടത്തെയാണ്. മുന്നിൽ മുടന്തിനടക്കുന്ന വൃദ്ധനെ അയാൾ തിരിച്ചറിയും.

www.ingramcontent.com/pod-product-compliance
Lightning Source LLC
LaVergne TN
LVHW100836051026
849519LV00006B/2321
9789387842281